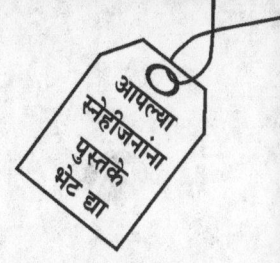

'लज्जा'ची उत्तरकथा

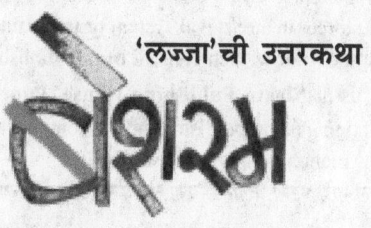

बेशरम

तसलिमा नासरिन

अनुवाद
मंजिरी धामणकर

मेहता पब्लिशिंग हाऊस

Please contact us at **Mehta Publishing House, Pune.**
Email : production@mehtapublishinghouse.com
Website : www.mehtapublishinghouse.com

- *या पुस्तकातील मते, घटना, वर्णने ही त्या लेखकाची असून त्याच्याशी प्रकाशक सहमत असतीलच, असे नाही.*

BESHARAM by TASLIMA NASRIN

Copyright © Taslima Nasrin

Translated into Marathi Language by Manjiri Dhamankar

बेशरम / अनुवादित कादंबरी

अनुवाद : मंजिरी धामणकर
author@mehtapublishinghouse.com

मराठी अनुवादाचे व प्रकाशनाचे हक्क मेहता पब्लिशिंग हाऊस, पुणे

प्रकाशक : सुनील अनिल मेहता, मेहता पब्लिशिंग हाऊस,
१९४१, सदाशिव पेठ, माडीवाले कॉलनी, पुणे - ३०.

मुखपृष्ठ : चंद्रमोहन कुलकर्णी

प्रथमावृत्ती : फेब्रुवारी, २०२१

P Book ISBN 9789353175511
E Book ISBN 9789353175528
E Books available on : play.google.com/store/books
www.amazon.in
https://books.apple.com

भूमिका

मी कोलकात्याला असताना मला वाटायचं की 'लज्जा'मधल्या तमाम पात्रांनी कोलकात्यातच आश्रय घेतला आहे. तेव्हा माझ्या मनात अशा लोकांची कथा लिहायचा विचार आला – जे आपला देश सोडल्यानंतर नव्या वातावरणात, नव्या देशात, जीवन नव्याने सुरू करायचा प्रयत्न करत आहेत.

ही कादंबरी एका अर्थी 'लज्जा'चा उत्तरार्ध आहे, पण आपल्या परीने एक स्वतंत्र साहित्यकृती देखील आहे. ही मी खूप भराभर लिहिली आहे – अंधुक पडद्यातून जणू मला ती सगळी माणसं दिसत होती, जणू ती माझ्याशी गप्पा मारत होती. मीही माझा देश सोडला आहे. बहुधा आमच्या अडचणी एकसारख्याच होत्या.

सुरंजन सारखे लोक कितपत सुरक्षित होऊ शकले? माया जिवंत आहे की मेली? सुधामय अखेर ताळमेळ घालू शकले की नाही? – 'बेशरम' कादंबरी, जातीयवादी लोकांच्या अत्याचारांनी गांजलेल्या, आपला देश, आपली भूमी आणि आपली मुळं सोडून आलेल्या कुटुंबांच्या सुख-दुःखांचीचं कहाणी आहे.

–तसलिमा नासरिन

एके दिवशी माझी अचानक सुरंजनशी भेट झाली. राउडन स्ट्रीटवरच्या माझ्या घराची त्याने एके दिवशी बेल वाजवली. मी दार उघडले तर दारात एक अनोळखी तरुण उभा.

"काय पाहिजे?"

"तुम्हालाच भेटायचे आहे."

"मला? कशाला?"

"अत्यंत आवश्यक आहे."

"नुसते आवश्यक म्हणून चालणार नाही. तुम्ही कुठून आलात, का आलात ते सांगा."

त्याने डोके खाजवले की हात खाजवला आठवत नाही, पण काहीतरी खाजवले. मला काही तो तितकासा स्मार्ट मुलगा वाटला नाही.

"असे आयत्या वेळी येऊन भेट होऊ शकत नाही. फोनवर भेटीची वेळ घेऊन मग या."

असे म्हणून मी दार बंद केले. दाराच्या पलीकडून आवाज आला –

"मी सुरंजन, सुरंजन दत्त, दार उघडा. तुमच्याशी काही बोलायचे आहे."

सुरंजन दत्त! नाव ओळखीचे वाटले, पण त्या तरुणाचा चेहरा ओळखीचा नव्हता. पुन्हा एकदा बघितले तर, याआधी त्याला कधी पाहिले होते की नाही ते आठवेल, असा विचार करून मी दरवाजा उघडला. त्याला आपादमस्तक न्याहाळले. क्षणभर वाटून गेले की त्याला आधी कुठेतरी पाहिले आहे, पण पुढच्याच क्षणी वाटले की ही आमची पहिलीच भेट आहे.

तो अवघडल्यासारखा हसून म्हणाला, "मी सुरंजन. मला ओळखू शकत नाही? माझ्यावरच तर तुम्ही एक कादंबरी लिहिली आहे."

"कादंबरी?"

"होय, कादंबरी. 'लज्जा' नावाची कादंबरी. आठवते आहे का?"

माझ्या अंगाचा थरकाप झाला. एखादा माणूस मेला असे कळल्यावर अनेक

वर्षांनंतर जर तो समोर येऊन उभा राहिला तर काय अवस्था होईल, तशीच माझी झाली. ना मागे जाऊ शकत होते ना पुढे.

मुक्यासारखी बावचळून मी होते तिथेच खिळून उभी राहिले – सुरंजनकडे अनिमिष नजरेने पाहत. सुरंजनने एकदा माझ्याकडे बघितले आणि मग नजर झुकवून तो गाल खाजवू लागला. होय, तेव्हा नक्की गालच खाजवला. मला आठवते आहे कारण त्याच्या गालावर एक मोठा तीळ होता. वर आलेल्या त्या तिळाला जेव्हा त्याचे नख लागले तेव्हा वाटले की तो तीळ बाहेर येणार. त्या तिळाच्या विचाराने माझ्या शरीराची थरथर थांबली.

मला कित्येक वर्षांपासून तिळाची भीती वाटते. माझ्या एका फार्सी मित्राचा तीळ पाहिला होता. छोटा, निरुपद्रवी दिसणारा तो तीळ वाढत, पसरत कॅन्सर बनला. मी लहान असताना चेहऱ्यावर लहानसा का होईना, एखादा तीळ असावा म्हणून किती झुरायची! काजळ कांडी घेऊन हनुवटीच्या जरा उजवीकडे कित्येक दिवस मी तीळ रेखायची. आणि आता-कुठेही तीळ उठलेला दिसला की भयभीत होते.

सुरंजनच्या त्या तिळाने मला माझ्या स्तंभित अवस्थेतून बाहेर काढले. मी दरवाजा पूर्ण उघडून त्या आगंतुकाला आत बोलावले.

दरवाजाच्या समोर जे दोन बंदूकधारी पोलीस होते, ते आरामात बसले होते असे नाही, पण ज्याला मी घरात घेतले त्याच्या खिशात बॉम्ब आहे का, तो कुठल्या दुष्ट हेतूने मला भेटायला आला आहे का याची त्यांनी काही तपासणी केली नाही. वास्तविक माझ्या घरासमोर पोलीस का बसले आहेत, हे मला कोडेच आहे. इतक्या लोकांची जा-ये असते, त्या कोणालाही ते काहीही प्रश्न विचारत नाहीत. आज जरी दार मी उघडले असले, तरी एरवी सुजाताच उघडते. कोणत्याही अनोळखी व्यक्तीला दार उघडू नकोस असे तिला बजावले असले तरी गावातल्या मोकळ्या-ढाकळ्या घरात वाढलेल्या सुजाताच्या ते नेहमीच लक्षात राहते असे नाही.

माझ्या घरातला इंटरकॉम गेल्या दोन वर्षांपासून बिघडला आहे. अनेक वेळा तक्रार केली, पण घराची देखभाल करणाऱ्या समितीला काही देणेघेणे नव्हते. गेले अनेक दिवस अनोळखी लोक घरी येऊन गेले, पोलीस नेहमीप्रमाणे बंदूक जवळ ठेवून दारासमोर निवांत बसलेले. पोलिसांना पाहून सुरंजनला जरा तरी भीती वाटली असेल का? बहुधा वाटली असावी. त्याचा चेहरा जरा फिकुटला होता.

त्याला जेव्हा मी आत बोलावले, तेव्हा बसलेले पोलीस आणि उभी असलेली मी यांच्या मधून यावे लागणार म्हणून तो जरा गोंधळला. त्यामुळे तिळावर

आणखी दोन-चार ओरखडे उठले. त्याच्या पहिल्या पावलात जी गती होती ती दुसऱ्या पावलाला जरा रेंगाळली. तिसऱ्या पावलाला आणखी संथ झाली, चौथ्या पावलाला जेव्हा तो अगदी दारात आला तेव्हा एकदम जलद झाली. सुरंजन आत आला. दार बंद झाले. तो सोफ्यावर बसला. सुजाताला चहा सांगून मी त्याच्या समोरच्या सोफ्यावर बसले. आमची नजरानजर झाली आणि त्याने नजर झुकवली. मन ही एक अद्भुत गोष्ट आहे. माझ्या मनात आले, कशावरून हा सुरंजनच आहे! दुसरा कोणी भलत्याच हेतूने सुरंजन म्हणून आला असेल तर!

मग, 'बोल – किंवा बोला काय खबरबात?' असे काहीतरी बोलून मी पटकन उठून दरवाजा उघडला, संपूर्ण नाही – अर्धवट.. जो स्वतःला सुरंजन म्हणवतो आहे, त्याचा उद्देश जर बरा नसेल, तर दाराच्या बाहेर पोलीस आहेत, ते, माझे ओरडणे ऐकून आत येऊ शकतील, आततायी माणसाच्या तावडीतून मला सोडवतील आणि मग त्याच्या दुष्कृत्याचा काय भयंकर परिणाम होईल याची अटकळ बांधायला मी त्याला जरा वेळ दिला.

त्यानेही तो वेळ घेतला. वेळ घेताना मान खाली झुकवली. त्याचे काही केस पिकलेले होते. काय वय असेल त्याचे? हिशोब केला तर माझ्यापेक्षा कमीच, पण खूप कमी नाही.

केस तर माझेही पिकले आहेत. वय ही बहुधा एकच गोष्ट अशी आहे जी निमिषार्धात आयुष्यातून निघून जाते. इतर काहीही जीवनातून, वय निघून जाते तशा प्रकारे निघून जात नाही. माझेही तसेच गेले. अचानक एक दिवस आरशासमोर उभी राहिले तेव्हा कितीतरी केस पिकलेले दिसले. मी मलाच ओळखू शकत नव्हते. ही मीच का? स्वतःला मी त्या दिवसापर्यंत तरुणच समजत होते!

सुरंजनने मान वर करून प्रश्नाचे उत्तर दिले, "काय खबरबात असणार!"

जेव्हा आमची नजरानजर झाली तेव्हा वाटले, की हे डोळे ओळखीचे आहेत. त्याची आणि माझी आधी कधी भेट झाली होती का? सुरंजनची काही खबरबात नाही, आता या जीवनात काय खबरबात असणार, त्यापेक्षा मीच माझी खबरबात त्याला सांगितली तर बरे होईल – अशा अर्थाचे तो काहीतरी बोलत होता.

आणि मी विचार करत होते की सुरंजनला मी कधी, कुठे भेटले आहे?

"काय रे, तुझी आणि माझी यापूर्वी कधी..."

"नाही, कधीच भेट झाली नाही."

"काही शक्यता? भेट झाली असलीच पाहिजे, नाहीतर मी कादंबरी कशी लिहिली असती?"

"ऐकून लिहिलीत. काजल देवनाथ माझे मित्र आहेत – तुमच्याही ओळखीचे आहेत. त्यांच्याकडूनच तुम्ही माझ्याबद्दल ऐकले आहे."

"तांतीबाजारातल्या तुझ्या घरी मी गेले होते. तेव्हा तुझ्याशी भेट झाली नाही?"

"नाही. माझ्याशी नाही, माझ्या आईशी तुमची भेट झाली. तुम्ही गेल्यावर बरोब्बर सात मिनिटांनी मी घरी पोहोचलो."

"अरे वा! इतके अचूक लक्षात आहे?"

सुरंजनने हसून मान हलवली. म्हणाला –

"लक्षात न ठेवून कसे चालेल?"

त्याच्या नजरेला जेव्हा जेव्हा माझी नजर भिडायची, तेव्हा तेव्हा मला वाटायचे की मी ह्याला नक्कीच आधी भेटले आहे. कुठे, कधी, काही आठवत नाही. पण सुरंजन स्वत:च सांगतो आहे की भेट झालेलीच नाही. सात मिनिटांची बाब ज्या मुलाच्या लक्षात राहते, तो झालेली भेट नक्कीच विसरणार नाही.

स्वत:विषयी काही सांगायला सुरंजन फारसा उत्सुक नव्हता असे मला वाटले.

सुजाता चहा देऊन गेली. बरोबर टोस्ट-बिस्किटे. चहाबरोबर बिस्किटे द्यायचा आमचा खूप जुना रिवाज आहे. पण बिस्किटे समोर ठेवली तरी सहसा लोक ती खात नाहीत असे आढळते. फक्त चहाच पितात. सुरंजनने मात्र एक बिस्कीट चहात बुडवून खाल्ले.

ही टोस्ट-बिस्किटे मला माझ्या देशाची आठवण करून देतात. बाबा रोज रात्री घरी येताना काही ना काही घेऊन यायचे. त्यात बिस्किटे असायचीच. माझ्या लहानपणी बाबांनी रात्री बिस्किटे आणली नाहीत असे कधीच झाले नाही. बदामी रंगाच्या कागदात टोस्ट बिस्किटे असायचीच. ती बिस्किटे खाता खाता मला इतका वीट आला होता, की जर फक्त टोस्ट-बिस्किटे आणली तर मी बाबांवर खूप चिडायची. मला दुसरे बिस्कीट पाहिजे. गोड बिस्कीट, क्रीमचे बिस्कीट, टोस्ट सोडून काहीही. आणि आता त्या आयुष्यापासून कित्येक योजने दूर असलेल्या ह्या आयुष्यात आल्यावर विविध प्रकारच्या स्वादिष्ट बिस्किटांमध्ये एका बाजूला दुर्लक्षित अवस्थेत पडलेले टोस्ट -बिस्किटच मी अत्यंत प्रेमाने उचलते. याला काय नाव द्यायचे – तेच उचलण्याला – कुणास ठाऊक.

सुरंजनला मी जाणूनबुजूनच एकेरी संबोधत होते. मला वाटत होते, की जेव्हा त्याची भेट झाली असेल तेव्हा मी त्याला तसेच संबोधले असेल. माझ्या डोक्यातून गेल्या काही वर्षांत अनेक गोष्टी पुसून गेल्या आहेत. सुरंजन नावाच्या एका मुलाची भेट झाल्याची गोष्टदेखील पुसली गेली. भेट कधी-कुठे झाली याबद्दल पुसटशी आठवणदेखील मनाच्या कानाकोपऱ्यात नाही.

"त्याच ९३ साली मी ह्या देशात आले. किती वर्षे लोटली!"

ऐकून सुरंजनने मान डोलावली. ''हो ना, अनेक वर्षे झाली.''

''माझ्या हद्दपारीला जर तेरा वर्षे झाली, तर तुझ्या हद्दपारीला चौदा.''

असे बोलून गेले आणि मग लक्षात आले की बोलण्यात चूक झाली. तत्क्षणी ती चूक सुधारून मी म्हटले –

''हद्दपारी माझी, तुझी नाही.''

सुरंजन हसला. असे हास्य, ज्याची कोणतीच व्याख्या करता येत नाही.

त्याने त्याचे जीवन कसे व्यतीत केले हे जाणून घेण्याची मला प्रबळ इच्छा होती. अगदी चांगला, सत्यनिष्ठ, आदर्शवादी मुलगा बरबाद झाला हे मला माहिती आहे. दुःख, करुणा, याशिवाय त्याच्याबद्दल माझ्या मनात कुठलेच भाव येत नाहीत – ज्याप्रमाणे तालिबानींच्या बाबतीत येत नाहीत. सुरंजन आणि तालिबानी यांच्यात फरक आहे. तालिबान्यांसमोर कट्टरवादाशिवाय दुसरा कोणताच मार्ग नसतो. सुरंजनदेखील जरी सांप्रदायिक बनला होता, तरी त्याच्यासमोर इतर काही बनण्याचा, सांप्रदायिकतेपेक्षा वेगळे काहीतरी करण्याचा पर्याय होता. वास्तविक सुरंजनला पाहिल्यावर प्रथम मला तो पूर्वीचा आदर्शवादी तरुणच वाटला. पण तो बदलला होता. तो अत्यंत कोत्या मनाचा बनला होता हे मी विसरले होते. ते लक्षात आल्यावर मला त्याच्याबद्दल माया वाटू लागली. त्या मायेने मला मायाची आठवण करून दिली. माया आज नाही. तिला तर मारून तलावाच्या पाण्यात सोडून दिले होते. सुरंजनला नक्कीच खूप त्रास होत असला पाहिजे, त्याच्या आईला – किरणमयीला तर अधिकच. सुधामय दत्त – सुरंजनचे वडील जिवंत आहेत का – ते विचारावेसे वाटले तरी विचारले नाही. तो कुठे राहतो एवढेच विचारले.

तो क्षीण स्वरात म्हणाला –

''पार्क सर्कस.''

''जवळच आहे का?''

''हो, जवळच.''

''घरी कोण कोण आहे?''

सुधामय आहेत की नाही ते थेट न विचारता असेच जाणून घ्यायचे ठरवले. माझ्या स्वतःच्या आयुष्यात जर कोणी विचारले – तुमचे बाबा हयात आहेत का – तर मला अतिशय अवघडल्यासारखे होते. बहुतेक वेळा मी काहीच उत्तर देत नाही – जणू मला प्रश्न ऐकूच आला नाही – इतरच काही बोलत बसते. आणि उत्तर दिलेच तर होकारार्थी काहीतरी बोलून विषय बदलते.

सुरंजन म्हणाला, ''आई आणि मी.''

''आई आणि तू?'' मी तेच शब्द उच्चारले – जाणूनबुजूनच. वास्तविक,

त्याचे बाबा नाहीत, आणि त्याने लग्न केले नाही, याची खात्री करून घेण्यासाठी, मी त्याच्या उत्तराचा पुनरुच्चार केला. लग्न केले असते तर त्याची पत्नी असती. कदाचित असेही असेल की लग्न झाले पण दोघे विभक्त झाले.

"तुझी आई कशी आहे?"

तुझे वडील गेले का? कसे गेले? वडील नसल्यामुळे तुम्हाला नक्कीच खूप त्रास होत असेल ना? पैसा-अडका? या असल्या प्रश्नांपेक्षा बहुधा हा सर्वांत चांगला प्रश्न होता. हे सगळे प्रश्न विचारायची इच्छा असूनही मी विचारले नाहीत, ह्या प्रश्नांतून पैसा अडक्याचा विषय निघणे अपरिहार्यच. पण मी फार काळ हे प्रश्न रोखू शकले नाही. घरट्यातून चिमणी भुर्रकन उडवी तसे ते प्रश्न बाहेर आले.

"तू काय करतोस? नोकरी बिकरी? किंवा एखादा व्यवसाय? म्हणजे उपजीविकेसाठी काय करतोस?"

सुरंजन हळूहळू हात चोळत चोळत म्हणाला, "सध्या तरी फारसे काहीच नाही."

काहीच करत नाही ही नक्कीच दुर्वार्ता होती. काहीच न करता त्याचा प्रपंच चालतो कसा, याची मी कल्पनाच करू शकत नव्हते. मला जाणवले की मला आपणहून सुरंजनशी बोलावेसे वाटत नव्हते. त्याची बरबादी मी स्वीकारू शकत नव्हते हे कदाचित त्याचे कारण असू शकेल. तो जर असुरक्षिततेच्या कारणामुळे देश सोडून आला असता तर ठीक होते, पण तो ज्या प्रकारे तिरस्कार पसरवत आला होता, त्यामुळे माझा थरकाप होत होता. कट्टरपंथी किंवा सरकार यांबद्दल तिरस्कार वाटणे स्वाभाविक आहे, त्याचे समर्थन अनेक प्रकारे करता येईल, पण जर सामान्य माणसाबद्दल, कोणत्याही सामान्य माणसाबद्दल – तो मुसलमान आहे म्हणून घृणा तिरस्कार वाटत असेल, तर मात्र माझा त्याला नक्कीच आक्षेप आहे. हिंदू माणूस जसा उदार, सच्छील असू शकतो, तसाच मुसलमानही असू शकतो असा माझा ठाम विश्वास आहे.

"तुम्ही इथे बरेच दिवसांपासून आहात का?"

या वेळी सुरंजनने प्रश्न केला. त्याच्या प्रश्नाने एका अर्थी मी वाचले. प्रश्न विचारत विचारत बोलणे चालू ठेवून जर आलेल्या पाहुण्याचे आदरातिथ्य होत असेल, तर असल्या अस्वस्थ आदरातिथ्यातून माझ्या पाहुण्यानेच मला सोडवले. सोफ्यावर आरामात टेकून एक कुशन मांडीवर घेऊन मी म्हणाले –

"हो ना. बरेच दिवस झाले. सुमारे अडीच वर्षे."

"तुमच्या व्हिसाची काहीतरी गडबड झाली होती. ती निस्तरली का?"

"आता रेसिडेंट परमिट मिळाले आहे. सहा सहा महिन्यांची परवानगी देतात."

"नागरिकत्वाच्या बाबतीत पुढे काही झाले नाही का?" सुरंजनने विचारले.

"नाही."

नाही म्हणताना, कोणालाही 'नाही' हे उत्तर देताना मी एक दीर्घ उसासा टाकते हे मला जाणवले. बोलायला काही न सुचून मी म्हटले –

"तुला बरीच बित्तंबातमी आहे की!"

"वर्तमानपत्र वाचतो ना. म्हणून कळते."

"अचानक मला भेटण्याची कशी काय इच्छा झाली तुला?"

प्रश्न विचारायचा नाही असं कितीही ठरवलं, तरी कुतूहलापोटी शेवटी प्रश्न विचारलाच.

"भेटावे असे गेली कित्येक वर्षे वाटत होते. तेव्हा तुम्ही परदेशातून अधूनमधून कोलकात्यात येत होतात. ताज बेंगॉलमध्ये उतरता हेही कळले होते. खरे सांगायचे तर, भेटण्याचे धाडस झाले नाही असे म्हणणार नाही, पण संकोच वाटला."

"संकोच? का?"

या प्रश्नाचे उत्तर न देता सुरंजन म्हणाला –

"आणखी काही दिवस इथे आहात ना?"

मी सावकाश म्हटले, "सध्या आहे. इथेच तर राहते. जितक्या दिवसांची परवानगी आहे, तितके दिवस तर राहीनच."

"बाहेर येणे-जाणे होत असेलच!"

"हो. बऱ्याच कार्यक्रमांसाठी युरोप-अमेरिकेला जाते. पण परत कोलकात्यातच येते."

स्वतःबद्दल बोलायची माझी फारशी इच्छा नव्हती. सुरंजनची कहाणी ऐकायची इच्छा होती. तो पार्क सर्कस भागात राहतो. माझ्या माहितीप्रमाणे तो मुस्लीम-बहुल भाग आहे. आमूलाग्र हिंदू असलेला सुरंजन त्या भागात राहतो – याची सांगड मला घालता येईना.

"एकदा या न माझ्या घरी. आई अधूनमधून तुमच्याबद्दल बोलते. तुमच्याबद्दल तिला फार वाईट वाटते."

"वाईट वाटते? का बरे?"

"म्हणते, आमची कहाणी लिहिल्यामुळेच तुम्हाला हे भोगायला लागते आहे. देशातून हद्दपार व्हावे लागले. "

सुजाताला आणखी दोन कप चहा सांगून मी म्हणाले –

"लज्जा लिहिल्यामुळे मी निर्वासित झाले नाही. लज्जा तर सरकारने बहिष्कृतच केले. मी इस्लामवर टीका केल्यामुळे धर्मांध लोक माझ्याविरुद्ध पेटून उठले. 'स्त्रीच्या स्वातंत्र्याच्या मार्गावर सर्वच धर्मांचे अडथळे आहेत' हे माझे विधान

धार्मिक आणि धर्मांधांना पटले नाही.''

मी जाणूनबुजूनच धर्माविषयी बोलले. कारण सुरंजन स्वत: धर्मांध बनला होता, आणि मला त्याला जाणवून द्यायचे होते की माझी धर्माबद्दलची तीच मते अजूनही कायम आहेत, आणि राजकीय दुरवस्थेची शिकार झाले असले तरी, माझ्या आदर्शांपासून मी मुळीच ढळलेली नाही

व्हरांड्यात आता ऊन आले होते. मिनू – माझी मांजर झुलत्या आरामखुर्चीत निवांत झोपली होती. कुंड्यांत लावलेली झाडे उन्हात चमकत होती. व्हरांड्याचा काचेचा दरवाजा मी नेहमी उघडाच ठेवते. त्यामुळे इथे बसले की घर खूप मोठे आहे असे वाटते. व्हरांड्यात उभे राहिल्यावर एखादा समुद्र किंवा पर्वत दिसला असता तर! आयुष्यात मी वेड लावणाऱ्या निसर्गाची अनेक रूपे पाहिली आहेत. पृथ्वीवरच्या समस्त सुंदर गोष्टींसमोर उभी राहिले आहे. पण केवळ निसर्ग पाहून मन भरते का? माणूस पाहिजे, माणूस. सुरंजनची मी त्याच माणसांच्यात गणती करेन का? त्याला पुन्हा भेटण्याची मला इच्छा होईल का? सुरंजनकडे बघून मला राग येण्याऐवजी खरोखर माया वाटत होती. काय भयंकर वादळ आले होते त्याच्या आयुष्यात! त्याच्याबद्दल मी थोडे तरी लिहू शकले का!

''खरे सांगू का, 'लज्जा'मध्ये मी तुम्हा लोकांबद्दल फार काही लिहू शकले नाही. जास्त करून माहितीच लिहिली. एक वास्तववादी पुस्तक लिहिण्याचीच इच्छा होती म्हणेनास का.''

सुरंजन पुन्हा तसाच हसला.

अचानक आठवले म्हणून मी म्हटले –

''परदेशात कितीतरी लोकांना आश्रयस्थान मिळाले कारण त्यांची नावे 'लज्जा'त होती. आश्रयस्थानाची सोय मिळण्यासाठी कित्येक मुसलमानांनी आपापली नावे बदलून हिंदू नावे घेतली. माझी खात्री आहे की सुरंजन दत्त नाव सांगून देखील अनेक लोकांनी आश्रय घेतला असेल. तुलाही घेता आला असता. तुला तर बहुधा भारतातच यायचे होते.''

त्याची नजर माझ्या नजरेला भिडली. बहुतेक त्याला वाटत असावे की मला म्हणायचे आहे – सुरंजन हिंदू असल्यामुळे देश सोडल्यावर इतर कोणत्याही देशापेक्षा तो भारतच आपले आश्रयस्थान मानत होता, कारण भारत हा हिंदूंचा देश आहे अशीच सर्व कट्टरपंथीयांची धारणा! आणि सुरंजन कट्टरपंथीय व्हायचा काय बाकी राहिला होता?

''एक दिवस आईला इथे घेऊन येईन,'' तो म्हणाला.

त्याचा मळलेला शर्ट, मळकट जीन्स, काढून ठेवलेले, धुळीने माखलेले बूट बघून त्याची आर्थिक परिस्थिती फारशी चांगली नाही हे माझ्या लक्षात आले.

तो पैशाच्या मदतीसाठी माझ्याकडे आला आहे का? की एखादी नोकरी पाहिजे म्हणून! माझी कुवत नसली तरी माझ्याकडे अनेक जण नोकरीसाठी बालिश हट्ट घेऊन येतात. अजूनही अनेकांची धारणा आहे की माझ्याकडे प्रचंड क्षमता आहे. माझ्याकडे कधीच न संपणारा विपुल पैसा अडका आहे अशी खात्री असलेले लोकही कमी नाहीत.

दुसऱ्या चहाच्या कपातून एक घोट घेऊन सुरंजन ती खोली न्याहाळू लागला. अगदी मन लावून भिंतीवरचे फोटो बघत होता. पुस्तकांची कपाटे, फ्रिजवर लावलेला 'बिवेअर ऑफ डॉग्मा'चा स्टिकर, यांकडे त्याने काही क्षण निरखून पाहिले. खोली अनेक देशी वस्तूंनी सजलेली होती. इतकी वर्षे परदेशात राहिल्याची कोणतीच खूण खोलीत नव्हती हे त्याला जाणवले का?

"आईला घेऊन येऊ का एकदा?"

"अवश्य घेऊन ये."

बऱ्याच वेळापूर्वी रिकामा झालेला चहाचा कप ट्रेमध्ये ठेवताना एकदम म्हणाला –

"मला निघायला हवे."

असे म्हणून तो उठून दाराच्या दिशेने चालू लागला. दार उघडायला मदत करत मी म्हटले –

"घाई आहे वाटते?" सुरंजनने हो-नाही दोन्ही अर्थी मान हलवली.

"तू माझा फोन नंबर घेऊ शकतोस. आईला घेऊन येशील तेव्हा फोन करून ये."

दारात उभं राहून मी सुरंजनला माझा नंबर दिला.

इतर कोणासाठी मी अशी दारात उभी राहत नाही. सुरंजनबद्दल मला इतकी अनुकंपा का वाटते आहे कोण जाणे! माझ्या एका कादंबरीचा नायक म्हणून, की त्याची गरिबी बघून? लिफ्टमध्ये शिरायच्या आधी सुरंजन म्हणाला –

"मायालाही यावेसे वाटेल. तिलाही आणले तर –"

"माया?"

माझे डोळे विस्फारले आहेत हे मला कळले.

"होय माया."

"माया?"

"हो, माया."

"ओह!"

माझ्या छातीवरच्या एका क्लेशदायक दगडाचे ओझे उतरल्यासारखे वाटले. लिफ्ट खाली गेली. बैठकीच्या खोलीतल्या ज्या खुर्चीवर सुरंजन बसला होता,

त्याच खुर्चीवर मी टेकून, डोळे मिटून बसून राहिले. माझा विश्वासच बसत नव्हता. ह्याच खुर्चीवर सुरंजन दत्त बसला होता. माया जिवंत आहे म्हणाला. कितीतरी वेळ मी तशीच बसून होते. सत्य आणि कल्पिताचा संयोग झाल्यासारखे वाटले. कादंबरी लिहिता लिहिता मी सुरंजनचे चित्र जसे रेखाटले होते तसेच ते नव्हते. त्याचे दिसणे, बोलणे, बघण्याची ढब, शरीरयष्टी यांच्याशी माझ्या कादंबरीतल्या सुरंजनचे वर्णन जुळत नव्हते. सुरंजनने नाही म्हटले तरी त्याची आणि माझी कधीतरी भेट झाली होती असे आता मला वाटते आहे. शान्तिबागमधल्या माझ्या घरी तो एकदा सोडून दोनदा आला होता. ते कसे त्याच्या लक्षात नाही, हे मी सांगू शकत नाही. कोणाच्या काय लक्षात राहील, काय राहणार नाही, हे ज्याचे त्यालाच ठाऊक. आपण आपल्याच आयुष्यातल्या कितीतरी गोष्टी विसरून जातो. इतर जण आपल्याबद्दल काही गोष्टी लक्षात ठेवतात त्याची जबाबदारी इतरांनीच घ्यायची की आपणही थोडीफार उचलायची?

वास्तविक सुरंजनपेक्षा मी रंगवलेली त्याची व्यक्तिरेखाच अनेक वर्षे माझ्या डोळ्यांसमोर आहे. माझ्या कल्पनेतल्या सुरंजनपुढे वास्तवातला सुरंजन जणू फिका पडला. त्याच्याशी दोनदा भेट होऊनदेखील, दोन्ही वेळा जे त्याला बघितले, त्यापेक्षा अधिक कल्पनेतच पाहिले. त्याच्याबद्दल मी कितीतरी समज करून घेतले होते. मूळ घटनांबद्दल नसेल, पण त्या घटनांना फुटलेल्या अनेक फाट्यांबद्दल नक्कीच. उदाहरणार्थ – जेव्हा त्याला पुलककडून पैसे पाहिजे होते, तेव्हा तो आधी थेट त्याच्या घरी गेला नाही, जवळच्या एका दुकानापाशी त्याला भेटला आणि मग दोघे त्याच्या घरी गेले. पण मी सुरंजनला थेट पुलकच्या घरीच नेले कारण घरी जाण्याआधी त्यांची रस्त्यात भेट झाली, हे मला तेव्हा लिहिताना माहिती नव्हते. जितके मला माहिती होते, तेच-तेवढेच मी पुस्तकात लिहिले. पुस्तकात जे काही लिहिले, ते लिहिताना मी अनेकदा वाचले, छापल्यानंतर देखील पुन्हा पुन्हा वाचले. ते वाचल्यामुळेच, प्रत्यक्ष काय घडले त्यापेक्षा पुस्तकात लिहिले तेच सत्य आहे असे मला वाटू लागले. कारण वास्तवात घडलेल्या घटनांबद्दल मी चर्चा केली नाही, चर्चा केली ती पुस्तकात लिहिलेल्या मजकुराविषयी. त्यामुळे होते काय, की घडलेल्या घटना चर्चा न केल्यामुळे धूसर होत जातात. आणि छापलेला मजकूरच खरा आहे अशी धारणा होत जाते. सुरंजन आणि पुलक यांची रस्त्यात झालेली भेट मला माहिती होती. पण माहिती असूनही त्याबद्दल कधी बोलले गेले नाही, विचार केला गेला नाही, त्यामुळे ती घटना अंधूक होत गेली आणि विस्मृतीने ती माझ्या डोक्यातून कुठेतरी उडवून लावली.

मला वाटले होते की माया मरून गेली. कारण तलावाच्या पाण्यावर जिचा मृतदेह तरंगतो आहे, ती मुलगी जिवंत कशी असेल? माझ्या नजरेसमोर दोन

माया आहेत – एक मृत, तलावाच्या पाण्यावर जिचा कुजलेला फुगलेला देह आहे आणि दुसरी माया कोलकात्यात – जिवंत, रसरशीत. दोन्ही मायांनी मला भिंतीत घट्ट दाबून ठेवले आहे. दिवसभर मी तंद्रीतच होते. सुरंजनच्या भेटीबद्दल कोणालाही सांगितले नाही. ती घटना माझ्यापुरतीच राहिली. शहरात कुठेतरी माया नावाची मुलगी राहते, जी वास्तविक मृत असायला हवी, पण ती जिवंत आहे – हेही कोणाजवळ बोलले नाही.

सुरंजनला रॉडन स्ट्रीटवरून पार्क सर्कसच्या दिशेने जायचे होते, पण गेला नाही. पार्क स्ट्रीटच्या दिशेने जायचे नव्हते पण त्याच दिशेने गेला. पार्क स्ट्रीटची मेट्रो घ्यायचा विचार केला, पण नाही घेतली. प्लॅनेटेरियम ओलांडून पुढे गेल्यावर एकदा त्याला अ‍ॅकॅडमीकडे जावेसे, तिथे चित्रांचे प्रदर्शन असेल तर बघावे असे वाटले. नाही – तेही करावेसे वाटले नाही. विमनस्क अवस्थेत चालत चालत तो मैदानात पोचला आणि थकलेल्या शरीराने एका वृक्षाच्या घनदाट सावलीत बसला. झाडाची पाने मंद मंद हलत होती, वाऱ्याची झुळूक शरीराला स्पर्शून जात होती. घामाने भिजून पाठीला चिकटलेला शर्ट काढून, केवळ बनियन घालून तो हिरवळीवर आडवा झाला.

या शहरात त्याला फार कोणी ओळखत नाही. त्याचा जन्म तर या शहरात झाला नव्हता. या शहरात तो वाढलाही नव्हता. मनगटावर एक स्वस्तातले घड्याळ, खिशात तीस रुपये. ही इस्टेट घेऊन झोपले तरी काळजीचे कारण नाही. चोराचा खिसा देखील यापेक्षा जड असेल, मनगटावर यापेक्षा भारी घड्याळ असेल. स्वतःच्या हातातल्या घड्याळाकडे सुरंजन कित्येक दिवस न्याहाळून पाहतो आहे, घड्याळ घालायची गरज आहे का – असे स्वतःलाच विचारतो आणि स्वतःच उत्तर देतो – नाही. वेळ फक्त जातो, येत कधीच नाही. घड्याळाची दिवसातून दोनदा पूजा केली तरी गेलेला काळ ते परत देऊ शकत नाही. जे फक्त पुढेपुढे जाते आणि स्वतःबरोबर त्यालाही घेऊन जाते – अनिश्चिततेच्या, मृत्यूच्या दिशेने – त्याला इतके प्रेमाने मनगटावर बांधायची गरज काय? हातातून काढून ते घड्याळ कुठल्यातरी तळ्यात फेकून द्यावे असे सुरंजनला वाटले.

त्याला झोपायचे होते, पण झोपू शकत नव्हता. आजचा दिवस त्याच्या आयुष्यातला एक संस्मरणीय दिवस ठरू शकला असता. आज कोलकाता शहरात, सुरंजन दत्त, 'लज्जा'चा नायक त्याच्यावर कादंबरी लिहिलेल्या विख्यात लेखिकेला – तसलिमा नासरिनला भेटला. आज भेट झाली हे कोणाला कळलेच नाही.

ज्या खोलीत बसून ते दोघे बोलले, तिथे बातमीदारांची झुंबड उडू शकली असती. त्या सगळ्या झगमगाटात सामील व्हायची सुरंजनची इच्छा होती का? आतल्या आवाजाने सांगितले – नाही. त्याला अत्यंत संकोच वाटेल हे माहिती होते. तो सध्या 'कोणीच नाही' अशा प्रकारात मोडणारा. सुरंजन दत्तकडून लोकांना जी आशा होती, एके काळी ज्याला विद्रोही, क्रांतिकारी म्हणून ओळखत होते त्याला आता बघितले तर सगळ्यांची बोलतीच बंद होईल. त्यापेक्षा हेच बरे – जसे आहे तसे – सगळ्यांच्या नजरेआड.

ते पूर्वीचे दिवस – जे सुरंजनला विसरायचे आहेत – वारंवार दुरून धावत धावत थेट डोळ्यांसमोर येऊन उभे ठाकतात. बांगलादेशातून आल्यावर पहिल्या-पहिल्यांदा तर त्याच्याविषयी खूपच हलकल्लोळ माजायचा. अगदी त्याच्या मोहल्ल्यातच. पत्रकारांच्या नजरेला तो फारसा पडला नव्हता. सुधामयांच्या मृत्युसमयी, कुठून कुणास ठाऊक, काही पत्रकार उपटले. त्या पत्रकारांचे निर्विकार दगडी चेहरे आणि डोळे दिपवणारा कॅमेऱ्यांचा लखलखाट सुरंजनला मुळीच पसंत नव्हता. सुधामयांच्या मृत्यूची बातमी कुठेतरी छापून आली हे सुरंजनला माहिती होते, पण नक्की कुठे ते काही त्याने शोधले नाही.

लज्जाबद्दल तेव्हा वर्तमानपत्रात शेकडो प्रकारचे लेख लिहून येत होते. कोलकात्याहून सोनारपूरला जाताना रोज ट्रेनमध्ये 'लज्जा' च्या प्रतींची विक्री होताना सुरंजन बघत होता. फेरीवाले 'लज्जा – लज्जा' असे तारस्वरात ओरडत असायचे. तेव्हा सुरंजनचे कुटुंब नुकतेच कोलकात्यात आले होते. बेलघरियामध्ये एका लांबच्या नातेवाइकाकडे त्यांनी आसरा घेतला होता. त्याला तेव्हा सोनारपूरला वरचेवर जावे लागायचे. त्या लांबच्या नातेवाइकांच्या एका नातेवाइकाने त्याच्या नोकरीची कुठे ना कुठे व्यवस्था करण्याचे आश्वासन दिले होते. त्या आशेने सुरंजनने अनेक उंबरे झिजवले होते. तो 'लज्जा'मधला सुरंजन आहे हे कळल्यावर कित्येक ठिकाणी त्याला वाट्टेल ते ऐकून घ्यायला लागले, एका ठिकाणी तर रीतसर मारदेखील खायला लागला.

चेहऱ्यावर ठोसे खाल्ल्यामुळे डोळ्याखाली दोन महिने काळेनिळे झाले होते. कोणीच त्याच्यावर विश्वास ठेवत नव्हते. त्यानंतर त्याने 'लज्जा'बद्दल बोलणेच बंद केले. त्याचे 'सुरंजन दत्त' हे नाव ऐकून आणि त्याच्या बोलण्याची पूर्व बंगालची ढब ऐकून अनेक जण डोळे बारीक करून म्हणायचे, ' तू तर बाबरी मशिदीच्या घटनेनंतर बांगलादेशातून आला आहेस. मग तू 'लज्जा' मधला सुरंजन दत्त तर नव्हेस? सुरंजन जोरजोरात मान हलवून नकार द्यायचा. हो म्हटले तर पुन्हा कुठून काय उपटेल कोण जाणे. सुरुवातीला कोणी विश्वास ठेवला नाही - ठीक आहे -पण वर्ष उलटल्यानंतर काही लोक त्याच्यावर विश्वास का ठेवायचे

हे सुरंजनला कळायचे नाही. त्याला स्थानिक मंचावर आमंत्रित करायचे, त्याचा आदरसत्कार करायचे, इतकेच काय, त्याला नोकरी मिळवून देण्याचे प्रयत्नदेखील करायचे. पण बेलघरीयातील प्रफुल्ल नगरात लांबच्या नातेवाइकाकडे आपल्या आई, वडील आणि बहिणीबरोबर तोंड लपवून राहणारा सुरंजन म्हणजे 'लज्जा'मधला सुरंजन आहे ही बातमी आसपास किंवा दूरवर पसरली नव्हती. पसरली असती तरी काय झाले असते! इकडून तिकडून काही सोयी-सुविधा मिळाल्या असत्या. किंवा काहीच मिळालेही नसते. सर्वस्व गमावलेल्या निर्वासिताची दुर्दशा समजून घ्यायला कुठे कोणी बसलेले नाही. आकाशाकडे बघता बघता आकाशाची नील व्यथा त्याच्या डोळ्याच्या आत सुईसारखी टोचली. सुरंजनने डोळे मिटले.

दुपारी तो घरी परतला. जेवला, झोपला. दुपारी दोन मुले शिकवणीला येतात, संध्याकाळी दोन मुली. आठवड्यातून दोन दिवस तो दोन घरी जाऊन शिकवतो. एकेका दिवशी एकेकाला शिकवायचे. कष्टाचे फळ चांगलेच मिळते ही म्हण खरी नाही – याचे सुरंजन स्वतःच उदाहरण आहे. त्याच्या शिकवणीच्या पैशात घर चालत नाही. किरणमयीने साड्यांची विक्री करायला सुरुवात केली आहे, त्यामुळे थोडा आधार आहे. घरीच साड्यांवर भरतकाम करून त्या विकण्याचे काम किरणमयी करते. हे काम सुरू करून फार दिवस नाहीत झालेले. साड्या विकणाऱ्या एका महिलेशी ओळख झाल्यावर त्या महिलेच्या प्रोत्साहनामुळेच किरणमयीने हा व्यवसाय सुरू केला.

ओढग्रस्तीच्या संसाराला आपणही काही हातभार लावावा म्हणून तिने व्यवसाय सुरू केला. तिने चांगलाच हातभार लावला. आता ती पूर्वीप्रमाणे स्वयंपाक करून मुलाला चांगले-चुंगले खायला घालते. मुलगा घरी येण्याची वाट बघत बसते.

जेवताना सुरंजन आईला म्हणाला, ''आज सकाळी तसलिमा नासरिनला भेटलो.''

किरणमयी थोडा वेळ 'आ' वासून बघतच राहिली. अचंबित झाल्यामुळे ती काही बोलू शकत नव्हती. पाणी पिऊन आवंढा गिळत डोके शांत करून म्हणाली, ''कुठून माहिती काढलीस? तिचा ठावठिकाणा कसा मिळाला? काय बोलली तुझ्याशी? माझ्याबद्दल काही विचारले? ती ह्या देशात राहणार आहे का? सरकार तिला राहू देईल?''

सुरंजनने इतक्या सगळ्या प्रश्नांची उत्तरे दिली नाहीत. तो म्हणाला, ''माया जिवंत आहे हे त्यांना ठाऊक नव्हते. मायाबद्दल मी सांगितले तेव्हा त्या एकदम चमकल्या.''

''साहजिकच आहे. नंतर बहुधा तिने शोध घेतला नाही. देशात तरी ती कुठे

होती म्हणा! देश सोडून बाहेरच पडावे लागले ना. बिचारी!''

किरणमयीने दीर्घ उसासा सोडला. बराच वेळ कोणीच काही बोलले नाही.

पूंईशाक, पोना माछ आणि डाळ खाऊन सुरंजनने जेवण संपवले. मसुराची डाळ शेवटी मिटक्या मारत खाल्ली. ह्या भागात सगळे डाळ पहिल्यांदा खातात, पण ह्या घरात मात्र त्यांच्या मातृभूमीची परंपराच पाळली जाते. डाळ शेवटी खाल्ली की जिभेवर पांच फोरनचा (मोहरी, जिरे, मेथ्या, बडीशोप, चांदनी हे पाच पदार्थ घालून केलेली फोडणी) अप्रतिम स्वाद रेंगाळतो.

तो काही सोन्याचा चमचा तोंडात घेऊन जन्माला आला नव्हता. एका मध्यमवर्गीय घरात त्याचा जन्म झाला होता. लोकांचे दारिद्र्य त्याने पाहिले होते, पण स्वत:ला कधी भोगायला लागले नव्हते. घरदार होते, खायला-ल्यायला होते, शिक्षणाचे वातावरण होते, पण देश सोडल्यावर मात्र अंगांगाला दारिद्र्य डसत होते. प्रफुल्ल नगरात ज्यांच्या घरात राहत होते, ते – शंकर घोष – नात्याने किरणमयीचे दूरचे नातलग लागत होते. राहायला चांगली भाड्याची जागा मिळेपर्यंत त्यांच्या घरी संपूर्ण कुटुंब राहील, दरम्यान सुधामय आपली डॉक्टरी प्रॅक्टिस सुरू करतील, सुरंजन नोकरी शोधेल, माया सध्या शिकवण्या घेईल, नंतर एखादी चांगली नोकरी करेल – असे बोलणे झाले होते. त्या दूरच्या भावाने आसरा दिला खरा, पण कपाळाला आठ्या घालून. रोज उठता बसता आपलीच कशी चणचण आहे याचे रडगाणे. अंगणात दहा बाय दहा फुटाची एक खोली सुरंजनला दिली. स्वयंपाक बाहेर, अंगणातल्या मातीच्या चुलीवर. शंकर घोषांच्या स्वयंपाकघरात मांस-मच्छी शिजायची, पण आश्रितांना मात्र रोटी आणि बटाट्याची भाजी.

जो आत्मसन्मान राखण्यासाठी सुधामयांनी देशत्याग करण्याचा निर्णय घेतला, त्याच आत्मसन्मानाचे शंकर घोषांच्या घरात प्रवेश केल्यापासून तुकडे तुकडे होत होते, पण तरीही त्यांनी धीर सोडला नाही. शंकर घोषांच्या घरातल्या छोट्या व्हरांड्यात एक टेबल आणि एक मोढा ठेवून त्यांनी रुग्णांना तपासायला सुरुवात केली. बांगलादेशातून येऊन दवाखाना थाटून बसलेले सुधामय चांगले डॉक्टर आहेत – किंवा मुळात डॉक्टर आहेत – यावर कोणी फारसा विश्वास ठेवायला तयार नव्हते.

ह्या देशातल्या औषधांची नावे सुधामयांना माहिती नव्हती. त्यामुळे ते औषधाचे नाव न लिहिता जेनेरिक नाव लिहायचे आणि सांगायचे की औषधांच्या दुकानात जाऊन या प्रकारातले कुठले तरी औषध मागा. रुग्णांना जेनेरिक नावाशी देणेघेणे नसायचे. डॉक्टर असून औषधांची नावे कशी माहिती नाहीत ही त्यांची शंका. आणि असे रोगी तरी कितीसे यायचे त्यांच्याकडे! दिवसभर बसल्यानंतर जेमतेम

पाच-सहा रोगी, पाच-सहा रुपये डॉक्टरांची फी द्यायचे. हातात जे काही पैसे मिळायचे ते सगळे ते घोषांना देऊन टाकायचे – राहण्या-खाण्याचा खर्च. सुधामयांच्या हातात काही पैसा शिल्लक राहायचा नाही. देश सोडून येताना जवळ पैसा-अडका असला तर कोणी ना कोणी तो लुटणार ह्या भीतीने प्रवासखर्चाला लागतील तितके मोजकेच पैसे बरोबर घेतले होते. एक वेगळे भाड्याचे घर घेण्यासाठी ते बेचैन होते, पण अनोळखी शहरात डॉक्टरकीच्या भरवशावर त्यांना लहानसे घरदेखील भाड्याने मिळणार नाही हे ते जाणून होते. हातात पैसा नसल्यामुळे डॉक्टरकीवरच विसंबणे त्यांना भाग होते. पण सुधामयांकडे पैसा नव्हता याचे कारण तरी काय? देश सोडण्याआधी चार लाखांचे फिक्स्ड डिपॉझिट मोडून त्यांना काय फायदा झाला? इतके पैसे बरोबर नेणे तर शक्य नव्हते. बँकेच्या माध्यमातूनसुद्धा नाही. लोकांनी हुंडी करण्याचा सल्ला दिला. हुंडी कशी करतात, कोण करतात हे सुधामयांना माहिती नव्हते. कोलकात्याला जाण्याबद्दल शंकर घोषांशी फोनवर बोलणे होत होते, तेव्हा त्यांनीच सुचवले की नारायणगंजमधील गौतम साहा यांचा कोलकात्यात कापडाचा व्यवसाय आहे, त्यासाठी त्यांचे कोलकात्याला जाणे-येणे असते. त्यांना चार लाख रुपये दिले, तर सुधामयांना कोलकात्यात आल्यावर सुमारे पावणे चार लाख रुपये मिळतील. त्यानुसार त्यांनी नारायणगंजच्या त्या माणसाला शोधून त्यांनी स्वतःच्या हातांनी त्याला चार लाख रुपये दिले, शंकर घोषांच्या शब्दावर विश्वास ठेवून जमवलेली पुंजी त्यांच्या स्वाधीन केली, पण शंकर घोषांनी शब्द पाळला नाही. कोलकात्याला आल्यावर सुधामयांनी जेव्हा हुंडीचा विषय काढला, तेव्हा घोष म्हणाले की पैसे ते नाही, तर प्रताप मंडल देणार आहेत. त्यांचा व्यवसाय बांगलादेशात आहे, पण ते सध्या भोपाळमध्ये आहेत आणि लवकरच परतणार आहेत. त्या 'लवकर'ची प्रतीक्षा करता करता सुधामयांना धाप लागण्याचा त्रास सुरू झाला. किरणमयीने आपल्या मामेभावाच्या साडूचे भाऊ शंकर घोष यांच्याकडे त्या पैशांचा विषय काढला. म्हणाली – हातात पैसा आला की एक भाड्याचे घर घेऊन राहता येईल. इथे राहून स्वतःची आणि इतरांची गैरसोय करण्याचे कारण राहणार नाही. नरमाईच्या, वैतागाच्या, विनंतीच्या अशा अनेक वेगवेगळ्या सुरात सांगून पाहिले, पण शंकर घोष आज भोपाळची, उद्या मुंबईची सबब सांगत राहायचे. त्यांचा शब्द खोटा होता हे सुधामयांच्या लवकरच लक्षात आले; पण ह्या परक्या देशात त्यांच्या विरुद्ध काय करू शकणार? सुधामयांचे माणिकगंजमधील नातेवाईक ननिगोपाल दमदममध्ये राहत होते, त्यांच्यापुढेदेखील त्यांनी हात पसरला, उधार मागितले, पण व्यर्थ! सुरंजन नोकरीच्या शोधात वेड्यासारखा भटकत होता. चिनी मातीच्या कारखान्यात नोकरी शोधली, वॅगन्स बनवण्याच्या कारखान्यात

शोधली, टॅक्सर्मेकोत शोधली. बेलघरीयाच्या शाळेत शिक्षकाच्या नोकरीसाठी प्रयत्न केला. नाही मिळाली. इतके अगतिक त्याला आजपर्यंत कधीच वाटले नव्हते. एक दिवस आकंठ दारू पिऊन त्याने शंकर घोषांची गचांडी धरली आणि त्यांच्या थोबाडावर एक जोरदार ठोसा मारून म्हणाला – बऱ्या बोलाने पैसे देऊन टाक, नाहीतर आज तुझा खून करीन.

पण सुरंजन खून करू शकला नाही. कोणाचाही खून करू शकला नाही. त्याचे हात शिवशिवत नव्हते असे नाही. जेव्हा जगणे असह्य, दुर्धर झाले होते, तेव्हा 'लज्जा'ची जोरदार विक्री चालू होती. सुरंजनने त्याबद्दल बोलणे बंद केले असले तरी सुधामय लोकांना बोलवून बोलवून सांगायचे – 'लज्जा' मध्ये आमच्याच कुटुंबाची कहाणी लिहिली आहे. कोणाकोणाचे हे ऐकून डोळे विस्फारायचे, कोणाच्या तीक्ष्ण नजरेत धिक्कार डोकावायचा,कोणी हसायचे तर कोणी विश्वास ठेवून 'आहा, उहू' करायचे. अर्थात विश्वास ठेवणाऱ्यांची संख्या खूपच कमी होती. जे विश्वास ठेवायचे त्यांच्याकडून कोणालाच विशेष काही लाभ मिळण्यासारखा नव्हता. बेलघरीयातील लोक येऊन सुधामयांकडे विस्मयाने बघत राहायचे. सुधामय उजवीकडे वळले तर तेही उजवीकडे वळायचे, डावीकडे वळले तर डावीकडे वळायचे. प्राणीसंग्रहालयात आलेल्या एखाद्या नवीन जनावराकडे बघावे तसे त्यांच्याकडे बघायचे. त्यामुळे एखाद दुसरा रुग्ण वाढला असे काही झाले नाही. ही सुरुवाती-सुरुवातीची गोष्ट -जेव्हा 'लज्जा' लोकांच्या हातात होते, विस्मित होऊन वाचले जात होते. त्यानंतर सुधामयांनी कोणालाही सांगितले नाही की ते 'लज्जा'मधले डॉ सुधामय आहेत. किंबहुना कोणी कुतूहलाने विचारले तरी टाळायचे – नाही नाही, मी नाही, तो दुसराच कोणीतरी सुधामय असेल – असे उदासीनपणे सांगायचे. पण या गोष्टीला अपवाद नव्हते असे नाही. विश्वास ठेवणारे काही जण त्यांच्या घरी येऊन मिठाई देऊन जायचे. कोणी घरी बोलवायचे. बेलघरीयामध्ये पलीकडच्या पूर्व बंगालच्या बाजूचे बरेच लोक होते.

तिथल्या आठवणींनी विद्ध असलेल्या लोकांचा गजबजाट होता. अजूनही घराघरातून लोक पलीकडचीच भाषा बोलायचे.

सुधामयांकडे 'लज्जा'ची एकच प्रत होती. सुरंजनने अनेक प्रती घरी आणल्या होत्या, त्यातली एक त्यांनी स्वत:जवळ ठेवली होती. ते अधूनमधून वाचायचे. जे पुस्तक बांगलादेशात प्रकाशित झाले होते, त्याच्या नकली प्रतींनी कोलकाता भरले होते, पातळ, विसविशीत पुस्तके. निकृष्ट कागद, निकृष्ट छपाई. जिथे मिळेल तिथून लोक पुस्तक विकत घेत होते. ज्यांनी कधी काही वाचले नव्हते, ते लोकही वाचत होते. असा वेडेपणा चालला होता. हे सगळे सुधामय स्वत:च्या डोळ्यांनी बघत होते. गल्लीतून बाहेर पडले की ऐकत होते, वर्तमानपत्रांत वाचत

होते. एकदा नकली प्रतींचा धंदा करणाऱ्या काही जणांना पोलीस पकडून घेऊन गेले. वर्तमानपत्रात ही बातमी वाचून सुधामयांच्या मनात शंका आली की सुरंजन पुन्हा या सगळ्यात सामील तर झाला नाही ना! त्यांनी त्याला अनेक वेळा बजावलेदेखील होते – हे बघ, तू सावध राहा. कुणाकुणाच्यात मिसळतोस कोण जाणे. परका देश, फारसे कोणीच ओळखीचे नाही. मित्र नाहीत. पुन्हा काही संकट यायला नको. आणि लज्जा पुस्तकाबाबत लोकांना काय करायचे ते करू दे, तू या भानगडीपासून दूरच राहा.

हे सगळे ऐकून सुरंजन काहीच बोलला नाही. सुधामयांच्या दु:खीकष्टी, उद्विग्न चेहऱ्याकडे पाहायची त्याची इच्छा नव्हती. जोपर्यंत स्वत:चे घर होत नाही, तोपर्यंत त्याला शांती लाभणार नव्हती. रात्री त्याला घरी यावेसेच वाटायचे नाही. जमिनीवर चटई घालून शेकडो डासांच्या तावडीत झोपावे लागायचे. त्यापेक्षा रस्त्यावर झोपणे बरे. सुरंजनने असे शहर निवडले होते, जिथे त्याच्या कोणीही ओळखीचे नव्हते, ना नातेवाईक, ना मित्र – कोणी, कोणी नाही. चोहीकडे फक्त हिंदू स्त्री-पुरुष-मुलांची गर्दी – ज्यांना आपले मानून सुरंजनने देशांतर केले होते. त्याला मदत करणारा कुठेही कोणीही इसम नव्हता. शंकर घोषांची हाव, त्यांचा घृणास्पद व्यवहार, किरणमयीचे घरात सतत गुलामासारखे काम करणे, चार लाख रुपये परत मिळवण्याचा, देशात जे काही होते ते सगळे विकून आलेले पैसे मिळवण्याचा सुधामयांचा वाया गेलेला आटापिटा, (मायाचे नाहीसे होणे) या सगळ्यांमुळे सुरंजनच्या मनात अनेक वेळा आत्महत्येचा विचार यायचा. पण शेवटी तो आत्महत्या करू शकला नाही.

'लज्जा' प्रकाशित होऊन अनेक वर्षे लोटली. अजूनही सुरंजन ते पुस्तक उलटे पालटे करून बघायचा. त्या पुस्तकाशी त्याचे एक विलक्षण नाते जुळले होते. अधूनमधून तो लज्जातील सुरंजनची गोष्ट वाचायचा. जणू तो सुरंजन कोणी वेगळा सुरंजन होता. ह्या सुरंजनशी त्याचा काहीही संबंध नव्हता. त्या सुरंजनकडे हा सुरंजन जरा दूर उभा राहून पाहत राहायचा. स्वत:कडे तो जरा दूर उभा राहून पाहायचा. लज्जाच्या नकली प्रती ज्यांनी काढल्या होत्या, त्यांच्यात, वास्तविक सुधामयांना संशय होता त्याप्रमाणे तो सामील नव्हता. मग दिवसेंदिवस जे अपमान, अगतिकता, भूक, झोपेचा अभाव हे भोगायला लागत होते, त्याने बेजार होऊन सुरंजन भाजपमध्ये सामील होण्यासाठी गेला.

भाजपच्या लोकांनीच तो लज्जामधला सुरंजन आहे म्हणून त्याला मंचावर आमंत्रित करून त्याचा सन्मान केला होता, हारतुरे दिले होते, मिठाई भरवली होती. सुरंजनला त्यांचा कोणताच विरोध नव्हता. सुरंजनने सांगितले की तो लज्जामधला सुरंजन दत्त आहे, त्याच्यावरच लज्जा पुस्तक लिहिले आहे, त्यावर

त्यापैकी कोणीही अविश्वास दाखवला नाही. त्यांचा व्यवहार, आदर्श याबद्दल सुरंजनलाही आस्था होती. सुरंजनला एखादी नोकरी देण्याचे आश्वासनदेखील त्यांनीच दिले होते. रेशन कार्डाची व्यवस्थाही त्यांनीच केली.

पक्षाच्या कचेरीत तो दिवसेंदिवस बसून असायचा. ऐकायचा की लज्जाच्या नकली प्रती बाजारात येत आहेत. स्वस्तात छापून पाच-दहा रुपयात विक्री करण्याची व्यवस्था कोणीतरी करत आहेत. खूप प्रयत्न करूनदेखील, हे कोण करत आहेत त्यांचा ठावठिकाणा त्याला लागला नाही. नकली प्रतींच्या धंद्यात जर तो स्वत: सामील होऊ शकला असता तर त्याच्या खिशात भरपूर पैसा खुळखुळत असता. तसे वाटले तरी अवैध कामात सहभागी होणे त्याला अखेरपर्यंत पटले नाही.

सर्व राजकारणी पक्षांमध्ये फक्त भाजपच बांगलादेशातील हिंदूंच्या दुरवस्थेबद्दल आवाज उठवतो, त्यांच्या अवस्थेला जबाबदार असलेल्यांना विरोध करतो – हे एव्हाना त्याला समजून चुकले होते. हाच पक्ष त्याचा सर्वांत मोठा आधार होता.

त्याच्या असह्य आंतरिक वेदनेवर फुंकर घालायला ह्याच पक्षाचे लोक पुढे आले होते. शंकर घोषांचे घर हा त्याच्यासाठी आसरा नव्हताच. आसरा इथेच होता – राष्ट्रीय स्वयंसेवक संघ आणि भाजप कार्यकर्त्यांच्या सहवासात. पण ज्या दिवशी सुरंजनने पाच हजार रुपये उधार मागितले त्या दिवशी त्याने पक्षाच्या सदस्यत्वातून आपले नाव अचानक काढून घेतले. त्याला एक घर भाड्याने घ्यायचे होते, त्या घरमालकाला अनामत रक्कम द्यायची होती. नवीन घरात राहायला गेल्यावर स्वस्तातले का होईना, जुजबी सामानसुमान खरेदी करावेच लागणार. सुरंजन एक दिवस अचानक येऊन रडायला लागला तेव्हा – हा नोकरीचाकरी नसलेला मुलगा पैसे कसे परत करणार ह्या शंकेने 'माझीच सध्या चणचण आहे' 'मला शक्य नाही' अशा प्रकारच्या सबबी सांगून पक्षाच्या कार्यकर्त्यांनी त्याला टाळले.

सुरंजनला त्याच जुन्या दिवसांच्या आठवणी येत होत्या आणि त्याबद्दल लज्जेच्या लेखिकेला कसे सांगावे हे त्याला समजत नव्हते. सुरंजन कोलकात्याला आल्यावर काय काय घडले, त्याचे आयुष्य कसे चालले होते याबद्दल बहुधा लेखिकेला जाणून घ्यायची इच्छा होती. सुरंजनविषयी लेखिका आणखी एक पुस्तक लिहिणार नाही हे माहिती असूनही त्यांची भेट घ्यायची त्याला जबरदस्त इच्छा होती. जणू सुरंजनच्या आयुष्यातील खाचाखोचा जाणून घ्यायचा इतर कोणाला नसला तरी लेखिकेला अधिकार होता. सुरंजनने पुन्हा एकदा लेखिकेकडे जायचा निर्णय घेतला. जणू लेखिका त्याची एखादी जुनी स्नेही होती, जिच्याबद्दल खूप आत्मीयता वाटत होती, इतर कोणत्याही स्नेह्यापेक्षा कितीतरी अधिक.

अनेक वर्षांनी तिची भेट झाली होती. सगळे काही तिला सांगून टाकल्याशिवाय चैन पडणार नाही असे सुरंजनला का वाटत होते कुणास ठाऊक. जिच्याशी आयुष्यात प्रथम भेट झाली, जी त्याची नातलग नाही, स्नेही नाही, तिच्याशी केवळ एका पुस्तकामुळे इतकी जवळीक वाटू शकते! वास्तविक ती कोणत्याही हिंदू परिवाराची कहाणी असू शकली असती. सुरंजनची कहाणी फार काही वेगळी नव्हती. सुरंजन केवळ छापील अक्षरातला कोणी एक होता का, रक्तामांसाचा माणूस नव्हता का? पुस्तकातील काळ्या अक्षरांतून त्याला बाहेर यायचे होते. स्वत:चे आयुष्य लेखिकेसमोर उघड करायचे होते.

मला तुम्ही पुस्तकाचे मुखपृष्ठ आणि मलपृष्ठ यामध्ये बंदिस्त करून टाकले. रक्तामांसाच्या माणसाला कधी बघावेसे वाटले? तुमच्या त्या पुस्तकातला सुरंजन मला एखाद्या रोबोसारखा वाटतो. त्याचा त्रास, वेदना, परवीनवरचे त्याचे प्रेम, ते सफल न झाल्यामुळे त्याची झालेली तडफड यातले काहीच, अगदी काहीसुद्धा तुम्ही मांडू शकला नाहीत लेखिका महोदया! फक्त माहितीने पुस्तक भरून टाकलेत. आणि सुरंजनची कहाणी लिहिल्याचा खुशाल आव आणलात. हृदयशून्य असल्यासारखे लिहिलेत. जणू तो एखादा कोरडा लेख होता. हिंदूंवर कुठे काय अत्याचार झाले, कोणाचे घर जाळले, कोणाला कोणी पकडून नेले, ते सगळे लिहिलेत. काजल देवनाथांनीच तुम्हाला पुस्तके पुरवली होती – ठाऊक आहे, मला सगळे ठाऊक आहे. सुरंजन आवेशाने बिछान्यातून उठला. तुम्ही इतर घराघरांत जाऊन शोध घेण्याचा मुळीच प्रयत्न केला नाहीत. काही पाहिलेत की नाही माहिती नाही. पण मुसलमान नाही म्हणून लोक जी असुरक्षितता भोगत होते, ते तुम्ही समजून घेतले असा तुमचा दावा आहे, पण खरेच तुम्हाला ते समजले का? जर असेल तर कितीसे समजले?

मग त्याने विचार केला की पुस्तकातला सुरंजन प्राणहीन असेना का, लेखिका तिच्या नायकाची आंतरिक अनुभूती व्यक्त करण्यात असफल ठरली असेना का, त्याने सुरंजनचे काय बिघडत होते! जाननगरातल्या, प्लास्टर उडालेल्या एका जुन्या, पडक्या घराच्या एका अंधाऱ्या खोलीत बसलेला, जवळजवळ बेकार असलेला तरुण सुरंजन दत्त आहे – हे जगातल्या किती लोकांना माहिती आहे? स्वत:ला तरुण म्हणवताना त्याची जीभ चाचरली. वय जास्त झाले होते. लज्जामधला सुरंजन त्याच वयात टिकून राहिला नाही हे लेखिकेला माहिती आहे का? पण माहिती असूनही काय फायदा! सुरंजनच्या वयाशी त्यांना काय देणेघेणे! त्याचे वय, त्याचे नावगाव, त्याचा जीवनवृत्तान्त हे सगळे जाणून कोणाचा काय लाभ होणार! तो कोण! जगात तो कोणीही नाही, नुसता वाढलेला घोडा. क्षुद्र गवताचे पातेदेखील त्याच्यापेक्षा बरे. ह्या शहरात त्याचा कोणीही मित्र-सुहृद नाही, हेच

सर्वोपरी सत्य. सुरंजन भ्रमिष्टासारखा घरात फेऱ्या मारताना बडबडत होता – कसा आहेस सुरंजन? कसा होतास? होतो असा-तसाच, पण सर्वांत मोठे आश्चर्य हे आहे की मी अजून जिवंत कसा?

बाकी काय? बाकी – खूप एकटे एकटे वाटते – का रे? – कारण मला कोणी मित्र नाही – तुझ्या देशात तुला खूप मित्र होते का? – होय, होते – मग त्यांच्याशी काही संपर्क नाही? नाही – कोणाशीही नाही. त्या देशात परत का जात नाहीस? जा, तिथे मित्रांशी भेट होईल. जायची इच्छा नाही. – का? माहिती नाही – माहिती नाही असे कधी कोणाच्या बाबतीत असते का? तुला नक्कीच माहिती आहे – मला लाज वाटते – काय वाटते? – लाज.

दुपारी, संध्याकाळी सुरंजनने विद्यार्थ्यांची शिकवणी घेतली. पण मन सतत उदासच होते. रात्रीही तो विषण्ण होता. रात्री बराच वेळपर्यंत सुरंजनला झोप येईना. त्याने सिगारेट सोडली होती, पण आज त्याने एक नवीन पाकीट विकत घेतले. एक एक करून सगळ्या सिगारेटी संपवल्या. भिंतीकडे बघताना त्या दमट भिंतीवरच्या आडव्यातिडव्या डागांपैकी एखादा माणसाच्या चेहऱ्यासारखा, एखादा घरासारखा, तर एखादा पिंपळाच्या झाडासारखा दिसत होता. ह्या आकृत्या काही दिवसांनी बदलतात, आणखी कशासारख्या तरी दिसतात. डोक्याखाली दोन उश्या घेऊन एक पाय दुमडून त्यावर दुसरा पाय ठेवून पडल्या पडल्या भिंतीकडे बघता बघता, सिगारेटचे पाकीट संपवून तो जेव्हा झोपला तेव्हा रात्रीचे चार वाजले होते. एखादी रात्र रिकामटेकडी असते – काहीही करण्याची इच्छा नसलेली – वारंवार उसासे टाकणारी रात्र – ज्या रात्रीची कहाणी कुणाला सांगितली तरी समजू शकत नाही.

''कोण आले आहे?''

''सुरंजन दत्त.'' सुजाता म्हणाली.

''सुरंजन दत्त?''

''हो, तेच तर म्हटले. आणि, आधी पण एकदा आले होते की!''

मी सुजाताला दार उघडून त्याला बैठकीच्या खोलीत घेऊन यायला सांगितले. असे न सांगता सवरता अचानक माझ्या घरी कधी कोणी येत नाही. हे सगळे लहानपणी व्हायचे. कोणीही कोणाच्याही घरी कधीही जायचे. दरवाजाची कडी वाजायची, दार उघडले जायचे आणि अनाहूत अतिथीला अगत्याने आत बोलावले जायचे. चहा, बिस्किटे, शेवयाची खीर वगैरे खायला दिले जायचे. पण मी मोठी

झाल्यावर असे काही पाहिले नाही – विशेषत: बारा वर्षे युरोप-अमेरिकेत राहिले तेव्हा. नाही – कोलकात्यातदेखील असे घडताना पाहिले नाही. न सांगता कोणी कोणाकडे जात नाही. सुरंजन अजूनही आपल्या देशाचीच रीतभात बाळगून आहे की काय? माझ्या मनात आले – आठवड्याभरापूर्वी आला होता, अचानक आज पुन्हा यायचे काय प्रयोजन? एक तर तो कसा आहे, काय करतो याबद्दल अवाक्षर काढत नाही. आजही मलाच बोलावे लागणार का? की घुम्या, अबोल माणसासमोर अवघडून बसून राहावे लागणार?

कॉम्प्युटरवर लिहीत होते. गेल्या सोळा वर्षांपासून कॉम्प्युटरवरच लिहिते. लिहिणे सोडून बैठकीच्या खोलीत आले, सुरंजन बसला होता. त्या दिवशीपेक्षा आज जरा ताजातवाना वाटला. निळा फुलाफुलांचा शर्ट घातला होता. असा शर्टही कोणाला चांगला दिसतो, हे बहुधा आधी कधी मला जाणवले नव्हते. काळी कॉर्ड्रॉयची पँट घातली होती. बूटसुद्धा मागच्यासारखे नव्हते. दाढीचे खुंट नव्हते. गाल निळसर दिसत होते. डोळे झुकलेले नव्हते, रोखलेले होते. चेहरा हसरा होता. सुरंजनच्या बोटात मागच्या वेळची खड्याची अंगठी नव्हती, मनगटावर लाल दोरा बांधलेला नव्हता. मी जरा अचंबित झाले.

ह्या कोलकात्यात सुशिक्षित – अशिक्षित, श्रीमंत-गरीब, छोटे मोठे कलाकार, राजकारणी-साहित्यिक, डॉक्टर-इंजिनिअर, शास्त्रज्ञ, वैमानिक – कोणीही असो, सगळ्यांच्या हातात लाल दोरा बांधलेला दिसतो. कोणाचेही रिकामे मनगट बघितले की मला आश्चर्य वाटते. काय भानगड आहे – या लोकांचा धर्मावर विश्वास नाही की काय? विचारले की कळते – विश्वास आहे पण एवढ्यात त्यांनी कुठली पूजा केलेली नाही. सुरंजनच्या मनगटावर लाल दोऱ्याची अपेक्षा करण्याचे हेच एक कारण. हळूहळू सुरंजनचे सांप्रदायिक होत जाणे, एका नास्तिक व्यक्तीचे अध:पतन होत होत त्याने धर्मावर विश्वास ठेवू लागणे – 'लज्जा'ची हीच सर्वांत मोठी लज्जा होती. नागरिकांना सुरक्षितता न देता एक असांप्रदायिक, आदर्शवादी पिढीच राष्ट्राच्या उदासीनतेने नष्ट केली. एके काळी साम्यवादी असणारा, कम्युनिस्ट पक्षाचा सदस्य असलेला सुरंजन कट्टर हिंदू बनला होता. सगळ्या मुसलमानांना एका पारड्यात घालून म्हणाला – सुरंजनने कोणालाही क्षमा केलेली नाही. तसलिमाला केली? की तसलिमाने इस्लामचा त्याग केल्यामुळे ती सुरंजनच्या क्षमेला पात्र ठरली? लाल दोरा नसलेल्या त्याच्या दोन्ही हातांकडे बघत मी म्हटले,

"बस. काय खबरबात? ह्या बाजूला आला होतास का कुठे?"

सुरंजन थेट माझ्या नजरेला नजर देत म्हणाला, "नाही. तुमच्याकडेच आलो."

"ओह, माझा फोन नंबर बहुधा तुझ्याकडे नाही. हो ना?"

माझा फोन नंबर घ्यायला सुरंजन फारसा उत्सुक दिसला नाही. मग मीच एका कागदावर नंबर लिहून त्याला दिला. नाइलाजाने त्याला तो कागदाचा तुकडा घ्यावाच लागला. घेतला खरा, पण नंबर न बघताच शर्टाच्या खिशात कोंबला. नक्कीच त्याला काहीतरी बोलायचे होते.

"बोल, काय म्हणतोस? बरा आहेस ना?"

त्याने मान डोलावली. एकदाही विचारले नाही की मी कशी आहे. ह्या शहरात मी हे अनेकदा बघितले आहे. कोणाला बरा आहेस किंवा बरे आहात ना विचारले की, उत्तर देऊन गप्प बसतात. तू कशी आहेस किंवा तुम्ही कशा आहात असा उलटा प्रश्न विचारतच नाहीत. धन्यवाद द्यायची पद्धतच नाही. मी त्याला नंबर दिला, तर त्याने कमीतकमी धन्यवाद तरी म्हणायलाच हवे होते. बंगाली लोकांना निश्चितपणे वाटते की आभार मानून आपण समोरच्याला लहान लेखतो. बहुधा म्हणूनच त्याने आभार मानले नसावेत.

मान हलवल्यानंतर पुन्हा गप्पच. असेच सोफ्यावर त्याच्यासमोर बसून राहावे लागणार. नाही, माझ्याकडून हे होणार नाही. बोलायचे नसेल तर निघून जा. अशी माझी चलबिचल चालली होती.

"काय रे सुरंजन, तू नेहमी असा कमीच बोलतोस का? की फक्त माझ्याशीच? पूर्वी तर असा अबोल नव्हतास. खूप बदलला आहेस का?"

सुरंजन हसला. हे हसणे काही सरळ नव्हते. त्या हसण्याचा काय अर्थ लावायचा ते मला कळेना. आता ह्याच्या बाबतीत नक्की काय करायचे ते समजत नव्हते.

"तू काही बोलणार आहेस का माझ्याशी?" मी विचारले.

सुरंजनने मान खाली घातली. मान खाली घालणाऱ्या लोकांसमोर मला फारसा मोकळेपणा वाटत नाही. बहुधा त्याला काहीतरी सांगायचे होते. त्याच्या आईला आणि मायाला भेटण्याची माझी इच्छा मी बोलून दाखवली. आता त्याने नजर वर करून पाहिले. मान डोलावली. हो. चालेल.

"चल, आज माझ्याबरोबर जेव. वेळ आहे ना? काही दुसरे काम नाही ना?"

माझा प्रस्ताव त्याने झटकन स्वीकारला. त्याला घेऊन दुपारी 'मार्को पोलो'ला गेले – बुफे जेवण जेवायला. जेवता जेवता सुरंजनने सांगितले की ९६ सालीच सुदेष्णा नावाच्या मुलीशी त्याने लग्न केले होते. दोघेही दमदमच्या एका बिनसरकारी कॉलेजमध्ये शिकवत होते. सुरंजन इतिहास शिकवायचा.

"मग?"

"मग काय, घटस्फोट झाला."

"का?"

थंड उत्तरावर थंड प्रश्न.

या प्रश्नाचे थेट उत्तर आले नाही. सुरंजन उठून आणखी खायला घेऊन आला. बऱ्याच दिवसांनी त्याला चांगलेचुंगले खायला मिळाले असे वाटले. अगदी खूश होऊन खात होता. त्याने खेकड्याचे अनेक तुकडे वाढून घेतले. ते फोडायला वेटर क्रॅब क्रॅकर देऊन गेला. त्याचा वापर करत तो म्हणाला –

"कलम ४९८. लग्नानंतर दोन वर्षांनी तिने मला पत्नीचा छळ करण्याच्या आरोपात अडकवले."

मी तीक्ष्ण नजरेने सुरंजनकडे पाहिले. ह्याने आपल्या पत्नीचा छळ केला आणि मी ह्याला जेवणाचे निमंत्रण दिले? आतून एक दीर्घ नि:श्वास बाहेर पडला. मी बहुधा कधीच शहाणी होणार नाहीये. आयुष्यभर मी नको त्या माणसांची खातिरदारी करत राहणार. बांगलादेशात कितीतरी लोक अत्याचाराला बळी पडले होते. सांप्रदायिक लोकांकडून अत्याचार झाले तर स्वत:लाही सांप्रदायिक व्हावे लागते? सुरंजनमध्ये असे काय होते ज्यामुळे मला त्याच्याबद्दल एवढी आस्था वाटली? विचार करून बघितले तर तसे काहीच नव्हते. त्याचा एक भूतकाळ होता – जेव्हा तो हिंदू-मुसलमान यांच्यात कोणताच भेद करत नव्हता. माणूस म्हणूनच तो सर्वांचा विचार करायचा. धर्म मानत नव्हता. धर्माच्या नीतिनियमांची निंदा करायचा. पण सुरंजनचे ते मन ही भूतकाळातली बाब झाली. वास्तविक जो सच्चा मानवतावादी – नास्तिक असेल, तो असा धाडकन हिंदू होऊ शकणारच नाही. मला तर शंका वाटते की सुरंजन मुळात आतून पक्का नास्तिक होता की नाही! नसावा, कारण तसा असता तर असे झाले नसते. मग मला सुरंजनबद्दल एवढी सहानुभूती वाटण्याचे कारण तरी काय? मी भरभर खायला लागले. जेवण संपवूनच उठेन. घड्याळावरही नजर टाकली. माझ्या आदर्शांत तर तो बसत नव्हताच, त्याउपर पत्नीचा छळ करणाऱ्या माणसाबरोबर वेळ घालवणे मला पटत नव्हते.

केवळ त्याच्या जीवनावर कादंबरी लिहिली म्हणून त्याची सगळी दुष्कृत्ये स्वीकारायला मी बांधील नव्हते.

सुरंजन क्षीण आवाजात म्हणाला, "मी सुदेष्णाला मारले होते."

मी जवळजवळ ओरडूनच म्हटले, "काय! कमाल, कमालच केलीस तू. मारलेस? ज्या रात्री ढाक्याच्या रस्त्यावरून त्या मुलीला धरून आणून तिच्यावर अत्याचार केलेस, तेव्हासुद्धा तिला मारलेस, नाही मारलेस? तुझ्या अंगात भलतीच ताकद आहे रे! म्हणूनच स्त्रियांवर पुरुषार्थ गाजवतोस! बहुधा स्वत:च्या आईलाही मारत असावास. की आई म्हणून तिला सवलत देतोस?"

"त्या दिवशी दारू प्यायलो होतो." सुरंजन थंड आवाजात म्हणाला.

"ज्या दिवशी रस्त्यात त्या मुलीला मारलेस तेव्हा?"

"नाही, सुदेष्णाला मारले तेव्हा."

"दारूला दोष देतो आहेस?"

सुरंजन गप्प राहिला. मी दातओठ खाऊन म्हटले, "दारूला दोष देऊ नकोस. दोष तुझाच आहे. इतर अनेक जण दारू पितात पण कोणाला मारत नाहीत. मग तुरुंगात नाही गेलास?"

"अनेक दिवस तुरुंगात होतो. नंतर घटस्फोट झाला. नोकरीही गेली."

"वा!"

मी सुटकेचा नि:श्वास टाकला.

"तुला तुझ्या दुष्कृत्याची योग्य ती शिक्षा मिळाली म्हणायची. सुदेष्णा त्याच कॉलेजमध्ये नोकरी करते ना?"

सुरंजनने मान डोलावली, "करते. तिची नोकरी कायम झाली. आमचे दोन सहायक शिक्षक होते, त्यांच्या नोकऱ्याही कायम झाल्या."

"मग नंतर दुसऱ्या कुठल्या कॉलेजमध्ये नोकरी बघितली नाहीस?"

"एक-दोन कॉलेजांत प्रयत्न केला, शाळेतही बघितली. नाही मिळाली. तुरुंगवास झालेल्याला नोकरी मिळणे कठीणच. आणि आता मी कुठल्या पक्षातही नव्हतो जो मला कुठे नोकरी लावून देईल."

खरे सांगायचे तर मला बरे वाटले. तो माझ्या कादंबरीचा नायक असला, मी त्याला अनेक वर्षांपासून ओळखत असले, तरी एका स्त्रीवर अन्याय केल्याची शिक्षा त्याला मिळाली, त्यामुळे मला बरे वाटले.

"का मारलेस तिला?" मी विचारले – जरा उत्तेजित स्वरात.

सुरंजन थंडपणे म्हणाला, "ती मायाला सहन करू शकत नव्हती."

"का?"

दीर्घ उसासा टाकून म्हणाला, "मायाचे लग्न का होत नाही, ती घर सोडून जात का नाही? यावरून. म्हातारा, बदमाश कोणी का असेना, त्याच्याशी तिचे लग्न करून द्या असे तिचे म्हणणे होते. मला ते मान्य नव्हते."

"मग?"

"सुदेष्णाशी माझा घटस्फोट झाला. मायाचाही नंतर अशा-तशा माणसाशीच विवाह झाला."

सुरंजनने माझ्या नजरेला नजर भिडवली. त्याच्या डोळ्यात विषण्णता होती.

मी म्हटले, "तिथे गोड पदार्थ आहेत. जा, घेऊन ये. आइस्क्रीम आवडते ना?"

सुरंजन म्हणाला की तो खाणार नाही.

बिल दिल्यावर मी विचार केला की इथूनच त्याला निरोप द्यावा. पण गाडीजवळ गेल्यावर म्हटले, "मी तर घरी चालले आहे? तू काय करणार आहेस?"

"मी तुमच्याबरोबर आलो, तर तुमची गैरसोय होईल का?"

"नाही, नाही, गैरसोय काय व्हायची आहे!"

सुरंजन बरोबर आला. जेवणानंतर वामकुक्षीची मला कधीच सवय नव्हती. म्हणून वाचले. पण त्याला आराम करायचा होता का? विचारले तर, नाही म्हणाला. पण त्याला काही बोलायचे आहे का? नक्कीच असेल, नाहीतर बरोबर कशाला आला असता! कधीकाळी त्याची, त्याच्या कुटुंबाच्या दुर्दशेची कहाणी लिहिली होती, त्याचा आता मोबदला द्यायला लागणार होता का? तो आला, त्याला चांगल्या हॉटेलमध्ये जेवायला घातले. आता वास्तविक त्याने घरी जायला हवे होते.

स्वत:चा वेळ खर्च करून खोदून खोदून त्याच्या पोटातून कोणतीही कहाणी मला आता काढून घ्यायची नव्हती. माझ्याकडे लिहिण्यासाठी भरपूर गोष्टी आहेत. इथे ते लोक निश्चितच इतर चार जणांसारखे भल्या किंवा बुऱ्या परिस्थितीत राहत आहेत. त्यांच्याबद्दल लिहिण्याचे मला काही कारण नाही, याची सुरंजनला जाणीव नाही असे नाही. केवळ माझ्या कादंबरीचा नायक आहे म्हणून वाट्टेल तेव्हा माझ्या घरी येऊन धडकायचा त्याला अधिकार नाही हे त्याला कळायला हवे. तरीही माझ्या देशातला म्हणून मी त्याचे आदरातिथ्य करते, किंवा खरे तर तो सुरंजन आहे म्हणूनच करते, पण जर त्याला काही व्यक्तिमत्त्वच नसेल, माणुसकी नसेल, तर आणखी किती दिवस मी त्याचे आदरातिथ्य करणार! व्हरांड्यातील झुलत्या आरामखुर्चीत बसून, उदासपणे आकाशाकडे बघत मी विचार करत होते.

व्हरांड्याचा दरवाजा मी दिवसरात्र उघडाच ठेवते. बैठकीच्या खोलीतल्या सोफ्यावरून उठून सुरंजन माझ्या खुर्चीपाशी येऊन म्हणाला, "मी तुम्हाला त्रास देतो आहे, मला कळते आहे. तुम्हाला आराम करायचा असेल, किंवा काही काम करायचे असेल, तर आपण निश्चिंतपणे करा."

"आणि तू?"

"मी इथे बसतो. माझी मुळीच चिंता करू नका. मला सोबत करायची, माझी खातिरदारी करण्याची काहीही आवश्यकता नाही."

"तुला काही बोलायचे आहे का? तू उगीचच कशाला बसून राहशील? काही बोलायचे असेल तर बोल."

"नाही, काही बोलायचे नाही."

"मग?"

"मग बसायचे कशाला, हेच जाणून घ्यायचे आहे ना तुम्हाला?"

मी काहीच उत्तर दिले नाही, मान हलवली नाही.

माझ्याकडे थेट बघत सुरंजन म्हणाला, "बसून राहायचे आहे कारण तुम्ही मला आप्त वाटता."

आप्त म्हणजे सुरंजनला नक्की काय म्हणायचे आहे कोण जाणे. त्याला आपल्या मोठ्या बहिणीकडे किंवा लहानपणच्या एखाद्या मैत्रिणीकडे आल्यासारखे वाटते का? विचारावेसेही वाटले नाही.

आपलेपणा तर मलाही त्याच्याबद्दल वाटतो. 'आप्त' शब्दात एक जादू आहे. प्रत्येकासाठी त्याचा अर्थ वेगवेगळा असू शकतो. तुझ्यावर प्रेम आहे, तू मला खूप आपलीशी वाटतेस, तुझ्याशिवाय मी जगू शकत नाही – अशा प्रकारच्या वाक्यांचे केवळ मनालाच नाही, तर शरीरालाही ओझे होते. त्याचे बोलणे ऐकून माझे शरीर शिथिल झाले, जणू गात्रांतले त्राणच गेले. त्या खुर्चीवरून उठायलाही मला जरा वेळ लागला. मनही अस्थिर झाले होते. त्याच्या वाक्याने मला का बरे वाटले तेही नीट कळत नव्हते. कदाचित अशा प्रकारे माझ्याशी कधी कोणी बोलत नाही म्हणून असेल. माझे आप्त म्हणावेत असे आहेत तरी कितीसे लोक! ज्यांना मी आपले मानते, त्यांना कोणालाही मी आपली वाटत नाही. दूर परदेशात एक बहीण आहे. आजारी असली किंवा मन उद्विग्न झाले तर माझा शोध घेते. त्याव्यतिरिक्त माझ्या देशात माझे मित्र, नातलग भरपूर आहेत, पण विमानाने फक्त अर्ध्या तासाच्या अंतरावर – इतक्या जवळ असूनही -कधी कोणी भेटायला येत नाही. मी जिवंत आहे की मेले याचीही चौकशी करत नाही. त्यामुळे सुरंजनवर अनेक आरोप करूनही त्याच्या या वाक्याने मी आनंदित झाले. कोणाला तरी मी आपलीशी वाटते!

एखाद्याला आपले मानण्याची प्रथा या समाजात नाही असे म्हटले तर वावगे ठरणार नाही. इथे कोणीतरी कोणासाठीतरी कर्तव्य पार पडतो किंवा जबाबदारी निभावतो, तो प्रेमापोटी तसे करतो असे आपल्याला वाटते, पण संभवत: तो ते प्रेमाने करत नसतो, तर केल्याशिवाय गत्यंतर नसते म्हणून करतो.

सुरंजनला एक खोली दाखवली. त्याला आराम करण्यासाठी माझी बेडरूमच दिली. त्याला चहा-पाणी काय हवे असेल ते दे म्हणून सुजाताला सांगितले. मी स्वत: स्टडीतल्या बिछान्यावर एक पुस्तक घेऊन आडवी झाले. पुस्तक वाचण्याचा बेत होता, पण काही पाने वाचून झाल्यावर माझ्या लक्षात आले की मी फक्त प्रत्येक शब्द बघते आहे, याला मुळीच वाचणे म्हणत नाहीत. डोळ्यांना सगळे दिसत होते पण डोक्यात कणभरही शिरत नव्हते. त्यामुळे इतका वेळ काय वाचले ते कळलेच नाही. पण डोक्यात काही का शिरत नाही? लक्ष कुठे आहे?

सुरंजनकडे. त्याच्यावर माझा खूप राग आहे, पण हेही खरे आहे, की तो मला अत्यंत आपलासा वाटतो. ज्याला मी फारशी जाणत नाही, ओळखत नाही, ज्याच्याशी जेमतेम भेट झाली, जुजबी बोलणे झाले, त्याच्याबद्दल आपुलकी का वाटते, हे कोडे मला काही केल्या उलगडत नव्हते. तशा अनोळखीच असलेल्या एका तरुणाला किती सहज मी माझी बेडरूम देऊन टाकली! तो माझे काही नुकसान करणार नाही अशी मला खात्री वाटते. काही केलेच तर उपकारच असेल, अपकार नाही.

पाच वाजण्याच्या सुमारास एका दगडात दोन पक्षी मारण्यासाठी म्हणजेच सुरंजनला सोडायला आणि किरणमयीला भेटायला मी जाननगरमधल्या त्या गल्लीत गेले. कोलकात्यात मी कुठेही बाहेर निघाले की पाच पोलिसांची एक पलटण माझ्याबरोबर असते. आणि कोलकात्यातून बाहेर जाताना माझ्यापुढे पँ – पूँ करत गणवेशधारी पोलिसांची छोटी सेना असते.

माझ्या मागून नेहमीच पोलिसांची एक गाडी असते, त्यात चार जण असतात आणि माझ्या गाडीत एक पी एस ओ – व्यक्तिगत अंगरक्षक. पार्क सर्कसला जायचे म्हटल्यावर त्यांनी हरकत घेतली. का? मुस्लीम इलाक्यात जाणे माझ्यासाठी सुरक्षित नाही. मूलतत्ववादी कोणत्याही क्षणी माझी कत्तल करू शकतील. मी त्यांची शंका उडवून लावत म्हटले, "नाही, काही होणार नाही."

"काही होणार नाही म्हणजे? केव्हाही काहीही घडू शकते," पोलीस अधिकारी म्हणाला.

"ते तर कुठल्याही जागी घडू शकते. त्यासाठी पार्क सर्कसच पाहिजे असे नाही. आणि तिकडे मला मारण्यासाठी कोणी सज्ज उभा आहे की काय? आणि जरी तसे असेल, तरी तुम्ही आहातच की. मला भिण्याचे काहीच कारण नाही. मी एकटी थोडीच चालले आहे?"

पोलीस गप्प बसले.

मी म्हटले, "आणि काहीही असले तरी मी जाणारच आहे."

होय, किरणमयीच्या घरी जायलाच हवे. कोलकात्यात आल्यापासून अशा गल्लीत मी कधी गेले नव्हते. ग्रेट मेडिकल स्टोअर्स, हॉटेल शान ए फिरदोस, इंडियन सायकल स्टेट, आणि जगन्नाथ ज्वेलर्सच्या त्या गल्लीत एक गाडी जर उभी राहिली, तर दुसरी गाडीच काय, पण रिक्षाही शेजारून जाऊ शकणे अशक्य, इतकी ती गल्ली चिंचोळी. दुतर्फा जीर्णशीर्ण घरे. घराघरातून ओतप्रोत गरिबी. रस्त्याच्या कडेला कचऱ्याचे ढीग. गलिच्छ गटारांची तोंडे वासलेली. त्या दमट, कुबट गल्लीत शिरताच माझ्या अंगावर शहारा आला. चहूकडे मानवाला राहण्यास अयोग्य वातावरण. मला बघून किरणमयीने धावत येऊन मिठी मारली. बराच

वेळ मला तसेच धरून ठेवले आणि बोलत सुटली –

"मां (बंगालमध्ये प्रेमाने मुलीलासुद्धा मां म्हणतात) गं, कशी आहेस गं मां? बरी आहेस ना गं मां? अगं, तुझा विचार करून करून मला फार दुःख होते मां. इतक्या दिवसांनी आलीस मां."

तिची मिठी सोडवून बघितले तर तिच्या डोळ्यात पाणी! माझ्यासाठी कोणाच्यातरी डोळ्यात पाणी! माझी आई सोडली तर इतर कोणाच्याही डोळ्यात माझ्यासाठी पाणी आलेले मी पाहिले नाही. पुन्हा एकदा माझी गात्रे शिथिल झाली. मन बेचैन झाले. मला प्रेम स्वीकारण्याची सवय नाही असा त्याचा अर्थ नाही. रोज कितीतरी माणसे माझ्यावर बेहद्द प्रेम करतात. माझे लिखाण वाचून, माझे धाडस आणि सत्य बोलणे पाहून ते माझ्यावर प्रेम करतात. रोज मी ते ग्रहण करते.

किरणमयीला नक्की काय हाक मारू ते मला कळत नव्हते. मावशी, मावशी मां? दीर्घकाळ परदेशात राहिल्यामुळे प्रत्येकाला नावाने हाक मारायची वाईट सवय लागली आहे. खरेच, दुप्पट वयाच्या लोकांनादेखील नावानेच हाक मारते. आधीपासून नावापुढे 'दा' किंवा 'दी' लावायची ते बदलले नाही, पण नव्याने ओळख झालेल्यांच्या नावापुढे आता दा किंवा दी लावत नाही. जर कोणी तीक्ष्ण नजरेने पाहिले, त्यांना आवडले नाही, तर मात्र पंचाईत होते. किरणमयीला मात्र आग्रहाने देशी पद्धतीप्रमाणे मावशी म्हणूनच संबोधले.

"मावशी, बोला, कशा आहात?" बहुधा ढाक्यात जेव्हा भेटले होते, तेव्हा मावशीच म्हटले असावे.

"सुरोकडून तुला नक्कीच कळले असेल मी कशी आहे ते. तू आता आलीस मां, काही वर्षांपूर्वी का गं नाही आलीस? सुरोचे बाबा तुझ्याबद्दल किती बोलायचे! कुठेही तुझ्याबद्दल बातमी आली की कापून ठेवायचे. कितीतरी वेळा ती वाचायचे. म्हणायचे "आपल्यामुळे त्या मुलीवर काय दुर्भाग्य ओढवले आहे! तिला किती त्रास होतो आहे! आई-वडिलांना सोडून परदेशात येऊन पडली आहे. कशी आहे, काय करते, कोणास ठाऊक. तुझ्यासाठी सुरोच्या बाबांनी किती अश्रू ढाळले गं! तू आलीस, आलीस ते बरेच झाले, पण त्यांच्याशी भेट नाही झाली."

बोलता बोलता किरणमयी हुंदके देऊन रडायला लागली. मी हात पुढे करून तिचा हात धरला, धरून ठेवला. रडण्याचा आवेग ओसरल्यावर ती डोळे पुसत पुसत पुन्हा बोलू लागली –

"टीव्हीसमोर बसून राहायचे, तुझी काहीतरी बातमी दाखवतील म्हणून. तुझी मुलाखत आहे असे कळले की तासभर आधीपासूनच समोर बसायचे. तुझे लिखाण, तुझी बातमी गोळा करण्यात त्यांनी कोणतीही कसर ठेवली नाही. कित्येक वह्या

बनवल्या होत्या, त्यात तुझ्याबद्दलचे सगळे चिकटवून ठेवायचे. त्या सगळ्या वह्या कपाटात जपून ठेवायचे. अधूनमधून त्या काढून वाचायचे. आम्ही फारशी वर्तमानपत्रे घेऊ शकत नव्हतो, त्यामुळे त्यांनी पेपर विकणाऱ्यांशी मैत्री केली होती. त्यांच्याकडची वर्तमानपत्रे चाळून बघायचे तुझ्याबद्दल काही छापून आले आहे का – बंगाली, हिंदी, इंग्रजी, कुठले म्हणून वर्तमानपत्र सोडले नाही. तुझ्याबद्दल काही असले की ते वर्तमानपत्र विकत घेऊनच घरी यायचे. ओढग्रस्तीचा संसार असला म्हणून काय झाले, ते सगळे त्यांनी अगदी सांभाळून ठेवले. त्यावर कधी धूळ जमू द्यायचे नाहीत. म्हणायचे – ही मुलगी लवकरच आपल्या देशात परत जाईल. मां गं, त्यांच्या चितेत त्यांना प्रिय असलेल्या अनेक वस्तू ठेवल्या, त्या वह्यापण ठेवल्या. ते कुठे जातील कुणास ठाऊक, पण जिथे जातील तिथे त्या वस्तूपण बरोबर जातील. त्यांना प्रिय दुसरे तरी काय असणार? देशातल्या वस्तू मां, देशातल्या वस्तू. मी सांगितले तर तुझा विश्वास बसणार नाही – बांगलादेशाचा एक झेंडा, त्यांचे मुक्तीयोद्ध्याचे प्रमाणपत्र, देशातून कोणाकडून तरी त्यांनी बाकरखानी (रवा-मैद्याचा एक गोड पदार्थ) मागवली होती. ती रोज थोडी थोडी तोडून खायचे. त्या बाकरखानी बद्दल त्यांना काय उत्साह असायचा! तीच थोडी उरलेली बाकरखानी, आणि तुझ्या लिखाणाच्या आणि बातम्यांच्या वह्या – हे सगळे इथे ठेवून काय करायचे? त्यांच्या छातीवर ठेवून दिले सगळे. त्यांचे जिन्नस त्यांच्याबरोबर जाऊ देत. आम्ही त्या सगळ्यांचा कसा मान राखू शकणार! तू आलीस मां, तुला बघून त्यांना किती आनंद झाला असता गं!'' असे म्हणून किरणमयी पुन्हा जोरजोरात रडू लागली. बराच वेळ रडत राहिली. मी अस्वस्थ होऊन शेजारी बसून राहिले. माझे अंग इतके शिथिल झाले होते की किरणमयीच्या हातातून माझा हात हळूहळू सुटत गेला. मला काहीच बोलणे शक्य झाले नाही. बराच वेळ मी तशीच बसून राहिले. माझ्याही डोळ्यांचे कोपरे ओले होत होते. रडणे कधीकधी संसर्गजन्य असते.

सुधामय दत्तांचा कसा मृत्यू झाला याबद्दल मला काहीही ऐकायचे नव्हते. कदाचित ही खूप निष्ठुरता वाटेल, की ज्या माणसाबद्दल इतके बोलले जात आहे, त्याच्याबद्दल जाणून घ्यायची मी काहीच उत्सुकता दाखवत नाही आहे. खरे सांगायचे तर मृत्यूबद्दल मला उत्सुकता नाही. मृत्यूबद्दल मी बोलू इच्छित नाही, ऐकू इच्छित नाही. त्याऐवजी आयुष्यावर बोलावे, तारुण्याच्या गप्पा कराव्यात. खोलीत सगळीकडे नजर फिरवत मी विचारले, ''माया कुठे आहे?''

''माया सासरी.''

''ओह, काय करते माया?''

कुठल्याही मुलीचा विषय निघाला की साधारणपणे मी विचारतेच – ती काय

करते. मुलगी काहीतरी काम करते हे ऐकायची मला खूप इच्छा असते. कोणाची पत्नी, कोणाची आई ही ओळख नव्हे. ती मुलगी आर्थिकदृष्ट्या स्वावलंबी आहे, नोकरी-व्यवसाय -व्यापार -अर्थार्जनासाठी काहीतरी करते. ती काहीच करत नाही किंवा ती गृहिणी आहे, हे ऐकायला मला मुळीच आवडत नाही. वयात आलेल्या प्रत्येक मुलीने वाट्टेल ते झाले तरी स्वावलंबी झालेच पाहिजे. परावलंबी असलेल्या मुलींची मला दया येते. स्वावलंबी होण्याचा प्रयत्न करत नाहीत, अशा स्त्रिया-मुलींचा मला कधीकधी रागही येतो. आयुष्य एकच – एकदाच. संकटे, आपत्ती काही ना काही येणारच. मग आपणच जबाबदारी घेऊन त्यात झोकून का देऊ नये? फसतील – एकदा, दोनदा, तीनदा. मुलींच्या रस्त्यांवर कोणी पायघड्या घालून ठेवत नाहीत. स्वत:लाच रस्त्यातले दगडधोंडे दूर करत जावे लागते.

किरणमयीला मी पूर्वी पाहिले होते, तेव्हापेक्षा कपाळावरचे थोडे पिकलेले केस सोडले तर वय झाल्याची तशी कुठली खूण दिसली नाही. शारीरिक श्रम करत राहिले की ते श्रम शरीरावर वय साठू देत नाहीत. माझे काम तर बैठे. मला वाटते केवळ चौदा वर्षांत माझे जणू चौतीस वर्षांनी वय वाढले. शरीरावर मन मानेल तशी चरबी साठली आहे. नानी-दादीच्याही आधी केस पिकले. रूप नष्ट झाले. मानेला वळ्या पडल्या. जेव्हा लज्जा लिहिली, तेव्हा शहरातल्या सुंदर विदुषीमध्ये माझा पहिला नंबर मानला जायचा. कायम सडपातळ असलेले माझे शरीर आता ऐंशी किलोचे झाले आहे. किरणमयी पूर्वीसारखीच दिसत होती. सुरंजन बराच जाड झाला होता. पण चेहरा अजून लहान मुलासारखाच होता. वय वाढूनही त्याचे वय वाढल्यासारखे दिसत नव्हते. त्याचे डोळे बघून – असेल अथवा नसेलही – पण जरा गंभीरता वाढलेली वाटली. माया आता कशी दिसते? आधीसारखीच की -? हे प्रश्न मी कोणाला विचारले नाहीत. स्वत:लाच विचारले – किरणमयी माझ्यासाठी चहा करायला गेली तेव्हा. दोन खोल्या आणि एक छोटेसे स्वयंपाकघर. एवढ्या जागेतच राहत होते. एक मोठा पलंग. त्यावरच पाहुण्यांना बसवले जायचे. स्टीलची दोन कपाटे. एक स्टँड – त्यावर कपडे ठेवलेले. खिडक्यांना छोटे छोटे पडदे. भिंतीवर देव्हारा. त्यात देवीदेवतांच्या काही मूर्ती. मूर्तींसमोर लाल जास्वंदीची फुले. खोलीत दुसरीकडे एक टेबल, त्यावर टीव्ही. लाल पिवळ्या रंगाच्या बाटिकच्या कापडाने झाकलेला. दुसऱ्या खोलीत एक छोटी खाट, एक टेबल, काही खुर्च्या. एक लाकडी कपाट. भिंतीवरच्या लाकडी शेल्फमध्ये काही पुस्तके. एक हेल्मेट. जेवणाची खोली, जेवणाचे टेबल काही दिसत नव्हते. पलंगावर बसूनच जेवत असावेत. पलंगावरच एक वर्तमानपत्र पसरून किरणमयीने त्यावर चहा ठेवला. सुरंजनचे ढाक्यातील घर यापेक्षा कितीतरी छान होते, राहणीमान खूपच उच्च होते. हे लोक रोज

अभावाचा दंश झेलताहेत हे उघड होते. अभाव होता पण निदान एक प्रकारची सुरक्षितता तरी होती. मुसलमान मूलतत्त्ववाद्यांच्या अज्ञान आणि अडाणीपणाला बळी तर पडत नव्हते. रोज भिऊन भिऊन जगायला लागत नव्हते. पण बेलघरीया किंवा दमदमसारखा हिंदू इलाका सोडून पार्क सर्कससारख्या मुस्लीम प्रधान भागात भाड्याने घर घेण्यामागे सुरंजनचा काय हेतू होता, हा प्रश्न माझ्या मनात वळवळत होता.

"माया नोकरी करते. त्याच बाजूला बंडेलगेटमध्ये एका औषध-कंपनीत."

"पगार चांगला आहे ना?"

"चांगला कसला, सहा-सात हजार मिळतात."

"इतक्याशा पैशात आजकाल काय होते?"

"त्या पैशातच तर तिचे चालले आहे. तिचा पती जे कमावतो, ते तिच्या नजरेलाही पडत नाही."

"का? कुठे जातात ते पैसे?"

"आणखी कुठे जाणार?"

किरणमयीचे डोळे पुन्हा भरून आले. सुरंजन त्याचा चहाचा कप घेऊन दुसऱ्या खोलीत निघून गेला.

"आणि सुरंजन? तोही बहुधा काही..."

"शिक्षकाची नोकरी गेल्यावर त्याने आणखी काही नोकऱ्या केल्या, पण कुठेच आवडले नाही म्हणून त्या सगळ्याच सोडून दिल्या. आता मीच साड्या-कपडे विकून घर चालवते. तो थोड्या शिकवण्या घेतो, त्यातून त्याला हातखर्चाला पैसे मिळतात. थोडेफार पैसे घरातही देतो म्हणा! पण हा कसला घर-संसार! याला संसार म्हणायचे का? सुरंजनचे बाबा गेल्यावर मला हा 'संसार' आहे असे वाटतच नाही. कशीबशी ओढते आहे झाले. देव जितक्या लवकर उचलेल तितके बरे."

तिचे रडणे ओसरेपर्यंत मी थांबले. मग म्हणाले –

"नातलग, आप्त कोणी विचारपूस करतात? काही मदत करतात?"

"छे! मुळीच नाही." किरणमयी जोरजोरात मान हलवून म्हणाली.

"नातलग, आप्त कोणी कोलकात्यात नाहीच आहेत म्हटले तरी चालेल. सगळे तिकडे-देशातच. भारतात जे आले ते भोपाळमध्ये आहेत असे कळले. काही संपर्क नाही."

किरणमयी दीर्घ उसासे टाकत म्हणाली "आपल्या देशासारखे इथे काही नाही. सगळे अत्यंत स्वार्थी. सुरंजनला एखादी चांगली नोकरी कोणीही देऊ शकले असते, पण कोणीही दिली नाही. आपल्या घरातून, देशातून इथे आल्यावर

एका दूरच्या नातलगाकडे राहिलो. बापरे! काय भयंकर दिवस होते ते! नातलगाच्या नावाला कलंकच गं मां. त्यांनी आमचा सर्वनाश केला.''

''कोणी?''

''देशातून आल्यावर ज्यांच्याकडे उतरलो होतो त्यांनी.''

काय सर्वनाश केला ते मी आपणहून विचारले नाही – खरेतर जाणून घ्यायची इच्छा होती. सर्वनाशाची कहाणी ऐकण्यापेक्षा मला आता पुढे काय संभावना आहे हे ऐकायचे होते.

किरणमयीने माझ्याकडे अत्यंत व्याकूळ नजरेने पाहिले. का कुणास ठाऊक. माझ्या या शहरात बऱ्याच ओळखी आहेत, आणि मी सुरंजनची काहीतरी चांगली व्यवस्था मी करू शकेन असे तिला वाटले का? त्याला एखाद्या चांगल्या नोकरीत किंवा व्यवसायात मी लावून देऊ शकेन अशी तिची कल्पना होती का?

माझी ती क्षमता नाही हे किरणमयीला माहिती नव्हते. माझ्याच पायाखाली भक्कम जमीन नाही. इथून मला सरकार कोणत्याही क्षणी हाकलून देऊ शकते. मलाच चंबूगबाळे आवरून निघावे लागेल.

चहा बिस्किटे झाल्यावर किरणमयीला तिच्या साडीच्या दुकानातल्या काही साड्या दाखवायला सांगितले. दुकान असे काही नव्हते म्हणा! लोक या घरातच येऊन साड्या बघून विकत घ्यायचे. फक्त साड्याच नव्हे, तर तिच्याकडे सलवार कमीज देखील होते. ती स्वत: कापडावर डिझाईन बनवते आणि तिलजलामधल्या काही मुलींकडून त्यावर भरतकाम करून घेते. त्यामुळे साडीची किंमत जरा वाढते. मोठ्या उत्साहाने तिने कपाटाचा दरवाजा उघडून साड्या बाहेर काढल्या.

साध्या सुती साड्या होत्या. काही सिल्कच्या होत्या. काही साड्यांवर हत्ती घोडे रंगवलेले. काहींवर भरतकाम. खरे म्हणजे मला त्यातली कुठलीच खूप आवडली नाही, तरी मी सात साड्या निवडल्या. म्हटले, ''ह्या मी विकत घेते.''

किरणमयी थक्कच झाली. आतापर्यंत कोणीच तिच्याकडून एवढ्या साड्या एकदम विकत घेतल्या नव्हत्या.

मी म्हटले, ''एकूण किती पैसे झाले हिशोब करून सांगा.''

''तू विकत कशाला घेतेस? तुला कुठली आवडली सांग. मी तुला देणार आहे.''

''मी विकत घेणार आहे. मला या सगळ्याच आवडल्या आहेत.''

किरणमयी ओशाळून म्हणाली, ''तू या साड्या नेसणार? या तर –''

''मी फार महागाच्या साड्या नेसत नाही. बेताच्या किमतीच्याच विकत घेते. दक्षिणापथहून अगदी कमी किमतीच्याच साड्या घेतल्या होत्या. पातळ, सुती साड्याच मला आवडतात. उष्ण प्रदेशात त्याच नेसणे योग्य.''

किरणमयी द्विधा मन:स्थितीत. मला कळत होते की तिला त्या सगळ्याच साड्या मला भेट द्याव्याशा वाटत होत्या, पण वास्तव तिला तसे करू देत नव्हते. जर ती पैसेवाली असती तर देऊ शकली असती. बांगलादेशातील लोक दोन्ही हातांनी भरभरून दान देतात, मात्र या देशात तशी सवय कोणालाच नाही. किरणमयी साडीच्या पदराने सारखा घाम पुसत होती. अचानक माझ्या लक्षात आले की तिच्या डोळ्यांखाली काळे झाले आहे

"तुमची तब्येत बरी आहे ना?" मी विचारले.

"शरीराला काही झालेले नाही. जे काही आहे ते मानसिक आहे," किरणमयी म्लान हसून म्हणाली.

"झोप येत नाही का?"

"फारशी नाही."

"झोप येत नसेल तर गोळी घेऊन झोपा."

"सुरंजन बदलला नाही. तो पहिल्यासारखाच आहे. आळशी. कुठे कुठे फिरत असतो कोण जाणे. कॉलेजात नोकरी करत होता तेव्हा वाटले, मुलगा मार्गाला लागला. तो असा उडाणटप्पूच राहील हे कोणाला माहिती? बसूनच होता. अनेकदा सांगितले तेव्हा काही शिकवण्या तरी धरल्या."

"त्याला कोणी मित्र वगैरे नाहीत?" मी दुसऱ्या खोलीकडे बघत विचारले.

"फारसे कोणी दिसत तरी नाहीत."

तेवढ्यात शेजारच्या खोलीत कोणीतरी आले. त्यांचे जे बोलणे कानावर आले त्यावरून कळले की अमजद नावाचा कोणी एक सुरंजनची मोटरसायकल परत द्यायला आला आहे. अमजदबरोबर त्याचे चांगलेच सख्य आहे हे कानावर तुकड्या-तुकड्यांनी येणाऱ्या वाक्यांवरून जाणवत होते. सुरंजन हसतमुखाने किरणमयीच्या खोलीत येऊन म्हणाला –

"दोन कप चहा दे."

"चहा दे म्हणजे? स्वत: करून घे." माझ्या या वाक्यावर सुरंजन आणि किरणमयी दोघेही अवाक. मुलाला आईकडून चहा हवा होता, आणि मी म्हटले की स्वत: करून घे. त्यांच्या आश्चर्यचकित चेहऱ्याकडे पाहून मी जराशी हसले. माझ्या बोलण्याने काही होणार नव्हते, उलट सुरंजनकडून मला एका वाक्याची भेट मिळाली

"या कुटीत येऊन पण स्त्रीवाद?"

"माझा स्त्रीवाद फक्त प्रासादांसाठी नाही रे बाबा. कुटीतल्यांसाठीपण आहे. तुझ्यासाठीदेखील."

सुरंजनच्या ओठांवर मधुर हास्य होते. फार सुंदर हसू होते ते. माझ्यासमोर

बहुधा तो प्रथमच असा हसला. ते हसू कशामुळे स्फुरले कोणास ठाऊक.

तिकडे अमजदशी त्याने आधी सीपीएम, नंदीग्राम, सिंगूर बद्दल चर्चा केली होती. सुरंजनला सी पी एम ला शिव्या घालताना मी ऐकले. मग अचानक अमजदच्या खिदीरपूरमधल्या व्यवसायाबद्दल त्याला काळजी वाटली. सुरंजनने त्याला सांगितले की तो कोणाशी तरी बोलला आहे की त्याने बेगबागानमध्ये कुठे तरी स्थलांतर करणे योग्य ठरेल. खिदीरपूरला दहशतवाद्यांचा फार त्रास आहे. जीवाला धोका आहे. उगीच धोका कशाला पत्करायचा?

मी किरणमयीशी बोलत असले तरी माझे कान सुरंजनच्या बोलण्याकडे होते. एका खोलीतले बोलणे दुसऱ्या खोलीत अगदी स्पष्टपणे नाही, तरी बऱ्यापैकी ऐकू येत होते.

"इतर इतके भाग असताना याच भागात का राहता?" मी किरणमयीला विचारले.

"बेलघरीयात तर होतोच ना. तिथे त्याचे बाबा गेल्यापासून त्याला राहायचे नव्हते. पण तेव्हा घर बदलणे शक्य नव्हते. मागच्या वर्षी तो काहीही झाले तरी तिथे राहायला तयार नव्हता. काय झाले होते कुणास ठाऊक. बदलले घर. घर घ्यायचे ते पार्क सर्कसमधेच असा त्याने हट्टच धरला होता. का, कशासाठी, मला माहिती नाही. जवळपास कुठे नोकरी करत असता तर मी समजू शकले असते."

"मग काय कारण?"

प्रश्न विचारताना माझ्या आवाजात व्याकूळता दाटून आली. सुरंजनच्या अजूनही शेजारच्या खोलीत अमजदशी आनंदात गप्पा चालल्या होत्या. एका मुसलमान मुलाशी सुरंजनची इतकी घसट मला बरी वाटत नव्हती. सुरंजन नको त्या भानगडीत पडत होता का? याच भागात राहायचा त्याचा हट्ट का? याच्यामागे काय कारण आहे, याची मला काळजी वाटत होती. तो भाजप किंवा आर एस एस चा हस्तक म्हणून इथे आला आहे का? मुसलमानांच्या आतल्या बातम्या काढून घेऊन मग एक एक करून त्यांचाच नाश करणार आहे का?

मी कोणाची बाजू घेऊ? त्या निष्पाप अमजदची की सुरंजनची? आणि अमजदसुद्धा निष्पाप आहे की नाही कोणास ठाऊक! अमजदला मी दिसू नये म्हणून मी जरा आडोशाला बसले होते. काय सांगावे? तो जर कट्टरपंथीय असेल तर मला इथेच मारून टाकेल. सुरंजन मला त्या रहस्यमय भोवऱ्यात फिरवत होता. माझ्या उत्सुक आणि संशयी चेहऱ्याकडे त्याने दारात उभे राहूनच डोळे बारीक करून एक दोनदा नजर टाकली होती. त्याच डोळ्यात आणखीही रहस्यांची चाहूल होती. त्याला हवे आहे तरी काय? मी त्याच्यावर कोणताच अन्याय केला

नव्हता, ज्याचा त्याला सूड घ्यायचा होता. एकदाचे सांगून टाक – की मी कट्टर हिंदू बनलो आहे, आता हिंदू राष्ट्र स्थापन करण्यासाठी मैदानात उतरलो आहे, कट्टर मुस्लीम भागात वेषांतर करून राहतो आहे, माझा हेतू हा हा आहे. सांगून टाकले की विषय संपला. मला काळजीत, गोंधळात टाकून त्याला काय आनंद मिळतो आहे?

''इथे मुसलमानांबरोबर तुमची उठबस होते की नाही?''

''हो हो. ते सगळे खूप चांगले आहेत.''

''चांगले आहेत?''

''हो. इथले चांगले आहेत, सगळे बंगाली आहेत.''

किरणमयी बांगलादेशातली असल्यामुळेच बहुधा तिने ही चूक केली नाही. बंगाली मुसलमानांना मुसलमान म्हणणे आणि बंगाली हिंदूंना बंगाली म्हणणे ही इथली वाईट सवय आहे. अत्यंत अशिक्षित आणि कुशिक्षित असल्याचा हा परिणाम. बंगाली हिंदू आणि बंगाली मुसलमान बांगलादेशात एकाच भागात एकत्र राहतात, त्यामुळे एकमेकांना समजून घेऊ शकतात. इथे त्याचे इलाके वेगवेगळे. हिंदू भागात मुसलमानांचे राहणे असंभव. पण इथे मात्र चहूकडे मुसलमानांची घरे आणि एक-दोन घरे हिंदूंची. अगदी नाईलाज असल्याशिवाय हिंदू या भागात राहायला येत नाहीत. आणि मी तर ऐकले की सुरंजन आपल्या मर्जीने इथे राहायला आला आहे. मुसलमान देश म्हणून एक देश – त्याचा स्वत:चा देश सोडून तो निघून आला, आणि या शहरात हिंदू इलाका सोडून कोणता स्वार्थ साधण्यासाठी मुस्लीम इलाक्यात राहायला आला – हे जाणून घेईपर्यंत माझ्या मनाला शांती लाभणार नाही. सुरंजनचे ते रहस्य दोन्ही हातांनी टराटरा फाडावे अशी मला इच्छा झाली.

सात साड्यांची किंमत साडेपाच हजार रुपये. तिने अत्यंत ओशाळून, संकोचून पैसे घेतले खरे, पण एक – चांगली सिल्कची साडी मला भेट म्हणून दिली.

शेजारच्या खोलीतल्या अमजदला माझ्या तिथल्या उपस्थितीची कल्पना यावी अशी माझी इच्छा नव्हती. पण हे कोणाला सांगायचे! माझे सुरक्षारक्षक मला या घरात सोडून बाहेर वाट बघत होते. अमजद नावाचा कोणी या घरात आला आहे हे त्यांना माहिती नव्हते.

अमजदच्या मनात काय आहे ते एक अमजद सोडून कोणालाही माहीत नव्हते. सुरंजनला माहिती आहे का? ही शंका मला स्वस्थ बसू देत नव्हती.

''जो कोणी आला आहे, त्याला ओळखता का?'' मी कुजबुजत किरणमयीला विचारले. माझा चेहरा भयशंकित झाला होता.

किरणमयी हसून म्हणाली, ''तुला भीती वाटते की काय? तो अगदी

चांगला मुलगा आहे. अमजद. अमजद आमच्या घरातल्यासारखाच आहे. तो कामासाठी मेदिनिपूरला गेला होता. सुरंजनची बाईक घेऊन गेला होता. साधारण एका महिन्याने परत आला आहे. बाईक परत करायला आला असावा बहुधा.''

आपली बाईक ज्याला महिन्याभरासाठी दिली जाते, त्याच्याशी चांगलीच घसट असली पाहिजे. मला अस्वस्थ होऊन फेऱ्या घालताना बघून ती काळजीत पडली. बाहेर जावे म्हटले तरी उपयोग नाही. त्या खोलीतूनच बाहेर जायचा दरवाजा. आणि त्या खोलीत गेल्याबरोबर अमजद नावाचा तो मुलगा निश्चितच मला ओळखणार. ओळखल्यावर तो माझा रस्ता अडवेल की आणखी काही करेल, हाडे गोठवणारे काही? तेव्हा सुरंजन माझे रक्षण करेल का?

आज सकाळीच ज्याच्याबद्दल मला खूप आपुलकी वाटली होती, त्याच्यावरच आता माझा विश्वास नव्हता. माझी बेचैनी किरणमयीच्या लक्षात आली आणि त्यामागचे कारणही. तिने दारावरचा पडदा सारून सुरंजनला आत बोलावून हळू आवाजात अमजदला जायला सांगायला सांगितले. आपल्या मित्राला अचानक जायला का सांगितले हे त्याला कळेना. माया घरात आहे, वगैरे असेही काही कारण नव्हते. किरणमयीने माझ्याकडे तिरक्या नजरेने निर्देश करून संभाव्य धोक्याचा इशारा दिला.

सुरंजनने तीक्ष्ण नजरेने माझ्याकडे पाहिले. मीही त्याच्याकडे पाहिले. बहुधा दोघेही एकमेकांचा अंदाज घ्यायचा प्रयत्न करत होतो. पण माझा अंदाज त्याला येणे मुळीच कठीण नव्हते. मुस्लीम कट्टरपंथीयांना मला मारून टाकायची इच्छा होती, फक्त बांगलादेशातच नव्हे, तर या देशातदेखील. जो माझ्या चेहऱ्याला काळे फासू शकेल, जो माझ्या गळ्यात चपलांचा हार घालू शकेल, त्याला वीस हजार रुपयांचे बक्षीस दिले जाईल असा फतवा टिपू सुलतान मशिदीच्या इमामाने काढला होता. नंतर काही दिवसांनी असा फतवा काढला की जो माझी हत्या करेल, त्याला पन्नास हजार रुपये दिले जातील. माझ्या किती पुतळ्यांचे त्यांनी दहन केले हे सुरंजनला ठाऊक नाही का? म्हणूनच, कोणाच्या मनात काय चालले आहे कोण जाणे!

त्याच्या आवाजात दबका राग होता, ''जगात थोडे तरी लोक चांगले असतात की नाही!''

''असतात ना, पण हिच्याविषयी चालले आहे ना!'' किरणमयी म्हणाली.

''हं.''

सुरंजनने बाहेर जाऊन अमजदला निरोप दिला.

''एकदा मायाला भेटायला जाईन.'' पलंगाच्या रेलिंगला धरून निळ्या मच्छरदाणीला हात लावत – जणू माझ्या शैशवाला स्पर्श करत मी म्हटले.

''माया?'' किरणमयीने चमकून विचारले. ''पण ती तर सासरी आहे.''

''मग काय झाले!''

''तू तिच्या सासरी जाणार?''

''कोणाच्या घरी वगैरे गोष्टीने मला काही फरक पडत नाही. मला मायाकडे जायचे आहे.''

''नाहीतर तिला तुझ्या घरी यायला सांगते ना. किंवा तुला तिथे जाणे गैरसोयीचे होणार असेल तर तिला इथे बोलावते, तू पण तेव्हा इथे ये.''

मायाचे सासर ही काहीतरी भयंकर जागा आहे, जिथे जाणे शक्य नव्हते हे मला जाणवले.

किरणमयीने माझा हात धरून बिछान्यावर बसवले आणि म्हणाली, ''मां ग, तू जाते जाते का म्हणतेस. या घरी तू आली आहेस, यावर माझा विश्वासच बसत नाही. स्वप्नच पाहते आहे असे वाटते आहे. काय खाणार सांग. जेवल्याशिवाय जायचे नाही.''

माझ्या डोक्यात खाण्यापिण्याचा विषय नव्हता. डोक्यात होती सुरंजन आणि अमजदच्या संबंधांची गुंतागुत, आणि त्यातच मायाच्या सासरची दुरवस्था चोरपावलांनी घुसली होती. माया जर त्या घरात सुखी असती तर मी तिथे जाणार म्हटल्यावर किरणमयीला आनंद व्हायला हवा होता.

मला आणखी एक कप चहा हवा होता. किरणमयी चहा करत असताना मी म्हणाले

''मायाला भेटायला तुम्ही किंवा सुरंजन जात नाही का?''

किरणमयी म्हणाली, ''मायाच येते. तिची दोन मुले आहेत ना, त्यांना घेऊन येते.''

''एकटी कधी येत नाही?''

''एकटीही येते कधी कधी.''

''नवरा बरोबर येत नाही?''

किरणमयी गप्प बसली. दीर्घ उसासा तिचा नाही, माझा बाहेर पडला. मला वाटले किरणमयी म्हणेल, जावयांची नोकरी असल्यामुळे त्यांना वेळ होत नाही, पुन्हा कोलकात्याच्या बाहेरही जाणेयेणे असते. त्यामुळे मायाच ऑफिसमधून परत जाताना अधूनमधून भेटायला येते. पण नाही, असे ती काहीच बोलली नाही, असे घडतही नव्हते.

दुसरा चहा पिऊन मी जेव्हा निघणार होते, तेवढ्यात सुरंजनच्या खोलीत एक मुलगी शिरली. हिरवी साडी नेसलेली, ठेंगणी, सावळीशी. तिच्या हसण्यात एक प्रकारची स्निग्धता होती. वयाचा अंदाज येत नव्हता. तेवीस असू शकेल,

तेहतीसही असू शकेल. डोळे मोठेमोठे होते. जरा संकोची, गोंधळलेला चेहरा, थोडा स्वाभिमानी देखील. दाराजवळ उभा राहून सुरंजन तिची ओळख करून देत म्हणाला, "ही जुलेखा."

माझ्या ओठावर हसू तरळले. ते हसू का, कशासाठी आले, ठाऊक नाही. मी निघाले. जुलेखाला खोलीत बसवून सुरंजन मला गाडीपर्यंत सोडायला आला. त्याच्यामागून डोळे पुसत पुसत किरणमयी. निरोप घेताना तिला मिठी मारून मी म्हटले, "रडता कशाला, रडू नका."

किरणमयी रडवेल्या आवाजात म्हणाली, "इथे बरे वाटत नाही मा गं, परत आपल्या देशात जावेसे वाटते."

यावर काहीच उत्तर न देता मी गाडीत बसले. मागे उरली किरणमयीची पांढरी साडी आणि खोल श्वास घेतलेला शहरभर अंधार.

सुरंजन त्या दिवशी परत बाहेर पडला नाही. अमजदबरोबर खिदिरपूरला जायचे होते पण जायची इच्छा झाली नाही याचे कारण म्हणजे जुलेखा. जुलेखाशी त्याची जवळजवळ आठवड्यानंतर भेट होत होती. तिच्याबरोबर बराच वेळ जाईल. जुलेखा या घरात वारा घालणाऱ्या एखाद्या पंख्यासारखी होती. ती आली की जळजळणाऱ्या फोडांसारखा उकाडादेखील तितकासा जाणवायचा नाही. 'माझे तुझ्यावर प्रेम आहे' असे सुरंजनने जुलेखाला कधी सांगितले नव्हते. तिचा चेहरा उचलून चुंबन घेण्यापूर्वी फक्त एवढेच म्हणाला होता, "तू नटत थटत नाहीस म्हणून मला इतकी आवडतेस."

जुलेखाला आणखीही काही ऐकायचे होते. सुरंजन पुढे म्हणाला – तिच्या नग्न देहाविषयी – "तू मत्स्यकन्येसारखी वाटतेस. बुडतेस, परत वर येतेस. वर येऊन पुन्हा बुडी मारतेस. मी तुला साद घालतो तेव्हा कुठल्या अथांगतेमधून पाणी कापत येतेस कळत नाही."

"मी तुला ओळखतो, पण कधी ओळखतही नाही. तू पृथ्वीवरचीही वाटत नाहीस, ओळखीचीही वाटत नाहीस. तू वास्तव आहेस की मिथक हे कळतच नाही."

त्याच्या उजव्या हाताची मध्यमा तिच्या नग्न देहाच्या काना-कोपऱ्यावरून फिरत होती. जणू शरीराच्या कॅनव्हासवर तो एखादे चित्र रेखाटत होता. कपाळावरून, नाकावरून, गळ्यावर उतरून दोन्ही स्तनाग्रांना स्पर्श करून मग मध्यावर येऊन पोट, ओटीपोट, गुप्तांग, डाव्या जान्घेवरून गुडघा, डाव्या पायाच्या अंगठ्यावरून

उजव्या पायाच्या अंगठ्यावर आणि मग तिथून पुन्हा उलटा प्रवास करत कपाळापर्यंत. कपाळावरून जेव्हा मिटल्या पापण्यांना स्पर्श केला तेव्हा जुलेखाने डोळे उघडले.

एके काळी हा पलंगावरचा प्रणय, जुलेखाचा नवरा कामाला, आणि मुलगा शाळेत गेलेला असताना, तिच्या घरी चालायचा. सुरंजन आला की – का कोण जाणे – वस्तीतला एक कुत्रा खिडकीपाशी येऊन जोरजोरात भुंकायचा. शेवटी सुरंजनला खेळ थांबवून निघून जायला लागायचे. कुत्र्याच्या भुंकण्याने खिडकीजवळ जरी गर्दी जमा होत नसली तरी ती होऊ शकते अशी भीती सतत मनात असायची. त्या वस्तीतल्या काही चौकस लोकांना माहिती होते की सुरंजन जुलेखाच्या माहेरचा माणूस आहे. जुलेखाचे माहेर होते वीरभूमला. वास्तविक कित्येक वर्षांत वीरभूमहून कोणीही चौकशी करायलासुद्धा आले नव्हते. अचानक उपटलेल्या या माहेरच्या माणसाबरोबर जुलेखा महिनोन्महिने समर्पित भावनेने झोपत होती. टळटळीत दुपारी, निर्मनुष्य वस्तीत सुरंजनकडून तिला असे शारीरिक सुख मिळत होते, जे तिच्या नवऱ्याशी – मोहब्बतशी – वर्षानुवर्षे होत असलेल्या संगमातून मिळाले नव्हते. त्याची जुलेखाशी ओळख कशी – या प्रश्नाचे उत्तर सुरंजनला चटकन सापडत नाही. त्यांचा संबंध जुना आहे की अलीकडचा, याचेही उत्तर देणे त्याला फारसे सोपे नाही. अमजद नावाच्या एका मुसलमान तरुणाशी सुरंजनचा परिचय झाला. तो पार्क सर्कसमध्ये राहणारा होता. त्या वस्तीत अमजदशी भेटीगाठी होता होताच, चहाच्या टपरीवर अड्डा जमवता जमवताच आणखी एका व्यक्तीशी सुरंजनचा परिचय झाला, जुलेखा त्याची नातलग. पण जुलेखाशी अशी वरवरची ओळख सुरंजनला पसंत नव्हती. जुलेखाला भेटल्याच्या पहिल्या दिवसापासूनच सुरंजनला एक कथा आकाराला येताना दिसत होती.

मेंदूच्या कोशाकोशात त्याने स्वतःनेच त्या कथेचे बीज रोवले होते, त्याचे रोपटे तरारून वाढताना स्वतःच्याच डोळ्यांनी बघत होता. ती कथा वाढत वाढत घनदाट फांद्या-पाना-फुलांनी त्याला झाकून टाकत होती, त्याला नखशिखांत वेडेपिसे करत होती. आणि जुलेखाशी जवळीक वाढत गेली तसे बहुतेक वेळा त्याला ती गोष्ट गोष्ट वाटेनाशी झाली. असे खरेच काही दिवसांपूर्वी घडले आहे असे वाटायचे. कधी कधी तो त्या कथेला सत्यच मानायचा. त्याचे अवचेतन मन त्याला सत्यच मानू लागले होते.

सुरंजनची ही मानसिक गडबड अजून डॉक्टर, घरातले, मित्र किंवा जुलेखाच्याही लक्षात आली नव्हती. त्याच्या आतमध्ये एक मिथ्या कहाणी राक्षसी रूप धारण करते आहे हे सुरंजनच्या गावीही नव्हते. जुलेखाबरोबरचे वास्तव त्याला आवडत नव्हते, तिच्या बाबतीतले त्याचे मिथकच त्याला विलक्षण वाटायचे – त्यात तो हिरो होता. या शहरात त्याला कोणी ओळखत नव्हते, पण त्याची त्याला तमा

नव्हती. आता हे मिथकच त्याचा अहंकार सुखावत होते. हे मिथकच त्याचे धन होते. पण हेच मिथक त्याला शरमिंदेही करत होते. त्याच्या आयुष्यात हे एकमेव गुप्त मिथक होते – जे त्याला एकाच वेळी अहंकार आणि अपमान यांची पीडा भोगायला लावत होते. त्या मिथकात – किंवा सुरंजनच्या अवचेतन मनातल्या त्या सत्यात एका खुनाची योजना होती. बेलघरीयातील काही जण मिळून योजना करत होते. त्या गटात सुरंजन आणि अचिंत्य होते. अचिंत्यशी सुरंजनची अनेक दिवसांपासून मैत्री होती. इतरांबरोबर नुकतीच उठबस सुरू झाली होती. खून करायचा होता मोहब्बत हुसेनचा, कारण दोन मुलांना त्याने बेदम मारले होते. जर खून करणे शक्य झाले नाही, तर त्याचे काही अवयव तोडून, काही कापून, काही चेचून त्याची अशी अवस्था करायची की जितके दिवस जगेल, तो अपंग होऊन, वेदना भोगत जगेल. न्यू मार्केटमध्ये मोहब्बतचा भांडयाकुंड्यांचा व्यापार होता. त्याच्या दुकानात डिनर सेट्स, टी सेट्स, ग्लास सेट्स, चमच्यांचे सेट्स, इलेक्ट्रिक किटल्या, नॉनस्टिक कढया-पातेली यासारख्या अनेक वस्तू होत्या. या निर्दोष मोहब्बतचा दोष काय! तर दोन मद्यधुंद तरुणांनी मोहब्बतकडे जाऊन पैसे मागितले, कशाचे पैसे? कशाचे नाहीत. असेच. मोहब्बत आणि त्याच्या मित्रांनी त्या दोन मुलांची पिटाई करून त्यांना पोलिसांच्या हवाली केले. अशा घटना शहरात नेहमीच घडत असतात.

तशी ही कुठलीच न्यूज व्हॅल्यू नसलेली ही क्षुद्र घटना, पण बघायला गेले तर ही फार भयंकर. भयंकर नसली तरी ती लोकांना अत्यंत भयंकर वाटली असती, कारण, ज्यांनी मारले ते मुसलमान आणि ज्यांनी मार खाल्ला ते हिंदू.

ही दुर्वार्ता सुरंजनच्या मित्रमंडळीत आगीसारखी पसरली. कारण ज्या हिंदू मुलांना मारले, ती बेलघरीयामधली मुले, वस्तीतली, अचिंत्य-सुरंजनच्या परिचयाची. पोलीस बेलघरीयात येऊन आकांडतांडव सुरू करतील म्हणून सुरंजन आणि त्याचे मित्र जरा लपूनछपूनच वावरत होते. तशी शक्यता नाही असे कोणी म्हणत नव्हते. जो सावध असतो, तो मार खात नाही.

अचानक एके दिवशी अचिंत्य एका सुमोतून काही मित्रांना घेऊन सुरंजनच्या घरी आला आणि त्याला घेऊन थेट पार्क सर्कसच्या गल्लीच्या दिशेने निघाला. सुमोमध्ये लाठ्या, दंडुके, सळ्या, चाकू, कट्यारी वगैरे शस्त्रे काळ्या कापडात गुंडाळून लपवून ठेवली होती. गाडीत बसल्याबरोबर दारू प्यायला सुरुवात झाली. सुरंजन आनंदाने पिण्यात सहभागी झाला.

त्या दिवशी रविवार होता. मोहब्बत घरीच असेल असा त्यांचा अंदाज होता. पण सर्व तयारीनिशी तिथे गेले तेव्हा कळले की पठ्ठा घरी नाही. त्याची बायको एकटीच बसली होती. तिलाच ते सगळे खेचून गाडीत घेऊन आले आणि

अचिंत्यच्या सल्ल्यानुसार लगोलग गादियाहाटकडे गेले. एका जुन्या मित्राचे – पी के मजूमदारचे गादियाहाटमध्ये एक रेस्टॉरंट होते. त्याच्या वरच्या मजल्यावर एक खोली होती – मुख्यत: दुपारचे जेवण, वामकुक्षी किंवा कधी हिशोब-ठिशोबाच्या मीटिंग यासाठी वापरली जाणारी. तिथे अचिंत्य आणि सुरंजन पोचले. बाकीचे दहा मिनिटात येतो असे सांगून गेले. खोलीत एक खाट, त्यावर एक पातळ गादी आणि तेलकट उशी. एक साधे लाकडी टेबल आणि दोन प्लास्टिकच्या खुर्च्या. टेबलावर काही जुनी कागदपत्रे. आश्चर्य म्हणजे जुलेखाला त्या खोलीत जबरदस्तीने आणावे लागले नाही. ती स्वत:हून सहज वरती आली. अचिंत्यने पाण्याच्या बाटलीत व्हिस्की आणि पाणी मिसळून आणले होते. तो वारंवार बाटली तिरकी करून घोट घेत होता.

"मोहब्बत कुठे आहे? आहे तरी कुठे साला?"

जुलेखा शांत स्वरात उत्तरली, "तो तर दुकान बंद करून त्याच्या एका मित्राच्या घरी गेला आहे."

"काय नाव त्या मित्राचे?"

पुन्हा शांत स्वरात ती म्हणाली, "तौकीर."

"तौकीरचे घर कुठे आहे?"

"राय बहादूर रोड."

"तो कुठे आहे? सुरंजनने विचारले.

अचिंत्य म्हणाला, "मला माहिती आहे. चंडीकला बसस्टॉपजवळ आहे ना?"

जुलेखाने होकारार्थी मान डोलावली. हे किड्नॅपिंगचे प्रकरण आहे की हिच्याकडून मोहब्बतचा ठावठिकाणा जाणण्यासाठी हिला धरून आणले आहे, हे सुरंजनला कळत नव्हते. तो अचिंत्यला म्हणाला, "पण मग हिला धरून आणण्याची काय गरज होती? माहिती काढून आपण राय बहादूर रोडवर जाऊ शकलो असतो."

अचिंत्य व्हिस्कीचा घोट घेऊन म्हणाला, "फोन करून पैसे माग."

सुरंजन म्हणाला, "बायकोसाठी साला कोण पैसे देईल रे? आणि तेसुद्धा हा भुंडा? चांगले धष्टपुष्ट पुत्ररत्न असते तर मागणी करता आली असती."

अचिंत्य म्हणाला, "हिला न आणता तू पुत्ररत्न का नाही उचलून आणलेस?"

"त्या घरात असे रत्नच नव्हते."

आता ह्या दारूच्या अमलाखाली मोहब्बतच्या बायकोशी नक्की कशा प्रकारे आचरण केले जाईल हे सुरंजनला कळत नव्हते. अचिंत्य पँटचा पट्टा सोडून भिंतीला टेकून आरामात बसला आणि पट्टा हवेत फिरवू लागला. डोळे बाईवर खिळलेले. ओठावर विकृत हास्य. घटना भलतेच वळण घेऊ शकेल अशी

सुरंजनला शंका वाटू लागली.

या क्षणाला मोहब्बत हे लक्ष्य नाही, तर त्याची पत्नी जुलेखा आहे. अचिंत्य पँट काढणार, की पट्ट्याचा चाबकासारखा वापर करणार? दोन्हीतले काहीच बघायची सुरंजनची या क्षणाला तयारी नव्हती.

अचिंत्यची बाटली उचलून सुरंजननेही तोंडाला लावली आणि पाण्यासारखी गटागट पिऊ लागला, जणू तहानेने छाती विदीर्ण झाली होती. तेवढ्यात दार उघडून बाकीचे तिघे आले – सुव्रत, विश्व आणि गोपाल. सुव्रतच्या हातात टीचर्स मद्याच्या दोन बाटल्या. गोपालच्या हातात प्लॅस्टिकचे काही ग्लास, विश्वच्या हातात तीन पाण्याच्या बाटल्या. आत आल्याबरोबर तिघेही आनंदाने चित्कारले. सगळ्यांची नजर जुलेखाकडे. जुलेखा एका खुर्चीवर त्यांच्याकडे पाठ करून बसली होती. एकदम विश्वने तिथे जाऊन तिचे स्तन धरले. तिने त्याचे हात बाजूला करण्याचा कोणताच प्रयत्न केला नाही हे सुरंजनने पाहिले. सुरंजनने तर्क केला की ती दातावर दात आवळून बसली असावी.

अचिंत्य जोरात हसून म्हणाला, "अरे वा, माझ्या मालावर माझ्या आधी झडप घालतोस!"

हे सगळे सुरंजनचे मित्र. इतके दिवस तो त्यांच्यातच वावरत होता. दारू पीत होता, झिंगत होता, राजकारणावर चर्चा करत होता. संधी आली तेव्हा मुसलमानांच्या माना पिरगाळल्या, लाथा घातल्या. मारून टाकू शकला नाही तरी मारण्याची इच्छा होती. खरोखर त्या गटात सर्वांत निधड्या छातीचा जर कोणी असेल, तर तो सुरंजन होता. तरीही आज त्याला वाटत होते की जुलेखाला सुरक्षितपणे तिच्या घरी पोचवणे उचित आहे. जर या प्रकाराची वाच्यता झाली, तर सर्वनाश ओढवेल. तुरुंगवास, फाशी होऊ शकेल. समाजवाद्यांची सत्ता आहे. हिंदूंचे काहीही झाले तरी पर्वा नाही, पण मुसलमानांच्या अंगाला कोणी हात जरी लावला तर त्याच्या चौदा पिढ्या बरबाद होतील.

त्याचे डोके ठणकत होते,जणू धडापासून वेगळे होऊ पाहत होते, घरंगळत घरंगळत जणू गादियाहाटच्या वळणावर गटांगळ्या खात होते. सुरंजननेही पँटचा पट्टा काढला होता. आधी तो की अचिंत्य? की बाकीचे! ते सगळे 'आधी जाणार त्याला वाघ खाणार' असे बडबडत गटागट टीचर्स पीत होते. सुरंजन एकदा त्यांची तर एकदा अचिंत्यची दारू पीत होता. इतके उंची मद्य त्याला नेहमी मिळत नसे. मित्रदेखील टीचर्स पिणारे नव्हते. आज फार चांगला दिवस. चांगले चुंगले खायचा-प्यायचा दिवस.

आज जणू उत्सवच. सुरंजनने पाहिले, सुव्रतने जुलेखाला खुर्चीवरून पलंगावर खेचले, मळक्या गादी-उशीवर आडवे केले. सुव्रतची मान कुठेतरीच झुकली

होती, शरीर लडखडत होते. जुलेखाची साडी त्याने ओढून काढली. ब्लाउज, परकर देखील खेचून खेचून काढले. पाच पुरुषांच्या वखवखलेल्या नजरांसमोर एक नग्न स्त्री.

सुरंजन जुलेखाच्या देहाकडे अनिमिष नेत्रांनी पाहत राहिला. सुदेष्णाशी घटस्फोट झाल्यानंतर त्याने नग्न स्त्री बघितली नव्हती. तरुण शरीर, उभार, भरीव स्तन, एक मूल झालेल्या स्त्रीचे ते स्तन वाटत नव्हते. ओटीपोटावर थोडा मेद. स्त्रीच्या शरीरावरचा हा मेद सुरंजनला आवडायचा. तो स्वाभाविक वाटतो. न खातापिता, पळून, पोहून कमी केलेला मेद कृत्रिम वाटतो. सुरंजनची वासना जागृत होत होती का? होय, पुरुषांग फुगून बाहेर येऊ पाहत होते. सुरंजनने आजूबाजूला नजर फिरवली.

अचिंत्य जुलेखाच्या अंगावर थेंबथेंब दारू ओतत होता. ओतत होता आणि हा!हा! करत हसत होता. आश्चर्य म्हणजे ती स्त्री रडत-बिडत नव्हती. साडीने चेहरा झाकून पडली होती. डोळेही झाकून घेतले होते. ती काही बघू शकत नव्हती. जुलेखा आरडाओरडा करेल या भीतीने अचिंत्यने तिच्या तोंडात बोळा कोंबला होता. तिने तो बोळा काढायचा प्रयत्न करताच तिच्या गालावर एक जोराची थप्पड बसली. पण अखेर तिने तो काढलाच, ओरडली नाही की किंचाळली नाही. हातपाय झाडले नाहीत. फक्त डोळे झाकून पडून राहिली – घृणेने.

अचानक विश्वने उड्या मारत नाचायला सुरुवात केली. नाचतनाचतच जुलेखाच्या अंगावर पालथा झोपला. 'मी आधी' म्हणत अचिंत्यने विश्वला खेचून झडप घातली. सुव्रतने अचिंत्यला धक्का मारला.

कोणीच जोरात ओरडत नव्हते. झिंगले होते तरी सावध होते. बाहेरून कोणी कान देऊन ऐकले तर त्यांचा दंगा ऐकू आला असता. पण पोराटोरांचा अड्डा असेल इतपतच त्यांना वाटले असते, कारण तिथे नेहमी तेच चालायचे. भर बाजारातल्या एका खोलीत एका स्त्रीला आणून तिच्यावर अत्याचार होतो आहे असे कोणाला वाटेल? सुरंजनला शमिमाची आठवण झाली. तीच घटना फिरून परत येते, इतिहासाची पुनरावृत्ती होते म्हणतात. मग आज काय तेच होणार का? अशीच घटना त्याने दुसऱ्या देशात घडवली होती.

तेव्हा ती स्त्री वेश्या होती. पैसे टाकून तिचे शरीर भोगणे रास्त होते. आणि आज त्यांनी धरून आणले होते एका मुसलमान घरातल्या स्त्रीला. शमिमावर अत्याचार करताना त्याला कुठला सूड घ्यायचा नव्हता. जुलेखावर बलात्कार करून मोहब्बतला शिक्षा देता येईल – असे ते सगळे वारंवार म्हणत होते. ते बोलणे सुरंजनच्या भेजात तीरासारखे घुसत होते. मोहब्बत हाती लागला की त्याच्या पोटात सुरा भोसकायचा. खून-मारामारी झाली नाही तरी आत्ता मोहब्बतला

मोठेच शासन दिले जात होते – ते म्हणजे त्याच्या पत्नीला नासवले जात होते – आणि तेसुद्धा कोणाच्या हातून – तर काही हिंदू तरुणांच्या. आता यापुढे जर कोणा हिंदूला हात लावलास, तर तुझा गळा कापू – साल्या मोहब्बतच्या! हा असाच प्रकार होता हे सुरंजनच्या ध्यानात यायला फार वेळ लागला नाही. जसजसा तो दारू पीत होता तसतसा या गोष्टीसाठी तयार होत होता. त्याचे डोके जितके हवेत उडत होते, किंवा गादियाहाट मध्ये घरंगळत होते, तितकेच त्याच्या मनातले द्वंद्व सरत होते. पण त्याची नजर वारंवार त्या स्त्रीच्या चेहऱ्याकडे जात होती. जुलेखाच्या, साडीने झाकून घेतलेल्या, तोंडातून कण्हण्याचा आवाज येत होता. त्या कण्हण्याकडे सुरंजनचे सारखे लक्ष जात होते. अचिंत्य उठल्याबरोबर विश्वने झडप घातली. जुलेखाला उपडी करून ही ही करत तो तिला नखांनी दातांनी ओरबाडू लागला.

हे सगळे त्यांना इतके सहज वाटत होते जणू प्रत्येक जण स्वतःच्या शय्यागृहात आपल्या लग्नाच्या बायकोबरोबर संभोग करतो आहे. जणू त्यांना हे नजरेआडच करायचे होते की हे कोणाचेही शय्यागृह नाही, खोलीत इतरही प्रेक्षक उपस्थित आहेत, ती स्त्री कोणाचीही लग्नाची बायको नाही, ती दुसऱ्याची पत्नी आहे, तिचा धर्म, जात वेगळी आहे. बांगलादेशात ज्याप्रमाणे अल्पसंख्याकांशी वाट्टेल ते करता येते, तसे भारतात करता येत नाही, हे कोणाला समजूनच घ्यायचे नव्हते. कोणाला कळतच नव्हते की या प्रसंगाचा बोलबाला झाला तर सर्वांना आयुष्यभरासाठी फरार व्हावे लागेल किंवा तुरुंगात पिचून मरावे लागेल. अथवा मुसलमान गुंडांच्या हातून मार खाऊन मरावे लागेल. सगळ्यांना विसर पडला होता, वास्तवापासून फटकून पाचशे मैल दूर येऊन बसले आहेत, जणू ज्या ग्रहावर वास करताहेत, त्या ग्रहाशी त्यांचा काही संबंधच नाही.

सोनागाछीमधील मित्र मिळून एखाद्या वेश्येच्या घरात शिरून हल्लागुल्ला, मस्ती करत तिच्याशी संभोग करत असल्यासारखे त्यांना सगळे सहज, सोपे वाटत होते. योग्य काय अयोग्य काय या साध्या प्रश्नाचाही कोणी विचार करत नव्हते, कोणाला कसलीही भीती वाटत नव्हती. ह्याचे परिणाम काय होऊ शकतील याची कोणाला पर्वा नव्हती. त्यांचे सगळे काही फक्त क्षणिक आनंदासाठी चालले होते.

सुरंजनची नजर स्थिरावली. त्याचे ऊर्ध्वांग, निम्नांग, पुरुषांग हळूहळू शिथिल होत गेले. एकदम तो म्हणाला "इनफ." कोणालाही ऐकू गेले नाही. दुसऱ्यांदा आणखी जरा जोरात म्हणाला "इनफ." त्याच्या शिथिल शरीरात अकस्मात परत बळ आले. तिसऱ्यांदा तो ओरडून म्हणाला "इनफ." ते ऐकून सुव्रत हा हा करत मोठ्याने हसला. सुरंजनने मुठी आवळल्या. तो दारू पीत राहिला – मुकाट्याने.

त्याच्या डोळ्यांसमोर ही घटना घडते आहे हे त्याला खरे वाटत नव्हते. जणू तो एखाद्या वर्तमानपत्रातील बातमी वाचत होता, किंवा एखादी डॉक्युमेन्टरी बघत होता. बघता बघता त्याला वाटू लागले की तिथे तोही स्वत: उपस्थित आहे. झोप मोडली किंवा नशा उतरली की त्याला जाणवेल, की तो प्रेक्षक किंवा श्रोत्यासारखा कोणी तरी होता.

सुब्रतने चित्कारत जुलेखाला पलंगावरून खेचून टेबलावर झोपवले. तिच्या जांघा फाकवल्या. ती आता जोर लावून उठण्याचा प्रयत्न करत होती. पण सुब्रतने जोराच्या थपडा मारून तिला थोपवले. तो तिचे शरीर पिळत-पिरगाळत होता, तिच्या स्तनांचे चावे घेत होता. सुरंजनने उठून सुब्रतला धक्का मारून बाजूला सारले. बदल्यात सुब्रतने सुरंजनला ढकलले, तो भिंतीला धडकून खाली पालथा पडला. डोक्याला जोरदार लागले. आता सुरंजनने धावत जाऊन सुब्रत ज्या हाताने तिचा छळ करत होता, तो हात घट्ट पकडला. ' रेप करायचा तर कर, बाकी त्रास कशाला देतोस' असेच जणू त्याला म्हणायचे होते. त्याने हात धरून ठेवला. सुब्रतने एका झटक्यात लिंग उचलून सुरंजनच्या अंगावर वीर्यस्खलन केले. पांढरे वीर्य त्याच्या निळ्या शर्टवर तीरासारखे गेले. सुरंजनने सुब्रतच्या नाकावर जोरदार ठोसा लगावला. म्हणाला, "आता कोणीही तिला स्पर्शही करणार नाही आहात."

"म्हणजे?" गोपाल पुढे आला, "माझे अजून झाले नाही."

"आता झाले-बिले काही नाही. गोपाल, एक पाऊल जरी पुढे टाकलेस तर खबरदार."

"अरे ए चंदू, तुला हौस आली असेल तर तू आधी करून घे, मी नंतर येतो."

असे म्हणत गोपालने खाली जमिनीवर बसून ग्लास तोंडाला लावला.

"मी काही करणार नाही आहे." सुरंजन म्हणाला.

"करणार नाही?" अचिंत्य डोळे बारीक करत म्हणाला.

"अरेच्च्या! हे काय भलतेच!" गोपालने विचारले.

"ती माणूस आहे ना? ती एक माणूसच आहे ना, हो की नाही?" सुरंजन ओरडला.

हा हा, खो खो, फिसफिस!

"अरे हा चिडला वाटते. काय रे सुरंजन, तुझ्या बहिणीशी तर काही करत नाही ना आम्ही!"

आता सगळे खो खो हसू लागले.

सुरंजनने सगळ्यांना लाथा घातल्या. लाथा घालून तो ग्लास घ्यायला

वाकल्याबरोबर सुव्रतने मागून त्याला सणसणीत लाथ मारली.

"भेंचोद कुठला."

एकाच्या अंगावर दुसरा चढला. एकावर तिघे. सुरंजन चीत होऊन पडला होता, आणि विश्व त्याच्या अंगावर मुतत होता. गोपाल जुलेखाला पलंगावर ढकलून तिच्यावर बलात्कार करण्याच्या बेतात असतानाच सुरंजनने पडल्या जागेवरूनच पाय लांब करून गोपालच्या पायात अडकवून त्याला खेचले. गोपाल खाली पडला.

सुरंजन कसातरी स्वतःला सावरून विश्ववर तुटून पडला. पण ताकदीने तो सुव्रतच्या बरोबरीचा असला तरी सुव्रत आणि अचिंत्य विश्वच्या मदतीला गेल्यामुळे पाठीवर, पोटावर, कमरेवर लाथा खात पालथा पडून राहिला. तो शुद्धीत आहे असे त्याला स्वतःलाच वाटत नव्हते.

सगळे बाहेर गेले. जाण्याआधी अचिंत्य त्याच्या शर्टाची कॉलर धरून त्याचे डोके वर खेचून म्हणाला, "सगळे आवरून तिला घरी सोडून ये. उशीर करू नकोस. आणि कोणाजवळ आमच्यापैकी कोणाच्याही नावाचा उच्चार जरी केलास तर तुझे डोके कापून गंगेत टाकेन, सांगून ठेवतोय."

बराच वेळ सुरंजन तसाच पडून राहिला. दार उघडेच होते. कोणी जर त्या खोलीत आले तर इथे काय घडले ते त्याला लगेच कळेल. टेबलावर पाण्याची बाटली आणि प्लॅस्टिकचे ग्लास. कोणाचातरी विसरलेला पँटचा पट्टा. सुरंजन उठून बसला, जुलेखाला म्हणाला, "उठा, घरी चला."

जुलेखा थंड स्वरात म्हणाली, "तुम्ही काही करणार नाही?"

सुरंजन म्हणाला, "नाही."

तिने उठण्याचा प्रयत्न केला, पण उठू शकली नाही. सुरंजनला उठून तिला मदत करावी लागणार होती. त्याचे सारे अंग ठणकत होते. जागोजागी जखमा, कुठेकुठे रक्त. त्या अवस्थेतच त्याने जुलेखाला परकर ब्लाउज घातला, साडी नेसवली. तिला बहुधा चक्कर येत होती, उभी राहायला गेली की तोल जात होता. सुरंजनने तिला धरून ठेवले. हळूहळू त्याने तिला खाली उतरायला मदत केली आणि तिच्याबरोबर टॅक्सीत बसला. रस्त्यातल्या लोकांना वाटले असेल की कोणी बिचारा भला माणूस आजारी बायकोला डॉक्टरकडे घेऊन चालला आहे. आज सुरंजन भला माणूसच होता. पार्क सर्कसच्या गल्लीत शिरून तिच्या घराच्या दाराशी तिला सोडून सुरंजन अंधारात दिसेनासा झाला. आतून कोणीतरी नक्कीच दार उघडेल – तिचा नवरा किंवा आणखी कोणी.

जुलेखाला नुसते टॅक्सीत बसवून दिले असते तरी ती घरी जाऊ शकली असती, सुरंजनला धोका पत्करायची काही गरज नव्हती, पण स्वतः सोडायला

जाण्यात धोका आहे असा विचार त्याच्या मनात आला नाही. त्याला पोलीस पकडू शकले असते, वस्तीतले लोक घेरू शकले असते, मुसलमान गुंड मारहाण करून हाडे-बिडे मोडू शकले असते. पण त्याने तसा विचार केला नाही, त्याला तो करायचाही नव्हता.

त्या रात्री सुरंजन पार्क सर्कसहून थेट सियाल्दा स्टेशनवर गेला, सिलीगुडीचे तिकीट काढून रात्रीच्या ट्रेनमध्ये बसला. कुठे जायचे काही ठरले नव्हते.

नाही, सुरंजन पोलिसांच्या भीतीने नव्हे, तर स्वतःच्या भीतीने पळून जात होता. त्यादिवशी त्याला स्वतःचीच प्रचंड भीती वाटत होती. मायासारख्या एका मुलीला त्याने सामूहिक बलात्कार करण्यासाठी धरून नेले होते. परत एकदा त्याला शमीमाची आठवण झाली. तिच्याबरोबरचा संभोग ही त्याची संपूर्णपणे मानसिक बाब होती, शारीरिक नाही. शमीमाच्या अनुमतीनेच तो तिच्याबरोबर झोपला होता. एकदा शमीमाची आठवण झाली पण बाकी पूर्ण वेळ तो विचार करत होता की मायावर त्या लोकांनी अशाच प्रकारे अत्याचार केले असतील. पण त्यांचा सूड उगवण्यासाठी तो जुलेखावर बलात्कार करू शकत नव्हता. जुलेखा त्याला मायासारखीच वाटत होती. जुलेखा एक माणूस आहे हे त्याला जाणवत होते – एक सुंदर, निष्पाप मुलगी. ती मुसलमान आहे हा विचार एकदाही, जराही त्याच्या मनात येत नव्हता, तिच्याबद्दल यत्किंचितही घृणा वाटत नव्हती, स्वतःबद्दल तिरस्कार वाटत होता. त्या चार-चार बलात्काऱ्यांबद्दल घृणा वाटत होती. मनातल्या मनातच त्याने अचिंत्य आणि इतरांशी संबंध कायमचा तोडून टाकला.

मुळीच न झोपता खिडकीतून एकटक बघत सुरंजन सिलीगुडीला पोचला. वाटेत तो कोणाशीही काहीही बोलला नाही, काही खाल्ले नाही. दुसऱ्या दिवशी अशाच प्रकारे परत आला. अचिंत्यच्या मित्राचा – विश्वरूप मित्रचा – भाजप किंवा आर एस एस शी काही संबंध आहे का? हा प्रश्न अचानक त्याच्या मनात आला. सिलीगुडीहून कोलकात्याला आल्यावर ही बातमी काढण्यासाठी तो पार्टीच्या ऑफिसमध्ये गेला. सगळ्या फाईल्स उलटल्यापालटल्या केल्या पण विश्वचे नाव कुठे दिसले नाही. जे एक-दोन जण भेटले ते म्हणाले की विश्व कोणत्याही हिंदू गटाशी अजिबात जोडलेला नाही. ऑफिसात एक वयस्कर गृहस्थ बसले होते, त्यांनी सुरंजनकडे दोन-चार वेळा बघितले आणि म्हणाले, ''कोणाच्यावर तरी राग धरून पार्टी सोडू नकोस. चूक करशील. तुझ्या दुरवस्थेच्या वेळी पार्टी तुझ्या सोबत होती, भविष्यातही राहील.''

सुरंजनला हे माहिती होते. कॉलेजची नोकरीदेखील पार्टीबरोबर जोडले गेल्यामुळेच मिळाली होती. जरी पार्ट टाईम होती, कायम झाली नव्हती, तरी ती नोकरी होती.

काहीही न बोलता सुरंजन बाहेर पडला.

दोन दिवसांनी तो जुलेखाच्या घरी गेला – दुपारच्या वेळी. घरी फक्त कामवाली होती, आणि जुलेखा. तापाने ती फणफणली होती. जवळजवळ गुंगीतच होती. त्या रात्री घरी गेल्यावर मोहब्बतने हाताला जे लागेल त्याने तिला बेदम मारले होते. डोळ्याखाली काळेनिळे झाले होते. ओठ फाटले होते. पाठीवर, छातीवर, हात, जांघ -सगळीकडे रक्त साकळले होते. घरी काही औषध नव्हते, कुठल्याही डॉक्टरने तिला बघितले नव्हते. सुरंजनला तिने धक्के मारून घरातून हाकलून दिले नाही याचे त्याला फारच आश्चर्य वाटले. तिने गल्लीतल्या लोकांना बोलावले नाही, पोलिसांनाही नाही. बहुधा त्या संकटकाळी तिला सुरंजनचा आधार वाटला असावा.

त्या रात्री काय घडले ते तिने सुरंजनला सांगितले.

"तो घरी आल्यावर त्याने मला वेदनांनी कण्हताना पाहिले. शेजारच्या घरातला येऊन केवळ इतके सांगून गेला की हिला तर हिंदू धरून घेऊन गेले – बास.''

"त्याला कसे कळले?''

"खोटेच सांगितले. असे सांगितले की हलकल्लोळ माजेल हे त्याला माहीत होते, म्हणून दिले ठोकून. लोकांना काय, मजा पाहायची असते. मी त्याला खूप सांगून बघितले की काही मुसलमान मला घेऊन गेले – ते गुंड होते, त्यांच्यापासून स्वतःला वाचवायचा माझ्याकडे काही उपाय नव्हता. काही म्हणजे काही ऐकून घेतले नाही.''

सुरंजनला जे माहिती होते, ते जुलेखाला माहिती नव्हते. कोणीतरी तिला धरून नेले इतकेच जुलेखाला ठाऊक होते – अमजद नावाचा कोणी होता. अमजदकडून मोहब्बतने पंचवीस हजार रुपये उधार घेतले होते. मोहब्बतने ते पैसे परत तर केले नाहीतच, उलट पैसे घेतल्याचेच कबूल केले नाही. मोहब्बतकडून आपले पैसे परत घेण्यासाठी अमजद नेहमी घरी यायचा. अमजदशी जुलेखाची नजरानजर व्हायची. जुलेखा मोहब्बतला सांगायची – घेतलेले पैसे परत करून टाक. कोणाचे असे सारखे सारखे घरी येणे मला आवडत नाही. जुलेखाचा उपदेश ऐकून मोहब्बत भडकायचा. मोहब्बत घरी नसतानाच अमजद यायचा. पाणी मागायचा, त्याला काही वेळ बसायला हवे असायचे. तेव्हाच दोन-चार वेळा अमजद म्हणाला होता – भाभी, या हरामजाद्याबरोबर कशाला संसार करता. माझ्याबरोबर चला, मी तुमच्याशी लग्न करतो.

हे सगळे बोलणे जुलेखाला सहन व्हायचे नाही. एकदा अमजदचा अपमान करून तिने त्याला घरातून हाकलून दिले होते. या वस्तीतल्या कुठल्या तरी कोणाच्यातरी घरी तिला अमजदने मित्रांबरोबर नेले आणि तिच्यावर बलात्कार

केला. सुरंजनने सगळी घटना जुलेखाकडून ऐकली. ती म्हणाली, त्या रात्री घरी आल्यावर मोहब्बतने सभ्यतेच्या सगळ्या मर्यादा ओलांडल्या. तिच्या अंगावरची साडी वगैरे ओढून तिला नग्न करून, अत्यंत तिरस्काराने तिच्या शरीराकडे बघत विचारले, ''काय केले त्यांनी?''

ती निरुत्तर झाली. मोहब्बतच्या डोळ्यातून अंगार बरसत होता. कपाळाच्या शिरा तट्ट फुगल्या होत्या. अस्वस्थपणे येरझारा घालत म्हणाला, ''हरामजादी, आता तरी सांग, तुझी इज्जत लुटली की नाही त्यांनी?''

जुलेखा गप्प राहिली. त्यानंतर त्याने वाघासारखी झडप घातली आणि समोर जे दिसेल त्याने मारत सुटला, तुटलेला खुर्चीचा पाय, काचेची फुलदाणी, मजबूत जोडे – जे मिळेल ते. तेव्हा जुलेखाने तोंड उघडले, ''हो, त्यांना जे करायचे होते ते त्यांनी केले.''

''काय म्हणालीस?''

''जे म्हणायचे तेच म्हणाले.''

''पुन्हा बोल.''

''जे करणे शक्य आहे ते सगळे त्या डुकरांनी केले. यात माझा काय दोष?''

जुलेखाने आकांत केला.

''हा माझा दोष आहे का? काय गुन्हा केला म्हणून असा मारतो आहेस?''

जुलेखाच्या एकाही प्रश्नाचे मोहब्बतने उत्तर दिले नाही. त्या रात्रीची घटना जेव्हा सुरंजनने जुलेखाकडून ऐकली, तेव्हा सुरंजनने स्वत:लाच प्रश्न विचारले. मोहब्बतकडे उत्तर नव्हते, त्याच्याकडे तरी होते का? जुलेखाचा काय दोष होता?

तापाने पोळत असलेल्या जुलेखाला जवळजवळ उचलूनच सुरंजनने टॅक्सीत बसवले आणि चार नंबर ब्रिजजवळील एम डी हॉस्पिटलमध्ये नेऊन डॉक्टरांना दाखवून औषधे विकत घेऊन देऊन तिला परत घरी सोडले. कामवालीने हा कोण असे विचारल्यावर जुलेखा म्हणाली, ''माझ्या गावचा आहे – वीरभूमचा. माझा भाऊ लागतो. याचे नाव सफिकुल.''

'सफिकुल' बाहेर गेला. उदास होऊन गावभर भटकत राहिला. कुठल्याही मैदानात किंवा उद्यानात बाकावर आकाशाकडे तोंड करून पडून राहायचा, तासातासाला जुलेखाला फोन करून 'काही हवे आहे का, ताप उतरला का, अंग दुखणे कमी झाले का, डॉक्टरांना बोलवायला पाहिजे का' असे विचारायचा. जुलेखाचा करुण, कातर चेहरा सतत सुरंजनच्या डोळ्यांसमोर येत होता.

नंतर कधीतरी सुरंजनने तिला विचारले की त्या दिवशी तिने आरडाओरडा का केला नाही, लोकांना बोलवायचा, तिचा छळ करणाऱ्यांना चावायचा, बोचकारायचा

प्रयत्न का केला नाही. जुलेखाने सुरंजनच्या छातीवर डोके ठेवून हळूहळू सगळ्याची उत्तरे दिली. जुलेखाचे अश्रू सुरंजनच्या उघड्या छातीवर टपटपत होते. सुरंजनने तिला छातीशी धरले होते, त्याचा डावा हात तिच्या पाठीवर होता. उजवा हात स्वत:च्याच दोन्ही डोळ्यांवर ठेवला होता.

सुरंजन त्या वेळी तंद्रीत होता, तो प्रसंग हळूहळू त्याच्या डोक्यात आकार घेत होता. ती घटना कशी घडली जणू त्याला आत्ता दिसत होते – काही दुष्टांनी तिला कसे घरातून उचलून नेले, त्या अत्याचाऱ्यांपासून सुरंजनने तिला कसे वाचवले – ही कहाणी तो हळूहळू जुलेखाला सांगू लागला. जुलेखाचा विश्वास बसत नव्हता पण विश्वास ठेवावासा वाटत होता.

"माझे डोळे बांधले होते. मी काहीच बघू शकले नाही," जुलेखा म्हणाली.

"डोळे कुणी बांधले?" सुरंजनने विचारले.

जुलेखा मोठ्या कष्टाने म्हणाली, "अमजद नावाच्या एका माणसाने."

"तो अमजद होता हे तुला कसे कळले?"

"कळले."

"अमजद तर माझा मित्र आहे."

"अमजद नावाची इतर माणसे असू शकत नाहीत का? तो दुसराच कोणी अमजद होता."

"अमजदचे घर कुठे आहे?"

"पार्क सर्कसमधेच."

"माझा मित्र अमजददेखील पार्क सर्कसमधेच राहतो."

"मग काय तुझ्या मित्रांनीच हे सगळे केले?"

"होय, माझ्या मित्रांनीच. मित्र या नावाला ते कलंक आहेत. मी त्यांच्याशी संबंध तोडला आहे. पण तुला एक माहिती आहे का?"

"काय?"

"अमजद नावाचा कोणी त्यात नव्हताच."

"होता. या वस्तीतच ती घटना घडली."

"नाही, या नाही, दुसऱ्या वस्तीत घडली."

"ते मुसलमान होते."

"नाही, ते मुसलमान नाही, तर सगळे हिंदू होते."

"नाही. हिंदूंची एवढी हिंमत नसते. इतके धाडस हिंदूंमध्ये कधीच नसते. अमजदच त्यांचा पुढारी होता, हे मला माहिती आहे."

"चुकीची माहिती आहे."

"माझे डोळे बांधलेले होते. कधी सोडले ते मला माहिती नाही."

"तुझे डोळे उघडे होते जुलेखा, तू सगळे पाहत होतीस. मलाही पहिले होतेस."

"नाही, तुला मी पाहिले नाही."

"अगं, मी होतो तिथे.

"तू कसा असशील? तू त्यांच्यासारखा वाईट माणूस थोडाच आहेस?"

"वाईट नाही म्हणूनच वाईट काम केले नाही. त्यांच्या तावडीतून तुला सोडवले. वाईट वागायचे होते, पण शेवटपर्यंत वागू शकलो नाही."

"तू हे सगळे का सांगतो आहेस सुरंजन? तुझा अमजदशी काहीही संबंध नाही. ती घटना घडली तेव्हा तू तिथे नव्हतास."

"तुला काय माहिती? तूच तर म्हणतेस की तुझे डोळे बांधलेले होते!"

"पण तू म्हणतोस की माझे डोळे उघडे होते. मी तुला तिथे पाहिलेच नाही."

"तू आत्ता मान्य करत नाही आहेस."

"त्यात माझा काय फायदा?"

"तुला मला वाचवायचे आहे."

"मला तुला का वाचवायचे असेल?"

"कारण मी तुला त्या नरकातून सोडवले."

"तू काहीतरी बनवून सांगतो आहेस."

"चेष्टा करू नकोस."

"चेष्टा करत नाहीये."

सिगारेटमध्ये गांजा भरून सुरंजनने एक झुरका घेतला, जुलेखालाही घ्यायला सांगितला. दोघेही नशेत चूर झाले. दोघांचीही नजर अंधुक होऊ लागली. शब्द एकमेकांत गुंतू लागले. सुरंजनचे बोलणे तिथल्यातिथेच घोटाळू लागले. त्यात जुलेखाची कहाणी गटांगळ्या खाऊ लागली. त्या दिवसापासूनच – घटना किंवा दुर्घटना घडली तेव्हापासूनच – सुरंजन जुलेखाला ओळखत होता का?

जुलेखाला वाटत होते की ती सुरंजनला अनेक दिवसांपासून ओळखते. सुरंजनशी परिचय झाल्याचा त्याच्याशी काही संबंध नव्हता.

"मला मुसलमान घेऊन गेले हे माझा शेजारी मान्य करायला तयार नाही. तो हिंदू हिंदूच म्हणतोय. पण मला माहिती आहे की ते हिंदू नव्हते. अमजद होता. अमजद मुसलमान आहे. मुसलमान स्त्रीला हात लावायची एकाही हिंदूची हिंमत नाही."

"अमजद नावाचा तिथे कोणीही नव्हता. अमजद माझा मित्र आहे." सुरंजन पुन्हा म्हणाला.

"नाही, एकदा सांगितले ना! हा अमजद तुझा मित्र अमजद नाही. हा दुसरा अमजद आहे. त्याचे टोपणनाव बादशाह आहे.''

"नाही.''

"नाही काय?''

"तू माझ्या मित्राला अमजदला ओळखतेस. हो ना?''

"हा दाढीवाला अमजद आहे. तुझ्या मित्राला दाढी नाही.''

"तुला कसे माहिती?''

"माहिती आहे.''

"तुझे डोळे बांधले होते म्हणालीस.''

"हो, पण तरीही माहिती आहे.''

"तुला त्याने का उचलून नेले?''

"आहे एक कारण.''

"सांग.''

"का म्हणून सांगू?''

"मोहब्बत हे कारण आहे का?''

"नाही.''

"मोहब्बतचा सूड?''

"नाही.''

"मग?''

"अमजदला माझ्याशी लग्न करायचे होते. मी नकार दिला.''

"थापा.''

"खून करेन म्हणाला.''

"तक्रार का नाही केलीस?''

"कोण त्या भानगडीत पडणार? हे सगळे काय एकटीने करता येते का? आणि केले तरी मी सुरक्षित राहणार आहे का? ह्या समाजाला अजूनही तू ओळखले नाहीस. मी तर या समाजासाठी सुटेबलच नाही. म्हणूनच तुझ्याबरोबर मन मानेल ते करू शकते.''

"मन मानेल ते?''

"हो, अगदी मनाला येईल ते.''

"मी एक वाईट माणूस आहे जुलेखा. तुझ्यावर अत्याचार करणाऱ्यांच्या गटात मीही होतो. तुला वास्तविक सगळे माहिती आहे. अचिंत्य, विश्व, गोपाल, सुव्रत – तू त्यांची नावे ऐकलीस.''

"नाही ऐकली.''

"तू त्यांच्या तोंडून माझे नावदेखील ऐकलेस."

"तुझे डोके फिरले आहे. तू हिंदू असूनही हिंदूंना दोष देतोस?"

"तू मुसलमान असूनही मुसलमानांना दोष देतेस."

"दोष देते कारण प्रसंग त्यांनीच घडवला."

"नाही. कोणी केले ते मला माहिती आहे. मी तुला घरी पोचवले. निदान ते तरी आठवते आहे का?"

"नाही. माझे डोळे बांधले होते. कोणी पोचवले मला ठाऊक नाही."

"मीच पोचवले."

"तू नाही, अमजद मला घराच्या जिन्याशी सोडून गेला."

सुरंजन मोठ्याने हसला. हसत हसत म्हणाला, "जुलेखा, तू आता बरी आहेस. तुला कोणाविरुद्ध फिर्याद करायची गरज नाही. मागचे सगळे विसरून जा. फक्त माझ्याकडे बघत राहा. छान, गोड गोड, प्रेमाच्या गोष्टी बोलत राहा. ते पळवून नेणे, बलात्कार – सगळे विसर."

काही अबोल क्षण गेले. मग जुलेखा जड आवाजात म्हणाली, "माझ्यावर रोजच रात्री बलात्कार होतो सुरंजन. माझा नवरा रोज मला प्रेमाने जवळ घेतो असे वाटते का तुला? त्या सगळ्यांनी मला जसे वागवले, तसेच अत्याचार माझा नवरा माझ्यावर नेहमी करतो. माझा मुलगा हे त्या अत्याचारांचेच फळ आहे. खरे सांगते, तो शरीरसंबंध माझ्यासाठी बलात्कार-अत्याचार यापेक्षा वेगळा नाही. मला त्याने कधीही सुख मिळालेले नाही. ते सुख मला फक्त तुझ्याबरोबर मिळते. तूच मला सुखाचे पहिले दर्शन घडवलेस."

थोडे थांबून, डोळ्यातले पाणी हाताने पुसून जुलेखा पुढे म्हणाली, "जेव्हा ते मला धरून घेऊन गेले, मला कळले की ते सामूहिक बलात्कार करणार. सगळे दारू पिऊन झिंगले होते. मी ओरडले असते तर कोणी माझे तोंड दाबले असते, गळा दाबला असता, खिशातून चाकू काढून गळा कापला असता, मारून टाकले असते. बलात्कार माझ्यासाठी नवीन नाही. पण मला मरायचे नव्हते. म्हणून मी सगळे सहन केले. ज्यामुळे त्यांना राग येईल असे काही केले नाही. नाहीतर त्यांनी मला मारून टाकले असते."

"तू उगीच अमजदवर खोटा आरोप करू नकोस."

"तसे करण्यात माझा काय फायदा?" ओठ पुढे काढून जुलेखा म्हणाली.

"सूड."

"कसला सूड?"

"तुझ्याशी त्याला लग्न करायचे होते ना! त्याची फक्त इच्छा होती. जबरदस्ती करून तुला उचलून नेऊन लग्न केले नाही म्हणून."

जुलेखा आश्चर्यचकित झाली.

सुरंजन म्हणाला, "जर खरेच अमजदने केले असते, तर तुझ्यासारख्या धीट मुलीने तक्रार केली नाही यावर माझा विश्वास नाही."

सुरंजनच्या अर्थशून्य बोलण्याला प्रत्युत्तर देण्याचे जुलेखाला काही कारण नव्हते. तिला आठवले की त्या घटनेनंतर मोहब्बत रोज घरी आला की फक्त तिरस्कार दाखवायचा. जुलेखा त्याच्या लेखी घरातली अशीच कोणीतरी होती. एक बरबाद झालेली स्त्री, जी त्याला आवडत नव्हती. ती डोळ्यासमोरून नाहीशी व्हावी असे त्याला वाटायचे. जुलेखाच्या वडिलांना, मामाला निरोप देऊनदेखील काही उपयोग झाला नाही. जुलेखाला न्यायला कोणीही आले नाही.

तिची गचांडी धरून मोहब्बतने तिला अनेकदा धक्के मारून हाकलण्याचा प्रयत्न केला, पण प्रत्येक वेळी ती नेटाने उभी राहायची. पोलिसांना बोलवेन म्हणायची. बाहेर पडले तर मुलाला – सोहागला घेऊनच कायमची जाईन म्हणायची. मोहब्बतचे सोहागवर अतिशय प्रेम होते. त्याला सोडून राहणे मोहब्बतला शक्य नव्हते. असे सहा महिने गेले. सहा महिन्यांनी मोहब्बतने स्वत: मुलगी बघून दुसरे लग्न केले. गावाकडची मुलगी होती. सहावी-सातवी शिकलेली. नव्या नवरीबरोबर तो शय्यागृहात झोपायचा. आणि एका छोट्या खोलीत सोहागला कुशीत घेऊन अनेक शंकाकुशंका, चिंता उरात घेऊन जुलेखा रात्रीच्या रात्री काढायची. मोहब्बतच्या घरात फाटक्या पायपुसण्याप्रमाणे आयुष्य कंठत होती.

ज्या दिवशी दुपारी अवेळी घरी येऊन मोहब्बतने सुरंजनला – जुलेखाच्या मानलेल्या भावाला, सफिकुलला – रंगे हाथ पकडले त्याच दिवशी त्याच्या समोरच मोहब्बत तीन वेळा तलाक म्हणाला.

सुरंजन जुलेखाच्या पलंगावर बसला होता, मानलेल्या भावासारखा बसला नव्हता. खिडकीचा पडदा बंद केलेला, खोलीत अंधार, तिथे सुरंजन शर्ट काढून, उघडा. मोहब्बत जेव्हा खोलीत शिरला, तेव्हा जुलेखा किंकर्तव्यमूढ झाली. ती सुरंजनच्या मागे येऊन नुकतीच उभी राहिली होती, हातातल्या ट्रेमध्ये दोन मटण कबाब आणि दोन कप चहा. हातातला ट्रे टेबलावर ठेवते न ठेवते तोच तलाकचा उच्चार ऐकला – तलाक-तलाक-तलाक. झाला तलाक.

तलाक झाला म्हणजे जुलेखाला घर सोडावे लागले. पण मुलाचा ताबा मिळवायला मोहब्बतला अडचण आली. ती ताबा त्याला द्यायला तयार नव्हती. सोहागला सोडून जुलेखा तरी कुठे दूर मरायला जाणार! बेनेपुकुर रोडवर आपल्या मामाच्या घरी जाऊन थडकली.

मोहब्बतचे घर जवळच होते. सोहाग त्या घरात होता. मोहब्बतच्या नवीन बायकोला आई म्हणून हाक मारत होता. जुलेखा प्राप्त परिस्थितीचा स्वीकार

करणारी स्त्री होती. तिला रडत-भेकत जगायचे नव्हते, आत्महत्या करायची नव्हती. एव्हाना तिला कळून चुकले होते की स्त्रीला – विशेषत: मुसलमान स्त्रीला जिवंत राहण्यासाठी आयुष्य वेचावे लागते.

मोहब्बतने तलाक दिल्यावर जुलेखाने डोळ्यातून टिपूस काढला नाही. फक्त थिजल्या डोळ्यांनी सुरंजनकडे बघितले. मनात म्हणाली, आता काय करशील तू? इथून पळच काढशील ना? जबाबदारी घेण्याची भीती मनात उठते आहे ना? मोहब्बत तिला एक ना एक दिवस तलाक देणार हे जुलेखा जाणून होती. इतके दिवस सोहागकडे बघून दिला नव्हता, नाहीतर बलात्कार झालेल्या दिवशीच त्याने तिला घराबाहेर काढली असती.

मोहब्बत कुठल्याच ठाण्यावर, पोलिसांकडे गेला नाही. त्याच्या पत्नीवर ज्यांनी अत्याचार केले, त्यांचा शोध घेण्याचा प्रयत्न केला असता, तर ते सापडले असते. मोहब्बतच्या काही कमी ओळखी नव्हत्या. पण त्याने काही केले नाही. कारण एकदोघांनी सल्ला दिला की ते करून काही फायदा नाही, उलट जीवाला धोका उद्भवू शकतो. धंद्याच्या बाबतीत अमजदशी त्याचे जुने वैर होते. अमजद आणि त्याचे लोक जुलेखाला धरून घेऊन गेले हे मोहब्बतच्या कानावर आले होते. पण त्या बाबतीत त्याला फार कीस काढायचा नव्हता. जुलेखाचा सर्वनाश करून जर अमजदचा मोहब्बतवरचा राग कमी होणार असेल, तर मोहब्बतसाठी ती सुवार्ताच होती. उलट या बाबतीत त्याचा जुलेखावरच राग होता. जुलेखाचा दोष नव्हता हे त्याला ठाऊक होते, तरी तो तिलाच दोष देत होता. तिला नक्कीच त्या सगळ्याचे सुख वाटले असणार, समाधान वाटले असणार. मोहब्बत मेला तरी त्याचा विश्वास बसला नसता की जुलेखाने त्यांना काही प्रतिकार केला असेल. उलट, संधी मिळाली की ती त्यांच्याकडेच धावत जाईल. जुलेखाला सुखाची चटक लागली होती. मोहब्बतच्या डबक्यातून ती कोणत्या का कारणाने होईना, बाहेर पडली होती, सुखसागरात डुंबत होती.

या अपहरणामागे जुलेखाचाच हात असावा अशी त्याला शंका होती. जुलेखाने खूप सांगायचा प्रयत्न केला की काही मुसलमान मुलांनी हे कृत्य केले, पण मोहब्बतच्या कानावर हिंदू मुलांबद्दलची तक्रारही आली होती. हे आरोप बिनबुडाचे असले तरी काही लोकांना एकत्र येऊन भलतेसलते आरोप करण्यात गंमत वाटते.

मोहब्बतला हिंदू मुसलमान भानगडीत पडायचे नव्हते. एका दुपारच्या छोट्याशा घटनेचेही त्याला फारसे सोयरसुतक नव्हते. त्या तुच्छ स्त्रीला नजरेसमोरून दूर केल्याशिवाय त्याचे मन शांत होणार नव्हते. लग्न झाल्यापासूनच जुलेखाचा दबून न राहण्याचा स्वभाव त्याला सहन होत नव्हता. दिवसभर मनातल्या मनात

तो तिला तलाक द्यायचा. आता जुलेखावर ओढवलेल्या प्रसंगाने त्याला प्रत्यक्ष तलाक देण्याची नामी संधी चालून आली. पुन्हा अशी सुसंधी आयुष्यात मिळणार नाही. हे शुभकार्य चांगल्या रीतीने पार पाडल्यावर त्याच्या जिवात जीव आला असता.

जुलेखाला वाटत होते की तिला असहाय अवस्थेत सोडून सुरंजन पळ काढेल. स्वत: संकट निर्माण करणे, आणि मग संकटातून पळ काढणे हे पुरुषांना चांगलेच जमते. सुरंजनची व्याकूळता, सगळे सोडून तिच्याकडे धावत येणे यामुळे जुलेखाला कितीतरी आनंद मिळाला होता. तिच्या अस्थिर संसारात सुरंजन हा एकमेव आनंद होता. जुलेखाची शंका खरी ठरली नाही. सुरंजन पळून गेला नाही. ज्या दिवशी मोहब्बत तलाक म्हणाला, तेव्हा तो फक्त तलाक म्हणाला इतकेच, बाकी त्याने सुरंजनवर हात उगारला नाही, की जुलेखाला स्पर्शही केला नाही, जुलेखा रडली नाही. दगडासारखी बसून राहिली. तिने सुरंजनला जायला सांगितले, पण त्याने पाऊल उचललेदेखील नाही. सोहागला घेऊन त्याच दिवशी निघून जावे की नाही याचा ती विचार करत होती. तिच्या विचारांचा गुंता तिला शून्यात घुमवत राहिला.

या घरात असे काही घडले आहे हे शेजारपाजारच्या लोकांना कळलेदेखील नाही. लग्न होऊन घरात आल्यापासूनच जुलेखाने शेजाऱ्यांशी फार संबंध ठेवलेच नव्हते. कुठल्याच घरी तिचे जाणेयेणे, बोलणे-चालणे नव्हते. घरी एकटीच असायची. मोहब्बतचे नातेवाईक मुर्शिदाबादमध्ये जंगीपूरला होते, तिथून अधूनमधून कोणीतरी यायचे. महिना अखेरीस मोहब्बत तिथे जायचा. बायको, मुलाला कधी न्यायचा, कधी एकटाच जायचा.

तलाक देऊन मोहब्बतने जुलेखाला अंगावरच्या कपड्यानिशी घराबाहेर काढले. सोहागचा ताबा तुला मिळणार नाही असे बजावले. त्याच्याशी संपर्क साधण्याचा प्रयत्नही करू नको. जुलेखा तशीच बाहेर पडली. सुरंजन बरोबर होता. सहा वर्षांचा संसार सोडून ती त्याच्याबरोबर बाहेर पडली.

जुलेखा सिउडी कॉलेजमधून पास झाली होती. तिच्या त्या यशाची दखल कोणीच घेतली नव्हती. स्वत: कष्ट करून ती शिकली होती, पास झाली होती. राबिउल इस्लाम नावाच्या एका शिक्षकाने तिला चांगले शिकून मोठी होण्याची प्रेरणा दिली होती. भेटले की म्हणायचे, 'स्त्रीच्या जीवनात शिक्षणाचे महत्त्व सर्वांत मोठे आहे. तू आज शिकलीस तर तुझ्या शिक्षणाचा काही ना काही उपयोग नक्कीच करू शकशील. ज्ञान कधीही वाया जात नाही.' म्हणायचे 'तुझी बुद्धी फार चांगली आहे. शिकून तू खूप मोठी होशील.'

जुलेखा मोठी कोणी बनू शकली नाही. मोहब्बत पैसेवाला असल्यामुळे

जुलेखाला घरात मोलकरीण बनून राहावे लागले नाही, पण त्या संसाराबद्दल तिला कधी आपलेपणा वाटला नाही. तिने बीए पास केले याबद्दल मोहब्बतने कधी उत्सुकता दाखवली नाही. जुलेखाच्या अंगात अनेक गुण होते, पण स्त्री असूनही बी ए झाली, हा तिच्यातला सर्वांत मोठा दुर्गुण होता. सासरच्या लोकांनीही तिच्या पदवीधर असण्याचे कधीच कौतुक केले नव्हते. मोहब्बत स्वत: आयए पर्यंत शिकला होता. बायकोची बीए डिग्री त्याला काट्यासारखी सलत होती.

स्वत: कमवायच्या धुंदीत पिढीजाद असलेला लाकडाचा व्यवसाय सोडून एका मित्राच्या सल्ल्यावरून एकदम कोलकात्यात येऊन त्याने भांडया-कुंड्यांचा धंदा सुरू केला. लाकडाच्या व्यवसायाची धुरा मोठ्या भावाच्या खांद्यावर सोपवली. आयुष्यात पैसा मिळवण्यापलीकडे मोहब्बतची काही स्वप्ने-बिप्ने नव्हती. लग्न करून बायको घरी आणणे म्हणजे त्याच्या लेखी घरातली कामे करायला मोलकरीण आणण्यासारखे. मुले-बाळे झाली की म्हातारपणी ती सांभाळतील. मोहब्बतने नमाज, रोजा, धर्म-कर्म यात कधीही लक्ष घातले नाही. रमजानच्या महिन्यात समाजाच्या दबावामुळे उपास करायला लागायचा आणि दोन्ही ईदला ईदचा नमाज पढायला लागायचा. सिगारेट, दारू प्यायचा नाही. व्यसन म्हटले तर फक्त पानाचे.

जुलेखा बीए झाल्यावर हे स्थळ आले. कोलकात्यात व्यवसाय, जंगीपुरात घर, मुलगा चांगला. दिरंगाई न करता जुलेखाच्या वडिलांनी आणि नातलगांनी तिचे लग्न लावून दिले. आईवेगळी मुलगी म्हणून वडिलांचे विशेष प्रेम होते, पण स्वत: अपंग असल्यामुळे मुलीची लवकरात लवकर पाठवणी करायची काळजीदेखील होती. पित्याची काळजी आपल्या शिरावर घेऊन जुलेखाने त्यांना त्यातून मुक्त केले होते. या शहरात तिला एखादी नोकरीही मिळणार नाही?

अजूनही ती नोकरीसाठी प्रयत्न करत होती. तिकडे सुरंजनदेखील नोकरी मिळवण्याच्या प्रयत्नात होता. नोकरी मिळो की न मिळो, बेलघरीया नंदन नगर सोडून तो पार्क सर्कसमध्ये तरी आला होता. नोकरी मिळण्यापेक्षा हे कमी नव्हते.

जुलेखा सुरंजनसारखी उदासीन राहू इच्छित नव्हती. लहान-सहान का होईना काहीतरी तिला करायचे होते. शिकवण्या करून तेवढ्यात भागणार नव्हते. काही दिवस शोधाशोध केल्यावर आयनॉक्स मधल्या शॉपर्स स्टॉपमध्ये तिला सेल्स गर्लची नोकरी मिळाली. जुलेखा एका मुलाची आई आहे हे कोणालाही कळले नाही. तिचे अजून लग्नच झाले नसेल असे इतरांना वाटले. ही नोकरी सुरंजनला पसंत नव्हती. म्हणायचा 'तुमच्याकडून मरेमरेतो काम करून घेतात, पण तेवढा मोबदला देत नाहीत. इतक्या कमी पैशात कसे चालेल?'

जुलेखा जे काही मिळवायची, त्यातला बराच भाग मामाच्या घरात द्यायची, द्यावा लागायचा. हातात जे उरायचे त्यातून मुलासाठी काहीतरी विकत घ्यायची. सुरंजनकडे यायची ती रिकाम्या हाताने, कंगाल. सुरंजन म्हणायचा, ''हेच बरे. तुझ्याकडे काही नाही, माझ्याकडेही काही नाही. आपल्यामध्ये कोणी मोठे-छोटे नाही. आपल्यात कुठलाच भेदभाव नाही.''

सुरंजन शक्यतो तिच्या मामाच्या घरी जायचा नाही, जायला नको असायचे. तो इथे, या भागात आलाच होता, जुलेखासाठी. जुलेखाही मनात आले की जाननगरच्या त्याच्या घरी यायची. सुरंजन नसला तरी किरणमयी असायची. मामाच्या घराबद्दल जुलेखा फार बोलायची नाही. ती तिथे फार सुखात असेल असे सुरंजनला वाटत नव्हते. तिला सुख एकच – बापाचा डोळा चुकवून सोहाग तिला भेटायला यायचा.

जुलेखा त्याच्यासाठी चॉकलेट, बिस्किटे, बूट, कपडे विकत घेऊन ठेवायची. तो आला की त्याला द्यायची. त्याला जवळ घेऊन पापे घ्यायची. शाळा कशी चालली आहे, बाबा प्रेमाने वागतात की नाही, नवीन आई कशी आहे, तुझी देखभाल करते की नाही – असे विचारायची. सोहाग सगळ्याच प्रश्नांना होकारार्थी मान डोलवायचा. इतक्या लहानपणीच सोहागला बिचाऱ्याला, तो आपल्या आईबरोबर राहू शकत नाही – ह्या कटू सत्याचा स्वीकार करावा लागला होता. जुलेखाला दुःख व्हायचे ते स्वतःसाठी नाही, तर त्याच्यासाठी. तिची सोहागची ओढ नाळेची होती, आणि देहमनाने तिला ओढ होती ती सुरंजनची. आसपासचे भोचक लोक तोपर्यंत सुरंजनला सफिकुलच समजायचे. एवढेच काय, मामाकडेही बरेच दिवसपर्यंत तो वीरभूमचा चुलत भाऊ आहे असेच सांगितले होते, पण मामाच्या घरी तिला वेगळी खोली नव्हती, जिथे ती या चुलत भावाला घेऊन एकांतात बसू शकेल. मामी आणि मामेबहिणी झोपायच्या, त्याच खोलीत जमिनीवर अंथरूण घालून ती झोपायची. त्या घरात सुरंजनला बोलावले तर मामाच्या खोलीत बसवून, चहा बिस्किटे देऊन निरोप देण्याशिवाय गत्यंतर नव्हते. भवानीपूरमध्ये मामाचे मटण शॉप होते. घरची गरिबी नव्हती पण खर्च करायची सवय नसल्यामुळे राहणीमान खूपच निम्न होते. तिच्या वडिलांच्या घरी फार काही श्रीमंती होती असे नाही, पण कशाही आर्थिक परिस्थितीत ती जमवून घेऊ शकायची. कॉलेजमधल्या श्रीमंत मुलींच्या घरी ती गेलेली होती, राहिली होती. संकोच हळूहळू कमी झाला होता. प्राध्यापक राबिउल इस्लाम यांचे सुसंस्कारित आयुष्य, त्यांचे अत्यंत सभ्य आचार-विचार, त्यांची अभिरुची, संस्कृती या सर्वांचा जुलेखावर कॉलेजची चारही वर्षे मोठा प्रभाव होता.

सुरंजन तिला केवळ एक हिंदू मुलगा न वाटता माणूस वाटायचा. विशेषतः,

बलात्कार झाला त्या दिवशी अमजदचा मित्र असूनही सुरंजनने तिला वाचवायचा प्रयत्न केला, डॉक्टरकडे नेले, औषध घेऊन दिले – तेही सुरंजननेच. अत्याचारी पुरुषाच्या डोळ्यात, त्यानेच धरून आणलेल्या सावजाबद्दलच्या मायेने अश्रू आलेले जुलेखाने – बघणे तर दूरच, पण कधी ऐकलेही नव्हते. ही माया, हे अश्रू कुठल्याही हिंदू अथवा मुस्लीम संप्रदायाकडून मिळाले नसते अशी जुलेखाची खात्री होती.

हा संप्रदाय वेगळा होता, जात-धर्म यांच्यापेक्षा कितीतरी उच्च होता.

तिला नेहमी निष्ठुरता बघायचीच सवय होती. सहा वर्षे तिने मोहब्बतचा कठोर, करारी चेहराच पाहिला होता. दोघे मिळून कधीही कुठे बाहेर गेले नव्हते. गेलेच, तर एखाद्या नातलगाकडे अकस्मात काही कारणाने जावे लागले तर, किंवा जंगीपूरला. घरात कधीच आप्त स्वकीयांचे एकत्र येणे, मित्रांचे जमणे व्हायचे नाही. कोलकात्यात मेहनतीने व्यवसाय करून, पैसा कमवून बायको, मुलाला घेऊन जंगीपूरला परत जायचे, तिकडे जाऊन पिढीजाद लाकडाच्या व्यवसायातच पडायचे किंवा फर्निचरचे दुकान काढायचे असा मोहब्बतचा इरादा होता. प्रेमाबिमाच्या बाबतीत तो तसा कंगालच होता.

त्या संध्याकाळी जुलेखाची सत्तावीस वर्षांची आग आपल्या सदतीस वर्षांच्या जलाने शमवून सुरंजन म्हणाला, ''कोण आले आहे माहिती आहे का?''

''कोण?''

''त्या भल्या महिलेला तू ओळखत नाहीस?''

''नाही बाई.''

''नक्कीच ओळखतेस.''

''अंहं,'' जुलेखाने मान हलवली. तिला आठवत नव्हते.

''तसलिमा नासरिन.''

सुरंजन सिगरेट पेटवून पलंगाच्या कठड्यावर रेलून म्हणाला. सुरंजनच्या हातातल्या सिगारेटकडे जुलेखाने नाराजीने नजर टाकली. तिला सिगरेटचा वास सहन व्हायचा नाही.

''त्यांची पुस्तके वाचली नाहीस?''

''खूप पूर्वी वाचले होते. शाळेत होते तेव्हा त्यांचे 'निर्वाचित कलाम' पुस्तक वाचले होते.''

'''लज्जा' वाचले नाहीस?''

''नाही.''

''काय सांगतेस!''

''का?''

"'लज्जा' बहुतेक सगळ्यांनी वाचलेली असतेच. एक तू सोडून."

जुलेखा मोठ्याने हसली.

"मग ती लेखिका तुझ्या घरी कशी काय आली आहे?"

"आमच्या देशातलीच ओळख आहे."

"देशबांधव?"

जुलेखाच्या गळ्याचे चुंबन घेऊन सुरंजन म्हणाला, "हो. जसे आपण गल्लीबांधव."

"हं."

सुरंजनने तिला कधीही सांगितले नव्हते की मामाचे घर सोडून तू माझ्या घरी राहायला ये. एकत्र राहण्याचा विषय जुलेखानेही कधी काढला नव्हता. मामाच्या घरी राहणे किती दुःसह आहे याची सुरंजनला जाणीव नव्हती असे नाही – होती. मोहब्बतचे घर सोडल्या दिवसापासून जुलेखा आशेवर होती की एक ना एक दिवस तिला सुरंजनचा आधार मिळेल. एक दिवस तो स्वतःच म्हणेल – इतके हाल कशाला सहन करतेस? माझ्याकडे ये, चल, दोघे एका घरात एकत्र राहू. मने जुळली, शरीरे जुळली, मग वेगळे राहण्यात काय अर्थ आहे हे जुलेखाला समजत नव्हते. सुरंजनला काय अडचण होती? पण तसे जुलेखाने कधी त्याला विचारले नाही. आता तिने एक गोष्ट सोडून दिली होती – ती म्हणजे आशा. आशा सोडल्यामुळे, जे काही मिळेल त्यात तिला प्रचंड आनंद व्हायचा. सुरंजन जेव्हा ये म्हणेल तेव्हा ती येईल, एका क्षणाचाही विलंब न लावता. पण सुरंजन स्वतः प्रस्ताव ठेवेपर्यंत ती काही बोलणार नाही. कारण तो नाही म्हणाला तर! याची तिला भीती होती. मग कदाचित संपर्कच राहणार नाही. त्यापेक्षा डोळे, कान, नाक बंद करून मामाच्या घरी पडून राहणे बरे. सुरंजनशी असलेला संबंध तिला हिऱ्याइतका मौल्यवान होता.

सुरंजन जुलेखाला ये का म्हणत नव्हता, हे सुरंजनला स्वतःला तरी माहिती होते का? बेलघरीया सोडून तो पार्क सर्कस मध्ये राहायला आला तो काय फक्त प्रेम करण्यासाठी? त्याच्या अंतरात कोणतेही स्वप्न नव्हते? त्याला आतमध्ये पोकळ, रिकामे वाटत होते. जुलेखाबद्दल त्याला माया होती, करुणा होती, तिच्यावर प्रेमही होते. किती निष्पाप, निरागस, सच्ची आणि ताकदीची आहे ही मुलगी. सुदेष्णा अशी असती तर!

सुदेष्णाशीदेखील त्याने प्रेमविवाहच केला होता. ते प्रेम फारच अल्प काळातले होते. पण तेव्हा त्याला ते प्रेमच वाटले होते. जुलेखावर तो खरेच प्रेम करत होता का? सुरंजन गोंधळात पडला होता. जुलेखाच्या बाबतीत त्याच्या मनात एक अपराधी भावना होती, भयावह अपराधीपण. त्या अपराधीपणातूनच करुणा

निपजली होती. करुणेतून एक प्रकारची दया-माया. मायाबद्दल त्याला जशी सदासर्वदा वाटायची तशीच. जुलेखाबरोबर त्याचा शरीरसंबंध होता. नाही, केवळ शरीरसुखासाठी नाही, त्यात त्याचे मनही गुंतले होते, पण जुलेखाशी एकदम लग्न करून तिला घरी आणणे त्याच्या मनाला तितके पटत नव्हते. वस्तीत त्याच्या काही मुसलमान मित्रांचा गट होता. तो प्रभावशाली होता. जुलेखाशी लग्न केल्यावर ते कदाचित भडकून उठणार नाहीत, पण तिथले तथाकथित धर्मरक्षी मुसलमान काय नुसते लग्नाची सनई ऐकत बसतील? सुरंजनला भीती वाटत होती. स्वतःबद्दल वाटणाऱ्या भीतीपेक्षा कितीतरी जास्त भय त्याला जुलेखाबद्दल वाटत होते. बळीच्या बकऱ्याप्रमाणे कदाचित तिला रस्त्यात मान कापून फेकून देतील. सुरंजनच्या अंगातले पूर्वीचे धाडस आता तेवढे नाही, हे त्याला जाणवत होते. जे काही थोडेफार धाडस उरले होते, ते त्याने बलात्काराच्या दिवशी दाखवले होते. अचिंत्यच्या तावडीतून एका असहाय स्त्रीला वाचवले होते. पण खरेच त्याला वाचवणे म्हणता आले असते का? चार पुरुषांनी तर बलात्कार केलाच होता, तेव्हा सुरंजनने काही आडकाठी केली नव्हती. पहिल्यापासूनच त्यांना थोपवायचा काही प्रयत्न त्याने केला नव्हता. उलट प्रथम आपणच बलात्कार करावा असाही विचार त्याच्या मनात आला होता. जुलेखाच्या त्या अवस्थेला सुरंजन शंभर टक्के जबाबदार होता. अपहरण – तलाक – मामाच्या घरातले आयुष्य – रात्रंदिवस उपेक्षा आणि अपमान सहन करत जगणे. मोहब्बतच्या घरात निदान तिला थोडा तरी अधिकार होता – एका पत्नीचा अधिकार – जरी पतीच्या अधिकाराच्या मानाने नगण्य असला तरी. आणि सर्वांत मोठा दिलासा होता तो म्हणजे सोहाग. तो तिच्या जवळ होता. सुरंजनमुळे जुलेखाची बलात्कार, तलाक याहीपेक्षा मोठी हानी झाली होती ती म्हणजे सोहागला गमावणे.

सुरंजन एकदम पलंगावरून उठून कपडे घालत जुलेखाला म्हणाला, "चल, पटकन कपडे घाल.''

"कुठे चालला आहेस?''

"तुला घरी सोडून एका मित्राकडे. खूप महत्त्वाचे काम आहे.''

"कोण मित्र?''

"तू ओळखत नाहीस.''

"नाव तर सांग. मग बघेन ओळखते की नाही. तू तर म्हणाला होतास की आज आणखी कुठे जायचे नाही म्हणून!''

"हो, पण जावे लागेल.''

"कोणाच्या घरी? अमजदच्या?''

सुरंजन काही बोलला नाही. जुलेखाचा चेहरा अगदी उदास दिसत होता.

सुरंजन कुठल्याही मित्राकडे नव्हे, तर दुसरीकडेच कुठेतरी चालला आहे, तिची धारणा होती.

❧

सुरंजनचे आयुष्य रहस्यमय होते. किरणमयीचे तसे नव्हते. बहुधा पुरुषांचे आयुष्यच जास्त रहस्यमय असते. एका स्त्रीचे जीवन दुसरी स्त्री सहज वाचू शकते. माझ्या बाबतीत आयुष्यभर हेच घडत आले आहे. पुरुषाला पारखणे मला कधीही शक्य झाले नाही. सुरंजनला जाणण्याचा जितका प्रयत्न केला, तितके धक्के खाऊन मागे फिरले.

किरणमयीने अगदी अगत्याने मला खाऊ-पिऊ घातले. डोळ्यातून पाणी काढले. किती मायेने 'मा, मा,' करून माझ्याशी बोलली! आई बनणे शक्य नसते, पण तिने जी मा म्हणून हाक मारली ती तरी किती जण मारतात? त्या हाकेसाठी आणि सुधामयांच्या मृत्यूनंतर ती जे ओढग्रस्त आयुष्य जगत होती, त्यासाठी माझा ड्रायव्हर – तरुण – बरोबर एका पाकिटात दहा हजार रुपये घालून तिला भेट म्हणून पाठवले. तरुण ते देऊन आला. तेच पाकीट घेऊन रात्री अकरा वाजता सुरंजन माझ्या घरी आला. दार उघडल्याबरोबर ते पाकीट पुढे करून म्हणाला, "हे तुम्ही चुकून पाठवलेत.''

त्याला आत बोलावले. तो आत आल्याबरोबर दारूचा भपकारा आला. पाकीट माझ्या हातात देऊन म्हणाला, "तुम्ही स्वतःला खाली आणू नका.''

मी त्रासिक स्वरात म्हटले, "खाली? मी स्वतःला खाली कशाला आणेन? मी काही भेट देऊ शकत नाही का?''

"नाही. एवढे पैसे तुम्ही भेट म्हणून देऊ शकत नाही. आमचे घर तुमच्या घराइतके उत्तम प्रकारे नसले तरी चालते आहे. आम्ही समृद्धीच्या पुरात न्हात नसलो तरी डोक्यावर छप्पर आहे.''

बरोबरच आहे म्हणा! सुरंजन जसा राहतो आहे, तशी भारतातली लाखो कुटुंबे गुजराण करत आहेत. एवढेच नव्हे, तर त्याहीपेक्षा अनेकांची कितीतरी वाईट अवस्था आहे. माझे पैसे परत करून त्याला हे सांगायचे होते की ते कंगाल नाहीत. माझ्या मनात किरणमयी आणि सुरंजन दोघांबद्दल आदर उत्पन्न झाला. म्हणजे पैसे घेतले असते तर अनादर वाटला असता असे नाही पण घेतले असते तर त्यांनी मला आपली मानली असे मी समजले असते. त्यांची परिस्थिती सुधारल्यावर कदाचित पैसे परत केले असते. मला पैसे परत घ्यायचे नव्हते. कोण जाणे, एखाद्याला ऋणात ठेवणे बहुधा माझ्या अहंला सुखद वाटत

असेल. मी बघितले आहे, की मला कुणाच्याही कुठल्याही प्रकारच्या ऋणात राहायला मुळीच आवडत नाही, आणि जोपर्यंत मी कोणाला तरी माझ्या ऋणात ठेवत नाही तोपर्यंत मला शांती लाभत नाही. आपल्याला ताठ मानेने चालता यावे म्हणून आपण कोणाचेही उपकार घ्यायचे नाहीत आणि कोणालातरी आपल्या उपकाराखाली ठेवायचे हे कौशल्यच म्हणायला हवे. अवचेतन मनात हेच कौशल्य वापरत वागत आले का? कदाचित हो – कदाचित नाही. धारदार सुरीचे मी स्वतःवर वार केले, मग स्वतःवरच दया करत सुरी बाजूला सारली. सुरी बाजूला ठेवूनच सुरंजनला म्हटले, "बैस."

"नको." सुरंजन उत्तरला.

"अरे थोडावेळ तरी बैस ना."

त्याला बसावेच लागले.

"फक्त दारूच प्याला आहेस की काही खाल्ले पण आहेस?"

"नाही खाल्ले."

"काहीतरी खा."

"नको."

"का?"

"घरी जाऊन खाईन."

"इतक्या रात्री तुझ्या आईला उठून तुला वाढायला लागेल."

"रोज रात्री वाढतेच की."

"कमालच करतोस. एका वयस्कर बाईला त्रास देतोस!"

"तिला हे करण्यात आनंद मिळतो."

"आनंद मिळवायला दुसरे काहीच नसले की माणूस मिळेल त्यात आनंद शोधतोच. इथे खाऊन जा."

"आईबद्दल कशाला बोलता? तुम्हालाही काय कमी आनंद होतो आहे का? मला वाटते मला खायला घालून तुम्हालाही खूप आनंद मिळणार आहे."

मी मोठ्याने हसले. सुरंजनही हसला. हसत हसत म्हणाला –

"जेवणार नाही. व्हिस्की असेल तर मात्र घेईन."

मी स्वतः व्हिस्की पीत नाही. मित्रमंडळी कधी कधी घेतात म्हणून घरात ठेवते. ब्लॅक लेबलची एक बाटली त्याच्या हातात देऊन म्हटले "तूच ओतून घे."

सुजाता ग्लास, पाणी सगळे घेऊन आली. सुरंजन म्हणाला, "यापेक्षा स्वस्तातली नाही का? ही पिण्याची मला सवय नाही."

"चांगल्या गोष्टी घ्याव्याशा वाटत नाहीत का? इतके बंडखोर व्हायची गरज

नाहीये. वाईट अन्न खाईन, फटके, मळके कपडे घालेन, घाणेरड्या वस्तीत राहेन, नोकरी करणार नाही, प्रतिष्ठानाच्या विरोधात राहीन, अराजकवादी बनेन, या सगळ्यामुळेच आदर्श क्रांतिकारी होता येते, किती सोपे?''

''वाईट अन्न खाणे, घाणेरड्या जागी राहणे, तुम्हाला वाटते तितके सोपे नाही. हजारो माणसे राहतात तशा या उकाड्यात पंखे, एसीशिवाय तुम्ही राहू शकाल? दोन्ही वेळा फक्त भात भाजी खाऊ शकाल?''

''भाजी मला खूप आवडते. कोण म्हणते भाजी वाईट असते?''

''तुम्ही मांस-मच्छी खाता म्हणून भाजी चांगली वाटते. न्यूट्रिशन, व्हिटॅमिन्स असतात म्हणून मोठ्या लोकांचे आता हे खाणे झाले आहे. छोटे मासे आवडतात म्हणून तुम्ही लोकांनी छोटे मासे महाग केलेत. बरं, तुम्हाला काय खायला आवडत नाही?''

''म्हणजे?''

''म्हणजे खायची कोणती गोष्ट तुम्हाला आवडत नाही?''

''कारले.''

''रोज कारल्याची भाजी आणि भात खाऊ शकाल?''

''हे बघ, मी चांगले-चुंगले खाते, चांगल्या जागी राहते याचा अर्थ असा नाही की ज्यांना चांगले खायला मिळत नाही, किंवा ज्यांचे राहणीमान तितके चांगले नाही, त्यांचा मी अपमान करते आहे. सगळ्यांचेच राहणीमान उंचावावे, सगळ्यांकडे पैसा असावा, अशीच माझी इच्छा आहे.''

''ऐशोआरामात राहून हे म्हणणे सोपे आहे, पण बोलण्याइतके ते सोपे नाही. जर सर्वांची परिस्थिती तुमच्यासारखी झाली, तर तुम्हाला ते आवडणार नाही, कारण मग तुम्हाला आरामात राहता येणार नाही. तुमच्या घरात काम करायला नोकर-चाकर मिळणार नाहीत, झाडांना पाणी घालायला माळी मिळणार नाही, गाडी चालवायला ड्रायव्हर मिळणार नाही.''

''माणसे मिळतात म्हणूनच वाईट सवयी लागतात ना. मिळणार नाहीत अशी व्यवस्था करा ना. तुमच्या समाजवादाच्याच या सगळ्या गोष्टी आहेत. तुझा तर यावर विश्वास आहे ना! या देशातल्या समाजवादी गटात नाव दाखल केले नाहीस?''

''नाही.''

''का?''

''समाजवाद जगात कुठेही नाही. ते लोक भांडवलवाद्यांपेक्षाही मोठे भांडवलवादी आहेत.''

''प्रत्येकच गोष्ट उत्क्रांत होते.''

सुरंजन हसून म्हणाला,

“या सगळ्या फक्त सबबी आहेत. काळाबरोबर चालण्याच्या नावाखाली मोठे लोक आपला स्वार्थ साधून घेतात.”

बराच वेळ शांततेत गेला. एकदम मी विचारले, “सुरंजन तू प्रायश्चित्त घेतो आहेस का?”

“नाही.”

“मग हे काय करतो आहेस?”

“ प्रायश्चित्त घेत नाहीये.”

“जुलेखाबरोबर तू काय करतो आहेस?”

सुरंजन गप्प.

“तिच्यावर तू प्रेम करत नाहीस. प्रेम करत नाहीस तर तिचे आयुष्य का बरबाद करतो आहेस?”

“कोण म्हणाले प्रेम करत नाही?”

“नाही करत.”

सुरंजन दातावर दात आवळून रागाने माझ्याकडे बघत म्हणाला –

“तुम्हाला काय माहिती?”

“तुझे जुलेखावर प्रेम आहे सुरंजन?” मी मोठ्याने हसले. सुरंजनच्या कपाळावर आठ्या पडल्या.

“एका मुसलमान मुलीवर तुझे प्रेम आहे?”

“हो. आहे.”

“विश्वास बसत नाही.”

“का?”

“कारण...”

“कारण तू तर मुसलमानांचा तिरस्कार करतोस – असेच ना?”

“हो.”

“आयुष्य असे ब्लॅक अँन्ड व्हाइट नसते तसलिमा.”

सुरंजनने मला तसलिमा म्हणून कधीच संबोधित केले नव्हते. आजच प्रथम. आधी तसलिमा दी म्हणायचा.

“तसलिमा, तुम्हाला अचानक मुसलमानांचा इतका कळवळा का आला? आतापर्यंत कधी नव्हता. ‘लज्जा’मध्ये पाने भरभरून मुसलमानांनी हिंदूंवर केलेल्या अत्याचारांचे वर्णन केलेत.”

“सत्य तेच लिहिले.”

“हो, लिहिलेत. इथले सत्य तुमच्या डोळ्यांना दिसत नाही का? की बघूनही

न बघितल्यासारखे करता आहात?''

''तुला काय म्हणायचे आहे?''

''जे म्हणायचे आहे ते तुम्हाला चांगले समजले आहे.''

''नाही. आणखी समजावून सांग. इथले सत्य बांगलादेशच्या उलटे आहे असे तुला म्हणायचे आहे का? मुसलमानांवर हिंदू अत्याचार करत आहेत? नाही, मी तरी असे काही पाहिले नाही. मुसलमानांच्याबरोबर एका वस्तीत हिंदू राहत नाहीत, त्यामुळे त्यांना मुसलमान किंवा इस्लामबद्दल तितकेसे माहिती नाही. हां, गुजरातमध्ये मुसलमानांवर अत्याचार झाले. पण त्याचा सर्वांत जास्त निषेध हिंदूंनीच केला, मीही केला होता.''

''तो नसता केला तर बुद्धिवादी म्हणवता आले नसते, म्हणून केला.''

''काहीतरी बोलू नकोस सुरंजन. कोणी हिंदू असो, मुसलमान असो की ख्रिश्चन, माझ्या लेखी तो केवळ एक माणूस असतो. माणूस, ही एकमेव ओळख मी मानते, दुसरी कुठलीही नाही. माणसांमध्ये बरे-वाईट असतात. काही प्रगतीशील, काही परंपरावादी. काही कट्टरपंथीय, काही धर्मनिरपेक्ष. काही–''

माझे बोलणे मधेच तोडून सुरंजन म्हणाला,

''घरातून बाहेर पडून तुम्ही कधी त्यांच्या वस्तीत गेला आहात? ते लोक कसे जगतात ते पाहिले आहे?''

''कोण लोक?''

''मुसलमान.''

''वस्तीत हिंदू राहत नाहीत? हिंदूंना दारिद्र्य भोगावे लागत नाही? कोणी श्रीमंत असतात, कोणी गरीब. श्रीमंत-गरिबांमध्ये खूप अंतर असते. हे सगळे राजकीय षड्यंत्र आहे, हा हिंदू-मुसलमान विषयच नाही. मुसलमान श्रीमंत नसतात का? भारतात किती श्रीमंत मुसलमान आहेत माहिती आहे? तू म्हणशील मुसलमान तुलनेने मागासलेले आहेत. आता ते जर का धर्माला कायदा मानून बसले, मदरसे स्थापून तिथेच शिकत राहिले, जर विज्ञानाधिष्ठित शिक्षण घेतले नाही, स्त्रियांना बुरख्यात डांबून ठेवले, त्यांना स्वावलंबी होण्यापासून रोखले, तर समाज उन्नत कसा होईल सांग ना. आर्थिक, मानसिक कुठलीच उन्नती होणे शक्य नाही. मी तर एक गटही स्थापन केला आहे – 'धर्ममुक्त मानववादी मंच' नावाचा. या मंचावर मुसलमान कुटुंबात जन्मलेल्या पण नास्तिक लोकांना एकत्र आणले आहे – जे धार्मिक कायदे नाकारून समानाधिकारावर आधारित दिवाणी कायदे स्वीकारतील, धर्ममुक्त समाज, धर्ममुक्त शिक्षण व्यवस्था, मानवाधिकार, स्त्रियांचे अधिकार – यासाठी लढतील. मागासलेल्या लोकांसाठी जर खरेच सहानुभूती वाटत असेल, तर हे सगळे करावेच लागेल. दारिद्र्य बघून नुसते डोळ्यांतून पाणी काढून त्यांचे

काहीही भले होणार नाही. हा फालतूपणा आहे."

माझे बोलणे सुरंजन लक्षपूर्वक ऐकत होता. हातात सिगरेट होती. मी म्हटले "माझ्या घरात सिगरेट ओढायला मनाई आहे. ओढायचीच असेल तर बाहेर व्हरांड्यात जा. तिथे ॲशट्रे आहे, त्यात राख झटक." व्हरांडा हस्नुहानच्या फुलांच्या सुगंधाने भरून गेला होता. सुरंजन व्हिस्की पीत होता. मी व्हिस्की, सिगरेट काहीच पीत नाही. सिगरेटच्या पाशातून सुटले आहे म्हणून मुक्तीचा स्वाद चाखते आहे.

सुरंजनविषयीचे माझे कुतूहल शमत नव्हते. अनेक दिवस डोक्यात घोळणारा प्रश्न मी विचारला, "बरं, सुरंजन, तू हिंदू कट्टरपंथीय होतास ना?"

"हो, कट्टर होतो. तसेच राहायचे होते मला."

"मग काय झाले?"

"माहिती नाही काय झाले."

"नक्कीच माहिती आहे. आतमध्ये काय घडते आहे हे माहिती नसते की काय?"

"हो. काही जण असतात असे, ज्यांना कळत नाही."

"तू कट्टरपंथीय नाहीस?"

"माहिती नाही."

"काहीतरी बोलू नकोस. हो की नाही उत्तर दे."

"सांगितले ना माहिती नाही म्हणून!"

"असे होणे शक्यच नाही. माणसाला इतर कोणाबद्दल नाही तरी स्वत:बद्दल माहिती असतेच."

"मला तरी माहिती नाही."

"तू गोंधळला आहेस का?"

"बहुतेक."

"कोलकात्यात इतके इलाके असताना तुला पार्क सर्कसमधेच राहायचे काय कारण, सांग बरे."

सुरंजन त्या अर्धवट उजेड असलेल्या व्हरांड्यात माझ्या नजरेला नजर देऊन म्हणाला –

"जुलेखा."

"जुलेखा?"

"हो. जुलेखा." सुरंजन हातातली सिगारेट संपल्यावर निघून गेला. मला तिथेच खिळलेली सोडून दार उघडून बाहेर गेला. मी बराच वेळ होते तिथेच, तशीच बसून राहिले. समोर पाकीट, पाकिटात परत केलेले दहा हजार रुपये.

मला विचित्र एकटेपणा वाटू लागला.

मामाच्या घरी जुलेखा कितीही तोंड लपवून राहिली तरी तिच्या गावचे, इकडचे तिकडचे नातेवाईक – जे तिच्या लग्नालाही आले नव्हते, लग्नानंतर तिची ज्यांनी विचारपूसही केली नव्हती, ते सगळे अचानक उपटले आणि हिरीरीने तिचा धिक्कार करू लागले. तिचे काका-काकी, मामा-मामी, मावशी-मावसोबा, आत्या-आतोबा कोणीही सोडले नाही – इतकेच काय त्यांची मुलेसुद्धा – शी शी जुलेखा, हे काय केलेस तू, घराण्याच्या नावाला काळे फासलेस– असे म्हणत तिची छीथू करू लागले. यापूर्वी जुलेखाने घराण्याच्या गौरवाबद्दल कधी एवढे ऐकले नव्हते. तिच्या घराण्याचा मान वाढवणारे कोणी आहे याची तिला कल्पना नव्हती. आश्चर्य म्हणजे कोणीही मोहब्बतला नावे ठेवत नव्हते, सगळे तिचीच निंदा करण्यात गढले होते. म्हणायचे 'जुलेखाला धरून नेऊन तिची अब्रू लुटली, तरीही मोहब्बतचे तिच्यावर इतके प्रेम होते की त्याने तिला तलाक दिला नाही, पण त्यानंतरही एका हिंदू मुलाला घरात आणून ती भलते-सलते चाळे करत होती.'

मामाने तिला राहायला जागा दिली खरी, पण दिवसरात्र म्हणायचा "अशक्य, मला इथे राहणेच अशक्य आहे. या मुलीला काही लाज शरम नसली तरी मला आहे ना!" त्या वस्तीत खाटिक मामाला काय इतकी प्रतिष्ठा होती हेही जुलेखाला कळत नव्हते. जुलेखाची बीएची पदवी हीच तिची प्रकाश शलाका होती. तीच तिला दिलासा देत होती की जगाने तिला कितीही हुडूत-हुडूत केले तरी ती एकटी जगू शकेल. तिचे मन हेदेखील तिला ताकद देणारे होते. ते मन तिला सांगत होते की या शहरात मला भाड्याने घर घ्यायचे असेल तर मी का नाही घेऊ शकणार! जुलेखाचे शिक्षण आणि धीर देणारे मन नसते तर ती एखाद्या नातलगाच्या, नवऱ्याच्या, किंवा एखाद्या वेश्यावस्तीत निश्चिंतपणे राहू शकली असती. किंवा मैला वाहण्याचे, माती खोदण्याचे किंवा एखाद्या मालकिणीकडे हेल्पर-आयाचे काम करू शकली असती. तिची पदवी तिला सांगत होती – तू या सगळ्यात पडू नको. तू यापेक्षा खूप चांगले काम करू शकतेस. सांगत होती खरी, पण चांगले काम मिळवून देत नव्हती. मामाच्या घरातले आश्रिताचे जिणे सोडून जायची तिची इच्छा होती, पण कुठे जाणार? जायला जागा असती तर त्या खाटिक मामाच्या घरात मानहानी सोसत ती मुळीच राहिली नसती, रोज जिभेच्या सुरीने आत्मसन्मानाचे तुकडे तुकडे होताना बघत राहिली नसती.

इतक्या सहजपणे तिला स्वत:ला मरू द्यायचे नव्हते. म्हणून तर सामूहिक बलात्कार सहन करताना तिने प्रतिकार केला नव्हता. तिच्या पाठीशी कोणीही उभे राहणारे नव्हते म्हणून तर नवऱ्याचा अधिकार बजावणारा बलात्कार वर्षानुवर्षे सहन करत राहिली. विरोध केला नाही. विरोध करून जायचे कुठे? हाच प्रश्न तिला सतत भीती दाखवत होता. पूर्णत: उद्ध्वस्त झाल्याखेरीज कोणी बाहेर पडत नाही. मार्ग खुंटला की मगच माणसाला नवीन मार्ग शोधणे भाग पडते. म्हणूनच नवऱ्याने बाहेर काढल्यावर राहायची आणि नोकरीची कशीबशी सोय करू शकली. जुलेखाच्या बाबतीत सगळे वाईट घडूनदेखील काही चांगलेही होते. तिचे वडील अपंग होते, आणि कोणी नातलगही फारसे घनिष्ट नव्हते. त्यामुळेच कोणी मदत करायला किंवा दूर सारायला पुढे सरसावले नाहीत. जे काही बोलायचे ते सुरक्षित अंतरावरूनच बोलले.

मोठ्या बहिणीच्या सासरीही दिवसभर तिचा धिक्कारच होत होता. सुलेखाला तिने फोन केला तेव्हा सुलेखाने फोनवरच सांगितले की जुलेखाची बातमी आता लपून राहिली नाही. लोक त्यांच्या सगळ्या नातलगांना नावे ठेवत होते. मुसलमान पतीच्या घरात राहून एक मुसलमान स्त्री एका हिंदू मुलावर प्रेम करते असा इतिहास अख्ख्या भारतवर्षात सापडायचा नाही. मोहब्बत खूपच भला माणूस, म्हणून फक्त तलाक दिला. दुसरा कोणी असता तर तिला कापून गंगेत टाकून दिले असते.

सुलेखाचा नवरा उठता-बसता सुलेखाला शिवीगाळ करायचा. म्हणायचा "इतक्या वाईट मुलीची तू बहीण. तू तरी कशी चांगली असशील?" सासरच्या माणसांना कलंक लागेल या भीतीने ती बाहेर कोणाला तोंड दाखवू शकत नव्हती.

जुलेखाने सांगून टाकले होते की मी सिउडीला परत येणार नाही. तुम्ही बाबांची देखभाल करा. मी कुठेतरी हरवले असे सांगा. हरवतातच ना मुली! कितीतरी मुली गावातून नाहीशा होतात! परक्या गावात जाऊन विकल्या जातात. जुलेखाने बूथवरून फोन केला होता, पालथ्या हाताने तिने डोळे पुसले. जुलेखाने आपल्या बदनामीचा सुरंजनजवळ काही उल्लेख केला नाही. त्याला सांगणे म्हणजे काहीतरी करण्याचा त्याच्यावर दबाव आणल्यासारखे झाले असते. कुटुंब, नातलग, समाज, यांच्यापासून सुटका करून घेण्याचा एकच उपाय शिल्लक होता – तो म्हणजे सुरंजनने इस्लाम धर्म स्वीकारायचा आणि दोघांनी लग्न करायचे. पण लग्न हा शब्दही कधी सुरंजनच्या तोंडून निघाला नव्हता. ज्याला जे करायचे नाही त्याला ते करायला भाग पाडून जुलेखाला सुख मिळवायचे नव्हते.

जुलेखा सुरंजनला दहशतवाद्यांचा मित्र म्हणून ओळखत होती. असे दहशतवादी

– जे एका निरपराध स्त्रीला धरून नेऊन, तिच्यावर बलात्कार करून कोणावर तरी सूड उगवतात. अशा सुरंजनशी लग्न करण्याचा विचार तरी जुलेखा कसा करू शकते? वरवर पाहता सुरंजन तिच्याकडे आकृष्ट झाल्यासारखा वाटत होता. हे आकर्षण खऱ्या प्रेमापोटी होते, की अपराधी भावनेपोटी? 'माझ्या मित्रांनी तुला खूप दुःख दिले, त्यांच्यामुळे तुला प्रेमहीन शरीरसंबंध सोसावा लागला, त्यांचा बदला घेण्यासाठी मी तुला प्रेमपूर्ण शरीरसुख देतो' अशा भावनेने जर तो प्रायश्चित्त घेत असेल तर ते सुखद प्रायश्चित्त असले तरी दोघांमध्ये कुठल्याच प्रकारचा अनुबंध निर्माण होणार नाही – ना प्रेमाचा, ना मैत्रीचा. एवढेच नव्हे, तर शत्रू म्हणूनही संबंध असणार नाही.

जुलेखा अधूनमधून स्वतःलाच प्रश्न विचारायची की तिचे सुरंजनवर खरेच प्रेम आहे का? तिला जाणवायचे की प्रेम आहे पण त्याच्याविषयी तिच्या मनात संशयही आहे. तिचा सुरंजनवर विश्वास नाही. विश्वास नसेल तर एखाद्यावर प्रेम करता येते का? हो. निश्चित करता येते. विश्वास नसला तरी एका अर्थाने ती त्याच्यावर प्रेम करतेच. म्हणजे करता येते. हे प्रेम केवळ शारीरिक आहे का? जुलेखाला तसे वाटत नव्हते. कारण शारीरिक असते तर मोहब्बतबरोबर कधीच तिला परमोच्च सुख कसे मिळाले नाही? मोहब्बतवर तिने कधीच प्रेम केले नाही, म्हणून मिळाले नाही. पहिल्या दिवसापासूनच दोघे कधीही आवेगाने एकत्र आले नाहीत. पहिल्या दिवसापासूनच जुलेखाच्या लेखी मोहब्बत एखाद्या यंत्रासारखा होता. ना आवाजात चढ-उतार, ना चेहऱ्यावर हास्य. हाक पण अशी मारायचा – जणू एखाद्या यंत्राच्या फटीतून शब्द बाहेर पडताहेत.

'ए इकडे ये. हाक मारतोय ऐकू येत नाही का? चल आडवी हो.' आडवी झाली की साडी नेसलेल्या जुलेखाकडे मोहब्बत बघत राहायचा. साडी नेसलेल्या अवस्थेतच तिची साडी वर करायचा. मग स्वतःची लुंगी वर करून सापासारखी लांब जीभ बाहेर काढून उजव्या हातावर थुंकी घेऊन ती आपल्या लिंगाच्या टोकावर लावून जोरात आत घुसवायचा. जुलेखा रोज रात्री वेदनेने ओरडायची. एक दीड मिनिट मोहब्बत, मूल ज्याप्रमाणे गुंग होऊन खेळण्यातल्या गाडीशी खेळते तसा जुलेखाच्या आत क्रीडा करून तिच्या अंगावरून उतरायचा.

स्त्री असल्याचे प्रायश्चित जुलेखा अशा प्रकारे घेत होती – ते सगळे सहन करून. स्त्री असल्यामुळेच कोणाही ऐरागैऱ्याशी लग्न लावून दिले जाते आणि त्याचे शरीर तिच्यावर जे काही अत्याचार करेल त्याविरुद्ध तोंडातून ब्र काढायचा नाही. जुलेखाने यापेक्षा काही वेगळे केले नव्हते.

बंड करण्याची इच्छा जर तिच्या मनात असती तर भांडया-कुंड्यांचा व्यवसाय करणाऱ्या माणसाबरोबर लग्न करायला ती राजी झाली नसती. तिच्या वडिलांकडे

लग्नाचा प्रस्ताव आला, त्यांनी त्या बाबतीत जोर धरला. बाकी नातलगांनी तेव्हा तर येऊन सांगितले की नाही हा मुलगा तेवढा चांगला नाही. ते जर स्वत:ला इतके उच्च योग्यतेचे मानत होते तर, त्यांनी कुठल्याही शिक्षक, डॉक्टर किंवा इंजिनिअर असलेल्या मुलाचे स्थळ का आणले नाही?

कॉलेजमध्येही जुलेखाला, ज्याच्यावर प्रेम करावे असा कोणी मुलगा भेटला नाही. जर नलहाटी शाळेतल्या शिक्षिका सुलताना कबीर सतत तिला मुलींच्या – विशेषत: मुसलमान मुलींच्या, शिक्षणाचे महत्त्व वारंवार समजावत राहिल्या नसत्या, तर कदाचित जुलेखाचे कॉलेज शिक्षण बंदच पडले असते. लिहायला-वाचायला शिकले नाही, शाळा कॉलेज पूर्ण केले नाही तर दासी -बटकीचे जिणेच नशिबी येणार म्हणून समजा. वास्तविक जुलेखाच्या बाबांचे मत होते की मुलींनी एवढे शिकायची काही गरज नाही, चांगल्या मुलाशी लग्न झाले की झाले, पण स्वत:च्या मुलीने दासी-बटकी सारखे जगावे अशी त्यांची इच्छा नव्हती.

राबिउल इस्लाम यांनी सुलताना कबीर यांच्याबरोबर परिचय करून दिला. ताठ मानेने जगायची प्रेरणा जुलेखाला मिळाली खरी, पण शेवटी ती ती प्रेरणा टिकवू शकली नाही. जुलेखाला लग्न करावेच लागले. लग्न करून देण्याशिवाय मनिरुद्दिनकडे काही पर्याय नव्हता. आजूबाजूचे लोक दहा तोंडांनी बोलू लागले होते.

'मुलगी अजून कुमारीच आहे. तिचे लग्नबिग्न करणार की नाही? पुष्कळ वाट पाहिली, अजून किती वेळ? एखादा वधूवर सूचक अजून भेटला नाही? कोणी हितचिंतक शोधला नाही?' त्यामुळे मोहब्बतचे स्थळ आल्याबरोबर मोठ्या बहिणीच्या नवऱ्याने मुंडी डोलावली – मुलगा चांगला आहे, एकदोघा काकांनी मान डोलावली, बस्, काझीला बोलावून लग्न होऊन सुद्धा गेले.

जुलेखाला जीवन अत्यंत अजब वाटायचे. सोहाग मोहब्बतसारखाच दिसतो. तिला संशय होता की स्वभावही बहुधा त्याच्यासारखाच असावा. आई त्याला सोडून घरातून निघून गेली, पण एक दिवससुद्धा हात-पाय पसरून रडला नाही. आईबरोबर जायचे असा आक्रोश केला नाही. तो मोहब्बतच्या काळजाचा तुकडा होता. सोहागचा ओढा आईपेक्षा बापाकडेच जास्त होता. बाप कर्तबगार होता, सक्षम होता. बालपणापासून माणूस क्षमतेकडेच आकर्षित होतो. दुर्बल व्हावेसे कोणाला वाटते? मरणासन्न, ठप्प, अंधकारमय आयुष्य कोणाला हवे असते? कोणासारखे झाले की चांगल्या सोयी, सुखे भोगायला मिळतात, हे मुलांना चांगले कळते. त्याच व्यक्तीकडे पहिल्यापासून मुले ओढली जातात.

जुलेखाने सोहागला विचारले, "तुझ्या अब्बांच्या पत्नीला तू काय हाक मारतोस रे बाळा?"

"अम्मा म्हणतो."

"तिला का अम्मा म्हणतोस? ती तर तुझी अम्मा नाहीये. मी तुझी अम्मा आहे ना!"

"अब्बूनेच सांगितले अम्मा म्हणायचे म्हणून. म्हणून म्हणतो." सोहाग उत्तरला.

"मग मी सांगते आहे की तिला अम्मा म्हणायचे नाही. ऐकशील माझे?"

सोहाग गप्प राहिला. तो ऐकणार नाही, हे जुलेखा समजून चुकली. त्याच्या अब्बूचाच आदेश तो पाळणार.

"मी काय म्हणते आहे तुला कळतंय का?"

सोहागने होकारार्थी मान हलवली.

"माझ्याबरोबर राहशील? चल, तू आणि मी एकत्र राहू या."

सोहाग म्हणाला, "अब्बू नाही का राहणार?"

"नाही, अब्बू नाही राहणार. फक्त तू आणि मी दोघेच."

सोहाग पुन्हा गप्प.

"अब्बूला सोडून राहणार नाहीस?"

मान हलवत सोहाग म्हणाला, "नाही."

सोहाग एकदम जुलेखाची मिठी सोडवून मामाच्या घराचा उंबरा ओलांडून पळत सुटला. मोहब्बतच्या घरची कामवाली त्याला हात धरून घेऊन गेली. मुलगा दृष्टीआड होईपर्यंत जुलेखा तशीच उभी राहिली. तिच्या मनात आले, 'हळूहळू सोहाग तिला भेटायला येईनासा होईल. कदाचित कामवाल्या मरियमकडून तो ऐकेल की तुझी आई वाईट चालीची आहे, हिंदू मुलाबरोबर पळून गेली. मोहब्बत आणि त्याची नवीन बायको नक्कीच त्याच्यासमोर जुलेखाबद्दल वाईट-साईट बोलत असणार. आईविषयीची निंदा मुलाच्या डोक्यात पक्की बसणार. हाच मुलगा मोठा झाला की आईचा तिरस्कार करणार.'

जुलेखाला अगदी एकटे-एकटे वाटले. छातीत कसेतरी होऊ लागले. मामाच्या घराचा दरवाजा धरून ती बाहेरच उभी राहिली. वर विशाल आकाश. शून्यता घेरून आली. याच, अशाच वेळी कदाचित स्त्रिया आत्महत्या करतात. जुलेखाला आत्महत्या करायची नव्हती. तिला जगायचे होते. नक्कीच जगायचे होते. स्वतःच्या मर्जीप्रमाणे जगायचे होते, पण ते शक्य नव्हते. तरीही हा समाज, हा परिवार तिला जसा ठेवेल, ज्या फुटकळ सोयी देईल त्यातच, तशीच ती जगत होती. त्यातल्यात्यात आनंद शोधण्याचा प्रयत्न करत होती. नाही, ती फार कशाची अपेक्षाच करत नव्हती. एक दिवससुद्धा तिने मोठीमोठी स्वप्ने पाहिली नाहीत. सुरंजन सांगत होता त्याप्रमाणे तो खरेच तिचे अपहरण आणि बलात्कार करणाऱ्यांच्या

गटातला असेल, तर तिच्या लेखी तो आता अपहरणकर्ता, सूड घेणारा शत्रू अपराधी भावना असलेला एक युवक राहिला नसून एक प्रेमी होता. शेवटी सुरंजनला जरी तसे वाटत नसले तरी जुलेखाला तो प्रियकरच वाटत होता. तरी देखील सुरंजनशी असलेल्या संबंधांबद्दल तिच्या मनात कुठले स्वप्न निर्माण झाले नव्हते. जेव्हा मनात कसेतरी व्हायचे, जेव्हा शरीरात कोलाहल माजायचा, जेव्हा हृदय दोन्ही किनारे तोडून उतू जायला बघायचे तेव्हा सुरंजन असायचा. तो असेपर्यंतच हे सर्व. असे कितीतरी वेळा व्हायचे की तो येतो सांगून यायचा नाही, विसरून जायचा. घरी आहे असे सांगून नसायचा. जुलेखा घरी येऊन बघायची की ती ज्याच्यासाठी आली तो घरी नाहीच आहे. अर्थात, जुलेखा बसून किरणमयीशी गप्पा मारायची. किरणमयीची जुलेखावर माया होती. तिची दु:खे ऐकून तिला वाईट वाटायचे. पण सुरंजनचे आणि तिचे संबंध आणखी घट्ट व्हावेत असे मात्र तिला वाटत नव्हते. जुलेखा ही गोष्ट जाणून होती.

एक दिवस किरणमयी म्हणाली, ''हे बघ, तुझे सध्या दिवस वाईट आहेत. वेळीच डॉक्टर-बिक्टरला दाखव. तुझी तब्येत बिघडायला नको.''

''माझी तब्येत चांगली आहे.'' जुलेखा म्हणाली.

किरणमयी म्हणाली, ''बघ बाई, पुन्हा मूल-बिल व्हायला नको. उगीच भानगडीत पडू नकोस.''

जुलेखाने शरमेने मान खाली घातली. एक शब्दही बोलू शकली नाही. सुरंजनबरोबरच्या संबंधांचा परिणाम काहीच होणार नाही हे जुलेखाला माहिती होते. जोपर्यंत दोघांचेही मन एकमेकांना विटत नाही, शरीराचे आकर्षण नष्ट होत नाही तोपर्यंतच हा संबंध राहणार. एकत्र राहणे शक्य नाही. लग्न न करता देखील एकत्र राहिल्यामुळे मामाच्या घरच्या त्रासातून तिची सुटका झाली असती. तिला जो काही पगार मिळत होता, त्यात स्वत:साठी एक सुरक्षित घर भाड्याने घेणे शक्य नव्हते. जर कुठे राहायचे असेल तर ते तिला कोलकात्यातच राहायचे होते. सिउडीला परत जाण्याचे काही कारणच नव्हते. तिथल्या असह्य आयुष्याची तिला चांगलीच कल्पना होती. तिथे गेली तर तिथले लोक तिला फाडून खातील. त्यांच्यापासून स्वत:ला वाचवायचे असेल तर आत्महत्येशिवाय पर्याय नाही.

तिने आत्महत्या केली तर ते लोक खूश होतील हेही तिला माहिती होते. लोकच कशाला, तिचे बाबा देखील खूश होतील. पण त्या कोणालाच खूश करण्याची तिची इच्छा नव्हती. तिचे आयुष्य फक्त आणि फक्त तिचे होते – इतर कोणाचाही त्यावर अधिकार नव्हता. संधी मिळाली की लोक तेच आयुष्य पायदळी तुडवायला टपलेले होते, ते ती त्यांना मुळीच करू देणार नव्हती. तिने कोणताही अन्याय केला नव्हता. तिच्या नवऱ्याचा सूड लोकांनी तिच्यावर हल्ला

करून घेतला होता. पण तिच्या नवऱ्याने त्याच्या अत्याचारित पत्नीकडे ना क्षमा मागितली, ना तिला प्रेम, मान दिला. उलट तिच्या अंगावर हात टाकला. तेव्हा कोणीही नातलग, वडील तिच्या साहाय्याला आले नव्हते. त्या वेळी तिने तिच्या बाबांना फोन केला होता. फक्त त्यांनाच रडत रडत कर्मकहाणी सांगितली होती – तिच्या नवऱ्याच्या कृत्याचा सूड उगवण्यासाठी कसे काही तरुणांनी तिला धरून नेऊन तिच्यावर बलात्कार केला, मग घरी टाकून गेले, तिची शुश्रुषा करण्याऐवजी कसे तिच्या नवऱ्याने तिला निर्दयपणे मारले. तेव्हा बाबा म्हणाले, "पतीचे पाय धरून क्षमा माग जुलेखा."

"मी कशाला क्षमा मागू? माझी काय चूक आहे?"

"क्षमा माग म्हटलं ना. शेवटी तो तुझा नवरा आहे. तो तुला नक्कीच मारू शकतो."

"मी क्षमा मागणार नाही. मी त्याचा काय अपराध केला आहे सांगा ना. काही लोकांनी माझे अपहरण केले, हा माझा दोष? माझ्यासाठी तुम्हाला काहीच वाईट वाटत नाही? माझ्याशी प्रेमाने, सहानुभूतीने बोलायच्या ऐवजी तुम्ही माझ्याच अंगावर ओरडता?"

बाबा त्यादिवशी रागाने लाल झाले होते. क्षमा मागितली नाही तर ते मुलीला माफ करणार नव्हते. जुलेखा मुळीच क्षमा मागणार नव्हती. कुठल्या अपराधासाठी क्षमा मागायची हेच तिला कळत नव्हते. तिचा काहीही दोष आहे हे ती मानायला तयार नव्हती. अपराध केला होता अमजद आणि त्यांच्या मित्रांनी, मोहब्बतने.

आपल्यासाठी आता काय उचित, काय अनुचित हे तेव्हा जुलेखाला समजत नव्हते. गोंधळलेल्या अवस्थेतच ती सिउडीला पोचली. पहिल्यांदा तिला मोठ्या बहिणीला भेटायचे होते. सुलेखाने फोनवरच सांगितले होते की तिच्या सासरी जुलेखाचे येणे अशक्य आहे. आत्ता, या वेळी बहिणीच्या भेटीची बातमी कळली तर तिच्या सासरी गहजब होईल. त्यापेक्षा जुलेखा महिन्याभराने, परिस्थिती जरा निवळल्यावर आली तर भेटायला काही अडचण येणार नाही.

मग जुलेखाने राबिउल इस्लाम आणि सुलताना कबीर यांच्या घरी जाऊन त्यांची भेट घेतली. दुपारी चहा-बिस्किटांवर बोळवण झाली. जुलेखाने आपल्या घरी फार वेळ थांबावे अशी कोणाचीच इच्छा नव्हती. वास्तविक ती गेली होती त्यांचा आधार, पाठिंबा मिळावा म्हणून, पण व्यर्थ. कोणाकडूनच तिला कसलाच आधार मिळाला नाही. दोघांनी तिला वडिलांच्या घरी जायचा सल्ला दिला. वडिलांच्या घरी जाऊन जुलेखा काय करणार होती? सगळे तिचा तिरस्कार करणार आणि तिच्यापुढे एकच मार्ग उरला असता – आत्महत्या. किंवा दुसऱ्या कोणा बदमाशाशी लग्न करणे. कोणीही सुशिक्षित भला माणूस जुलेखाशी लग्न

करायला तयार झाला नसता. घटस्फोटिता होण्याचा अपराध तिने केला होता, त्याहीपेक्षा मोठा अपराध अपहृत, बलात्कारित होऊन केला होता, आणि सर्वांत मोठा अपराध म्हणजे एका हिंदू मुलावर प्रेम करणे.

बाबांना भेटण्याची जुलेखाला फार फार इच्छा होती. पक्षाघाताने ग्रस्त असलेले तिचे बाबा. घरातले नोकर-चाकर आणि लांबच्या नात्यातला एक पुतण्या – हा बाबांचा संसार. बाबांच्या पहिल्या पत्नीचा मुलगा – जुलेखाचा सावत्र भाऊ – रहमान – सतरा-अठरा वर्षांपूर्वीच, जुलेखा लहान असतानाच काश्मीरला निघून गेला होता. पहिल्या-पहिल्यांदा पत्र पाठवायचा, नंतर पाठवेनासा झाला, त्याचा काही पत्ताही लागला नाही. रहमानचा एक फोटो फ्रेम करून भिंतीवर लावलेला होता. तो काश्मीरला गेल्यापासूनच तो फोटो लावला होता. तो काश्मीरला का गेला, आणि परत कधीच का आला नाही, हे जुलेखाला कधीच कळू शकले नाही. तिच्या बाबांनी त्या फोटोकडे बघून उसासा टाकला नाही, असा एकही दिवस गेला नाही.

बाबांची पहिली पत्नीदेखील अकालीच मरण पावली होती आणि दुसरीही. दोन्ही मुलीच झाल्या म्हणून दुसऱ्या पत्नीला काही कमी निंदा सहन करावी लागली नव्हती. जुलेखा रेल्वे स्टेशनकडे जात असताना तिला तेच टोमणे आठवत होते. तिची आई दिवसभर शिव्या, टोमणे, छी थू सहन करायची आणि निशब्द रात्री दबक्या आवाजात रडायची. सुलेखा, जुलेखा आईचे दुःख कधी कणभरदेखील कमी करू शकल्या नाहीत. कुठल्या आजाराने आई खंगून वारली ते कोणालाच कळले नाही. तपासण्या, उपचार झाले असते तर कळले असते, पण बिचारीचे तसे काहीच झाले नाही. तिच्या पोटात प्रचंड दुखायचे. बाबा म्हणायचे जेवण जास्त झाले म्हणून दुखत असेल. पूर्ण अकरा वर्षे बाबा हेच म्हणत राहिले की आई जास्त जेवते, हाताला लागेल ते काही विचार न करता खात सुटते. जुलेखा भरभर स्टेशनवर गेली. जिथे ती जन्मली, वाढली ते घर मागे राहिले. लग्न होईपर्यंत ते तिचे निवासस्थान होते. तिचे निवृत्त शाळामास्तर वडील अंगणात खाटेवर झोपले असतील. घरातल्या भिंतीवर रहमानचा फोटो लटकत असेल. बाबांना जे पाहिजे ते नोकर आणून देत असेल. कोणी मित्र किंवा नातलग आले तर बाबा त्यांना सांगत असतील – मी जुलेखाशी संबंध तोडायचा निर्णय घेतला आहे. मनातल्या मनात म्हणत असतील – ही मेली तर बरे.

जुलेखा वाट तुडवत राहिली. घामाने भिजली होती. तिच्या मनात आले की आता तिचे नवीन आयुष्य असेल – ज्या आयुष्याच्या दिशेने ती चालली आहे. त्या जीवनात ती सोडून इतर कोणीही नाही. तिच्या समाजाने तिला कबरीत गाडून टाकले. आता ती एका नव्या समाजाकडे चालली आहे, जो समाज तिला

स्वीकारेल. कारण समाजाच्या चौकटीबाहेर ती जाऊच शकणार नाही. समाजातल्या पांढरपेशा लोकांच्या शरीराची भूक भागवण्यासाठी लालबत्ती भागात तिला आपले जीवन सडवायचे नव्हते. ज्यादिवशी तिला तिथे जाणे भाग पडेल, त्या दिवशी ती आत्महत्या करेल असा तिने स्वत:ला शब्द दिला होता.

जुलेखाने सिउडीतल्या घटनांबद्दल सुरंजनला काही सांगितले नाही. सुरंजनने विचारले, ''काय केलेस तिथे जाऊन सांग ना.''

''बरेच काही.''

''बरेच काही म्हणजे? जुन्या प्रियकरांना भेटलीस?''

जुलेखा हसत हसत म्हणाली, ''हो ना. मी त्यांच्याचबरोबर पळून जाणार आहे. तुझ्यापेक्षा ते सगळे कितीतरी देखणे आहेत.''

''मग? परत आलीस की.''

''आले, बघायला आले.''

''कोणाला?

''आणखी कोणाला, तुलाच.''

''काय बघायला आलीस? तुझ्या विरहात मी शोक करतो आहे की नाही?''

''छे,छे. ते बघण्याचे माझे कुठले भाग्य!''

''सिउडीत काही भलते-सलते तर करून आली नाहीस ना?''

''असले काही करायची माझी ताकद आहे का? भलते-सलते तर इतर करतात. मी त्या घटनांची साक्षी तरी असते, नाहीतर शिकार तरी.''

या तीक्ष्ण बोलण्याने सुरंजनच्या काळजाचा वेध घेतला की नाही कुणास ठाऊक. फारसा घेतला असे तिला वाटले नाही. सिउडीबद्दल सुरंजनला आणखी काही जाणून घ्यायचे नव्हते. पुढे होऊन बोलावे असे जुलेखापाशीही काही नव्हते. तिची बहीण आणि शिक्षक तिच्याशी जसे वागले ते ती इतर कोणालाही सांगू शकली असती, पण सुरंजनला नाही. त्यांनी तिला कसे दुत्कारले हे जर तिने स्वत:च्या तोंडाने त्याला सांगितले तर त्याला वाटेल की ती त्याच्याकडे आश्रय मागते आहे, त्याच्या मदतीची अपेक्षा करते आहे. ती उलट असे दाखवत होती की काही गैर घडलेच नाही. जणू जुलेखा जे काही करते आहे त्याला सर्वांचाच पाठिंबा आहे, तेच सर्वांचे मत आहे. मित्र, नातलग सगळ्यांनी जणू मदतीचे आश्वासन दिले. तिला तिच्या मर्जीप्रमाणे जगायला सांगितले. जणू सगळ्यांनी तिला मनापासून शुभेच्छा दिल्या ज्या तिच्यासाठी पूर्वीही होत्या आणि आजही आहेत. कुटुंब, जमात, संप्रदाय, समाज सगळ्यांनी जुलेखाची वाहवा केली.

सगळ्या गोष्टी ती का बरे सुरंजनला सांगेल?आत्मसन्मान नावाची काही

गोष्ट अजून तिच्याकडे शिल्लक आहे. खरोखरच आत्मसन्मानानेच तिला जगायचे होते. कुठेही कसलेही काम करायला ती तयार होती. एखाद्या शाळेत शिक्षिकेची नोकरी मिळाली तर किती बरे होईल! कोलकाता शहर सुरंजनच्या ओळखीचे आहे. तो स्वत:ही शिक्षक म्हणून काम करतच होता. त्याने मनात आणले तर तो जुलेखाला एवढी मदत नक्कीच करू शकला असता. जुलेखा कोणाकडूनच कसलीच अपेक्षा करत नव्हती, तिला करायचीही नव्हती, पण तरीही मनाच्या एका कोपऱ्यात थोडी तरी आशा, अपेक्षा दडलेली होतीच. जशी सुरंजनकडून सुप्त आशा होती तशी थोरल्या बहिणीकडूनही होती, की ती अशा प्रकारे परतवून लावणार नाही, राबिउल आणि सुलतानाकडूनही होतीच. भरवसा ठेवावा असे शेकडो लोक जुलेखाकडे नव्हते, हाताच्या बोटावर मोजण्याइतकेच होते. आशेच्या साहाय्याने ती पुन्हा एकटी लढू लागली. जर ही आशा नावाची गोष्ट ती आयुष्यातून पूर्णत: हद्दपार करू शकली तरच ती खऱ्या अर्थाने मुक्त होईल.

ज्यांचे कोणी नाही, ज्यांच्याकडे काही नाही, ज्यांचे काहीही स्वप्न नाही, ते या शहरात जगत नाहीत की काय! जे जगतात म्हणजे फक्त श्वासोच्छ्वास करतात, शून्य नजरेने, रित्या मनाने असीम शून्याकडे बघत बसतात, त्यांच्यासारखी तर जगू शकतेच की जुलेखा!

मामाच्या घरात तेलकट उशी आणि लघवीच्या दुर्गंधाने भरलेली चादर घेऊन तिला झोपावे लागायचे. आणि तेसुद्धा शौचालयाच्या उघड्या दाराकडे तोंड करून. ती कुठे झोपते, या घरात कशी राहते हे जर सुरंजनने बघितले तर तिचे हे भोग बघून सुरंजनला प्रेमाचे, ममतेचे उमाळे येतील की नाही याबद्दल जुलेखा जरा साशंकच होती. कदाचित फक्त चुकचुक करून थोडे दु:ख प्रकट करेल, त्यापेक्षा अधिक काही नाही. त्याची तरी कुठे फार मोठी चांगली परिस्थिती आहे – असे म्हणून जुलेखा स्वत:चेच सांत्वन करायची. तो स्वत:च दुरवस्थेत होता. त्याचा आर्थिक कणा तर केव्हाच मोडला होता. जुलेखाची दुरवस्था बघून उलट त्याच्यावर दबाव येईल. त्याने जर हे सर्व बघितलेच नाही, तर जुलेखाच्या मनात अशी भावना राहिली की, हे बघून तो तिला इथून बाहेर घेऊन जाईल. आणि जर ते बघूनही तो तिला घेऊन गेला नाही तर? ही भीती तिला सुरंजनला कळू द्यायची नव्हती. कारण काहीही झाले तरी त्या दोघांमधले आकर्षण, आग, तिला टिकवून ठेवायची होती. हीच आता जुलेखासाठी सगळ्या दु:खातून जरा सुटका मिळवण्याची जागा होती. सुरंजन नसेल तर तिचे जग चूरचूर होऊन जाईल. अखेर तिला कोणी एक मिळाला होता, ज्याला शरीरसंबंध पाहिजे होता, पण त्याने कधीही तिच्यावर बलात्कार केला नाही. तिची इच्छा नसेल तर तो तिला स्पर्शदेखील करायचा नाही. सुरंजन हळूहळू स्वत:च्याही नकळत तिच्या जीवनातले

एकमात्र सुख बनला होता. त्याला कोणत्याही प्रकारच्या जबाबदारीत किंवा कर्तव्यबोधाच्या प्रवाहात तिला लोटायचे नव्हते. नाते टिकून राहण्यासाठी मुक्ती आवश्यक असते, बंधन नाही. वास्तविक नात्यात मुक्ती नसून बंधन असेल तर ते नाते कधी आनंद देऊ शकेल का? नाते जर जगड्व्याळ दगडासारखे असेल तर ते कुठलाही आनंद देऊ शकणार नाही.

सुरंजनला सगळे माहिती असण्याची गरज नाही. त्याला इतकेच माहिती असावे, की मामाच्या घरी फार काही गैरसोय होत नाही, नोकरी छान चालली आहे, शॉपर्स स्टॉपमध्ये तिला पाच हजार रुपये पगार मिळतो, दरवर्षी पगारवाढ होईल, त्याला वाटावे की सोहाग रात्रंदिवस आईसाठी रडतो. जुलेखाबद्दल काही चांगल्या गोष्टी त्याला ठाऊक असाव्यात. हे जर त्याला ठाऊक नसेल, तर त्याच्या लेखी जुलेखा म्हणजे फक्त सामूहिक बलात्काराची शिकार, नवऱ्याचा मार खाणारी, तलाक दिलेली एक असहाय स्त्रीच ठरली असती, त्याहून अधिक काही नाही. त्यामुळे पुन्हा, दुसऱ्यांदा तिच्यासाठी त्याला करुणेचा पाझर फुटावा हे तिला नको होते. करुणेची जागा प्रेमाने घेतली होती. आता पुन्हा प्रेमाची जागा दयेने घ्यावी आणि तिचा सर्वनाश व्हावा अशी तिची इच्छा नव्हती.

अधूनमधून जुलेखाला संशय मात्र यायचा की सुरंजनच्या मनात तिच्याबद्दल प्रेम आहे की नाही! की पैशाशिवाय, जबाबदारीशिवाय शरीरसुख भोगायची त्याच्यासाठी ती एक उत्तम संधी होती – बाकी काही नाही? या शहरातल्या इतर कुठल्याही स्त्रीशी तो अशा प्रकारचा संबंध ठेवू शकला नसता. दुसऱ्या स्त्रीने काहीतरी मागण्या केल्या असत्या, किंवा लग्न कर म्हटले असते.

आणि नाहीतर सोनागाछी आहेच. पण तिथेही धोके आहेत, खर्च आहे. जुलेखा सुरंजनच्या आर्थिक, सामाजिक, कौटुंबिक कुठल्याच परिस्थितीला धक्का लावत नव्हती. किंबहुना अगदी मनापासून त्याला देतच होती. हृदय आणि शरीर – दोन्ही निरपेक्षपणे देत होती. माणसाने काय सतत देतच राहायचे का? जुलेखाला अगदी एकटे-एकटे वाटले.

एकटे वाटण्याची कारणेही बरीच होती. डोळे फोडून जेव्हा अश्रू येऊ पाहायचे तेव्हा ती त्यांना रोखून धरायची. तिच्या डोळ्यांत पाणी येऊन चालणार नाही. रोज ती कितीतरी वर्तमानपत्रे विकत घेऊन नोकरीच्या संधी बारकाईने बघायची. ती जे काम करत होती – गणवेश घालून नुसते उभे राहणे – त्यापेक्षा आणखी चांगले काम करण्याची तिची पात्रता आहे असे तिला जाणवायचे. जर चांगली नोकरी मिळाली, तर हा इलाका सोडून ती दुसरीकडे कुठेतरी राहायला जाईल. सोहागचे चांगले चालले आहे. जर त्याचे आईवर प्रेम असेल तर तो आईला शोधून काढेल. सुरंजनचेही जर प्रेम असेल तर तोही येईल. बेलघरीयामधले

इतक्या दिवसांचे वास्तव्य सोडून पार्क सर्कसमध्ये सुरंजन तिच्यासाठी आला असे त्याने कितीही सांगितले तरी यामागे नक्कीच काही दुसरे कारण असावे असे जुलेखाला वाटत होते.

✦

सुरंजनच्या जुलेखाशी असलेल्या संबंधाबद्दल जेव्हा मायाला कळले तेव्हा ती भयंकर बेचैन झाली. तिने सुरंजनला सांगून टाकले की तिच्याशी संबंध ठेवायचा असेल माझ्याशी तुझा काही संबंध राहणार नाही. तुला कोणाला तरी एकीला निवडावे लागेल दादा.

मायाची 'दादा' ही हाक पुन्हा कधीच ऐकायची नाही याची सुरंजन कल्पना देखील करू शकत नव्हता. जग बुडाले तरी चालेल, पण मायासाठी तो त्याचे सर्वस्व अर्पण करेल. सुरंजनने जुलेखाशी लग्न करावे अशी किरणमयीचीदेखील इच्छा नव्हती. जुलेखा घरी यायची. मुलगी स्वभावाला, वागायला चांगली होती. अत्यंत सज्जन. तिच्याशी गप्पा मारताना किरणमयीचाही वेळ चांगला जायचा. सगळ्यात महत्त्वाचे म्हणजे सुरंजन खूश असायचा. डोळ्यासमोर दार बंद करून दोन स्नेही एकत्र वेळ घालवतात – प्रेम आहे म्हणूनच ना! किंबहुना किरणमयीला वाटायचे की बदमाश मुलांबरोबर ऊठबस करण्यापेक्षा घरात बसून प्रेम करणे केव्हाही चांगले. बायकोने घटस्फोट दिलेला एकटा तरुण माणूस, स्नेहीसोबती नसतील तर मन कसे ठीक राहील? अशा प्रकारे किरणमयी स्वतःची समजूत घालायची, मायालाही समजवायची. पण मायाचे स्पष्ट मत होते की लग्न तर सोडाच, पण तिच्याशी कोणताही संबंध ठेवलेला चालणार नाही.

माया काय उगीच असे म्हणत होती का? ढाक्यातील दंग्याच्या वेळचे ते दुःस्वप्न तिला आठवत नव्हते का? त्या मुसलमान मुलांनी मायाला फाडून खाल्ले नव्हते का? माया जगातल्या कोणालाही क्षमा करू शकेल, पण मुसलमानांना नाही. ज्या मायामुळे सुरंजनच्या सुदेष्णाशी असलेल्या वैवाहिक जीवनाचा अंत झाला, तीच माया सांगत होती की जर दुसरी कुठली मुलगी मिळाली नाही तर त्याने सुदेष्णाकडेच परत जावे. तिच्याशी सुरंजनने पुन्हा नव्याने संबंध जोडावा. सुदेष्णाने दुसरे लग्न केले नव्हते. त्यामुळे शक्यता तरी होतीच. त्या मुसलमान मुलीशी आत्ता, या क्षणी त्याने सगळे संबंध तोडून टाकावेत.

किरणमयीच्या घरी पलंगावर बसून माया रडत रडत हे सगळे बोलत होती.

किरणमयी खुर्चीवर बसली होती. सुरंजन दारात उभा होता. खिडकीच्या बाहेर नळावर पाणी भरण्यासाठी कोलाहल चालला होता. खिडकीचा पडदा

जोरात फडफडत होता. आजूबाजूला हिंदूंची काही घरे होती. तिचे रडणे जर कोणाला ऐकायचे असते तर कान देऊन ऐकता आले असते. किरणमयी एक दीर्घ उसासा टाकून म्हणाली, "माझ्या आयुष्यात तर आता काही सुख उरले नाही.''

मायाने तीक्ष्ण नजरेने तिच्याकडे बघितले. "मी तर सुख देऊ शकले नाही तुला, पण तुझ्या काळजाचा तुकडा – तुझा मुलगा का तुला सुख देत नाहीये? इतक्या इतर जागा असताना इथेच येऊन का राहिला? हा भाग सगळ्या दहशतवाद्यांचा आहे. दोन घरे सोडली की लगेच ओळीने मुसलमानांची घरे आहेत. इथे तुला कोण सुरक्षितता देणार?''

माया फुटून फुटून रडू लागली. ते रडणे बघून सुरंजनला खूप वाईट वाटले. त्याला का समजत नाही? माया त्याची एकुलती एक बहीण, प्रेमाची बहीण. तांतीबाजारातल्या घरात दोघे एकत्र वाढले. दादाशिवाय तिला काही सुचायचे नाही. तीच बहीण उरात किती दुःख घेऊन रडते आहे हे सुरंजनला कळत होते. मायाने बोललेली, न बोललेली प्रत्येक गोष्ट, प्रत्येक उसासा, हसणे, यामागचे कारण त्याला ठाऊक आहे. सुरंजन जर जुलेखाशी संबंध तोडू शकला असता तर त्याने तो आजच तोडला असता. जुलेखा मुसलमान म्हणून नव्हे, तर केवळ मायासाठी, तिची इच्छा म्हणून. दुसरे कोणतेही कारण नाही. सुदेष्णाशी परत नाते जोडणे त्याला जमणार नाही. जे नाते एका सामान्य ठोकरीत भंगले, तेच नाते पुन्हा जोडण्यात काही अर्थ नाही. ते कोणत्याही लहानशा कारणाने पुन्हा तुटू शकते. त्यापेक्षा एकटे राहणे बरे.

ज्याक्षणी त्याला वाटले की सुदेष्णाबरोबर राहण्यापेक्षा एकटे राहणेच बरे, त्याच क्षणी माया म्हणाली, "त्यापेक्षा दादाने एकट्याने राहणेच बरे. लोक एकटे राहत नाहीत का? मी ज्या प्रकारे राहते आहे, ते पुष्कळसे एकटे राहण्यासारखेच आहे.'' असे म्हणून माया रडू लागली. बराच वेळ रडत राहिली. किरणमयीच्या खांद्यावर डोके ठेवून रडली. मायाच्या रडण्याखेरीज घरात कुठलाच आवाज नव्हता. कोणी तिला रडणे थांबवायला सांगितले नाही. कारण कुठलेच बोलणे तिचे रडणे थांबवू शकले नसते. आईच्या घरी येण्यात मायाचा हेतूच हा असायचा की तिच्या आयुष्यातल्या अतृप्तीबद्दल, अशांतीबद्दल पोटभर रडणे. अशी रडून मोकळी झाली नाही, तर आठवड्यातले बाकीचे दिवस न रडता जगणे तिला शक्य झाले नसते. तिच्या उरात कित्येक दुःखे बर्फासारखी गोठवून ठेवली होती. आई आणि भावाच्या सान्निध्यातच ते बर्फ वितळून त्याची नदी वाहायची. सुरंजनने एक दीर्घ उसासा सोडला. आज जर तो चांगला पैसेवाला असता, तर चांगल्या वस्तीत एक मोठे घर भाड्याने घेऊन माया आणि तिच्या दोन मुलांना आपल्याकडेच

घेऊन आला असता. सुरंजनला स्वत:साठी नाही, किरणमयीसाठी नाही, एवढेच काय, जुलेखासाठीही नाही, पण केवळ मायासाठी स्वत:च्या दारिद्र्याबद्दल दु:ख व्हायचे. त्याने पूर्वीपण मायाला सांगितले होते, 'मला एखादी चांगली नोकरी मिळाली असती, किंवा खूप पैसा मिळेल असे काम मिळाले असते, तर तुला आणखी त्रास झाला नसता. त्या सैतानाबरोबर राहावे लागले नसते.'

ते ऐकून मायाने दादाला घट्ट मिठी मारली होती. सुरंजन डोळ्यात जमणारे पाणी आवरून म्हणाला होता, 'जोपर्यंत मी काही करू शकत नाही, तोपर्यंत तुझ्या या नालायक भावाला क्षमा करू नकोस.'

माया अशी दर आठवड्याला येऊन रडली नसती तर! माया सुखी असती तर!

''माझ्या नशिबात सुख नाही रे दादा.''

सुरंजनचा नशिबावर विश्वास नव्हता. नशीब वगैरे काही नसते हे त्याला ठाऊक होते. काहीच आधीपासून लिहिलेले नसते. पैसा असता तर माया पाहिजे तशी जगू शकली असती. पण पैशामुळेच सगळी सुखे मिळतात यावरही त्याचा विश्वास नव्हता. अशी कित्येक श्रीमंत माणसे त्याने बघितली होती ज्यांना स्वास्थ्य नव्हते. आतापेक्षा जास्त पैसा जेव्हा सुरंजनकडे होता, तेव्हापेक्षा तो आता चांगल्या प्रकारे राहतो आहे हे निश्चित. घरी आल्याआल्या सुदेष्णाशी जेव्हा भांडण व्हायचे, तेव्हा नंदननगरमधल्या घरात तो दारूची बाटली घेऊन बसायचा. सुदेष्णा एका खोलीत, सुरंजन दुसऱ्या खोलीत. रात्री उशिरा किरणमयी येऊन बाटली काढून घ्यायची आणि म्हणायची, 'स्वत:लाच का त्रास देतो आहेस? कोणावर सूड उगवतो आहेस? नाही, तुझ्या दारू पिण्याने कोणाचेही काहीही बिघडणार नाही. मेलास तर तूच मरशील. इतर कोणी मरणार नाही.' या बोलण्याचा काहीच उपयोग नव्हता. सुरंजन पीतच राहायचा. त्या वेताच्या खुर्चीवरच पाय पसरून झोपी जायचा. या सगळ्याने सुदेष्णाला काही फरक पडायचा नाही. सुदेष्णाने त्याच्याशी लग्न केले होते, पण लग्न झाल्याझाल्याच तिच्या लक्षात आले होते की या माणसाच्या आतबाहेर प्रचंड आक्रोशाशिवाय दुसरे काहीही नाही. त्याच्यात जे आहे ते त्याचे व्यक्तिमत्त्व आहे असे समजण्याची चूक लोक करतील पण तो भयंकर स्वार्थी आणि तितकाच उदासीन माणूस आहे. तो थंड डोक्याने माणसाचा खून करू शकेल, पण मनात आले तर पाण्यात उडी घेऊन एखाद्याला वाचवेलही. दोन्ही स्वभाव समांतर होते. तिला समजून चुकले होते की कुठल्याही शहाण्या माणसाला याच्याबरोबर राहणे शक्य नाही.

सुरंजन मायाचे रक्षण करू शकला नाही. तिला वाचवायचे स्वप्न होते त्याचे. मुसलमानांनी मायाला धरून नेल्याच्या घटनेने त्याला उन्माद चढल्यासारखा

झाला होता. स्वतःचे प्राण देऊनसुद्धा त्याला तिला त्यांच्या तावडीतून सोडवायचे होते; पण सोडवू शकला नाही. त्या हताश मुलाने मग देश सोडण्याचा निर्णय घेतला. ज्या देशात हिंदूंना काही सुरक्षितता नाही, ज्या देशात त्याची लाडकी धाकटी बहीण सुरक्षित नाही, तो देश सोडायचा निर्णय घेऊन त्याने बाडबिस्तरा बांधला आणि सकाळी जेव्हा दार उघडले, तेव्हा जिन्याजवळ मायाचे शरीर पडलेले दिसले. तिला त्या अवस्थेत बघून तो मोठ्याने ओरडला.

माया मेली. ती मेली असेच वाटले त्याला. तिला उचलून आत आणल्यावर सुधामयांनी तिची नाडी बघितली. स्टेथास्कोप तिच्या छातीला लावून ते थरथर कापत होते. तिच्या थंड पडलेल्या शरीरावर किरणमयी हात फिरवत होती. सुधामय अस्फुट आवाजात एवढेच म्हणाले, ''हिला लगेच हॉस्पिटलमध्ये घेऊन जा. ती जिवंत आहे.'' हे ऐकून किरणमयी मोठमोठ्याने रडू लागली. सुरंजन तसाच तिला कुशीत उचलून बाहेर पडला. किरणमयी मागे मागे गेली. शक्य असते तर सुधामयदेखील गेले असते. तिला रिक्षात घालून थेट पीजी हॉस्पिटलमध्ये नेले. सलाईन लावले, रक्त दिले. इंजेक्शन्स दिली. मायाने डोळे उघडले, दोन दिवसांनी बोलली.

नाही, निर्णय बदलला नाही. मायाला हॉस्पिटलमधून सोडल्यावर एका नातलगाकडे घराची जबाबदारी सोपवून सुरंजनने कुटुंबासह भारताकडे प्रयाण केले. काय झाले, त्यांनी तिला काय केले, हे त्याने मायाला कधीही विचारले नाही. तेव्हापासून माया अचानक कधीही रडायची. का रडते हे सांगायची नाही. तेव्हा सुरंजन किंवा किरणमयी तिला रडायला खांदा देऊन, तिच्या पाठीवरून हात फिरवून, किंवा तिला मिठीची ऊब देऊन 'आम्ही तुझ्यापाशी आहोत' असा धीर द्यायचे.

ज्या लांबच्या नातलगांच्या घरी ते उतरले होते, त्यांच्यापासून मायाला पळवून नेल्याची आणि ती परत आल्याची गोष्ट पूर्णपणे लपवून ठेवली होती. कारण सगळ्यांनीच विचार केला की सगळीकडे सांगत सुटायला ही काही एखादी सुखद बातमी नाही. त्यांच्या घरावर झालेल्या मुसलमानांच्या हल्ल्याचे सविस्तर वर्णन केले तरी मायावर झालेल्या हल्ल्याबद्दल कोणीही चकार शब्द काढला नाही. बहुसंख्याक हिंदू असलेला भारत, ठिकाण पश्चिम बंगाल, हिंदुबहुल इलाका – प्रफुल्लनगर, नातलगाचे घर, सुरक्षित जागा – त्या घरात त्यांना मुसलमानांची भीती बाळगायचे कारणच नव्हते. नातलगांच्या आपुलकीचा अभाव असला तरी सुरक्षितता होती, हे निरंजन जाणून होता. त्याचे आईवडील जाणून होते. चार लाख रुपये चोरीला गेल्यावर सुधामयांच्या डोक्यावर आभाळ कोसळले. डोक्यावर छप्पर देणारी छोटीशी जागा ही त्या वेळी प्रमुख गरज होती. त्या आश्रयाचा

स्वीकार करण्यावाचून कोणालाच गत्यंतर नव्हते. अंगणातल्या अतिरिक्त खोलीत त्या सर्वांना आश्रय दिला होता, तिथून अचानक एक दिवस शंकर घोषांनी त्यांना आपल्या तीन खोल्यांच्या घरात आणले.

सगळ्यांना ही त्यांची उदारता वाटली, पण कोणाला तेव्हा कळले नाही की शंकर घोष रात्री मायाच्या शरीराशी सलगी करायचा. एका हाताने तिचे तोंड दाबून धरायचा. नंतर नंतर तर तोंड दाबायची जरूरच पडायची नाही. माया हूं की चूं करायची नाही. आवाज केला तर रात्रीच्या रात्रीच किंवा दुसऱ्या दिवशी सकाळी सगळ्यांना घरातून हाकलून दिले तर? हाकलून दिले तर त्यांच्यासाठी रेल्वे लाईनशिवाय राहायला दुसरी जागाच राहणार नाही. रेल्वे लाईनची आठवण होताच तिला वाटायचे की तिच्या शरीरावरून एक आंधळी, अक्राळविक्राळ आगगाडी धडधडत जाते आहे. शरीराच्या चिंधड्या होऊन रक्त-मांसाच्या चिळकांड्या तिच्या आई, बाबा आणि दादाच्या अंगावर उडताहेत. भीतीने माया निळी पडायची. तिच्या शरीराचे त्या मुसलमान सैतानांनी लचके तोडले होते. ती जवळजवळ मेलीच होती. दुर्दैवाने वाचली. तिच्या कुटुंबाच्या डोक्यावर छप्पर आणि दोन वेळा जेवायला घालण्याच्या बदल्यात एखाद्या हिंदूला तिचे शरीर हवे असले तर ते द्यावे लागले तरी तिचे कुठे मोठे कुमारिकेचे हिऱ्याच्या तुकड्यासारखे अनमोल शरीर होते! मायाच्या बाबतीत काहीतरी घडते आहे, पण ती विरोध करत नाही आहे अशी सुरंजनला शंका येत होती. बहुधा किरणमयीलाही अंदाज होता. माया आईशी, दादाशी बोलताना नजर चुकवायची. तिचे वागणेदेखील अस्वाभाविक वाटायचे. कधी कधी मायाच्या डोळ्याखाली काळे डाग दिसायचे, ओठ सुजलेले असायचे, कधी गळ्यावर लाल डाग, कधी हातावर ओरखडे. विचारले की म्हणायची तुम्हाला जाणून काय करायचे आहे? त्या बोलण्यात उद्वेग, राग असे काहीतरी असायचे. कोणाबद्दल, का, ते इतरांना नक्की कळायचे नाही. कळायचे नाही, की कळून घ्यायचेच नव्हते? वास्तविक अस्तित्वाच्या त्या लढाईत जसे त्यांना मिळवण्यासारखे काही नव्हते तसेच मागण्यासारखेही काही नव्हते. नवीन जागी सुधामयांची डॉक्टरी कशी चालेल, सुरंजनला नोकरी कशी मिळेल, हे कोणीच सांगू शकत नव्हते. मदत करायलाही कोणी नव्हते. मायाला थेट विचारून तिचे उत्तर ऐकण्याची सुरंजनची ताकद नव्हती. उत्तर ऐकले की त्याच्यावर जबाबदारी आली असती, या नरकातून सर्वांना बाहेर काढण्याची जबाबदारी!

माया म्हणायची, "दादा तुला एखादी नोकरी नाही का रे मिळणार? तू नाही का मिळवू शकणार? नसेल तर मला सांग, मी बाहेर पडते, बाहेर जाऊन शोधते काहीतरी. नोकरी मिळवायची तुझी क्षमता माझ्यापेक्षा जास्त आहे ना! मला काही शिकवण्या मिळतील अशी व्यवस्था तरी कर. आपल्यासाठी एखादे भाड्याचे घर

घेण्याची व्यवस्था का करत नाहीस?''

''रोज वणवण करत शोधतोच आहे. काही मिळतच नाहीये.''

''खोटे! जितक्या नेटाने प्रयत्न करायला पाहिजे, तितके करत नाहीस.''

मायाच्या डोळ्यात सुरंजनबद्दल सहानुभूती नव्हती, तिरस्कार होता. आई-बाबांकडे पाहतानासुद्धा तिची नजर तिरस्कार ओकत होती. असाहाय्यता एखाद्या कुटुंबाला इतक्या बीभत्सपणे गिळंकृत करू शकते याची कुटुंबातल्या कोणालाच कल्पना नव्हती. सगळे जणू मुके झाले होते. सुरंजन – एक कुचकामी मोठा भाऊ – काहीच करू शकत नव्हता. सुधामयांनाच पाच-सहा रुपये फी घेऊन रात्रंदिवस डॉक्टरी करायला लागायची. मायालाच बाहेर पडून घरोघरी जाऊन शिकवण्या शोधायला लागल्या. लहान मुलांना शिकवण्याचे काम होते. पण पाठ्यपुस्तके, शिकवण्याची पद्धत सगळेच वेगळे होते. बांगलादेशातून इथे आल्याआल्या एखादे काम – विशेषतः शिकवण्याचे काम सुरू करणे संभव नव्हते. शिकवण्याचे काम पाहिजे होते, पण मिळाले मात्र मुलांच्या अंगाला तेल मालिश करून अंघोळ घालण्याचे, आणि त्यांचे कपडे धुण्याचे काम. घरी तिने सांगितले होते की शिकवण्याचे काम आहे. इतके काम करून पगार फक्त तीनशे रुपये. माया संध्याकाळी घरी यायची तेव्हा तिला रस्त्यात नटून थटून उभ्या असलेल्या मुली दिसायच्या. आधी तिला समजले नाही, तरी नंतर कळले की पुरुष पैसे देऊन त्यांचे शरीर विकत घेतात. एका मुलीच्या जवळ जाऊन ''तुला याचे किती पैसे मिळतात,'' असे तिने एकदा विचारले.

त्या मुलीने हसून हाताची पाची बोटे दाखवली. पण म्हणजे पाच रुपये, पन्नास रुपये की पाचशे, हे मायाला नक्की कळले नाही. त्या घरातून बाहेर पडण्यासाठी मायालाही तिथे उभे राहावे असे वाटले. महिन्याला तीनशे रुपये मिळण्यापेक्षा हे कितीतरी बरे. एकदा शरीर विकून पन्नास रुपये मिळत असतील, तर सहा वेळा विकले की तीनशे मिळतील. सबंध महिनाभर धडपड करण्याची काय गरज? आणि आता या शरीराचे पावित्र्य राखण्याची काही जबाबदारीच नाही, मग त्या शरीराचा उपयोग करून त्या नरकातून बाहेर पडण्याचे ध्येय ठेवणेच योग्य. बिनकामाच्या वडील आणि भावावर अवलंबून राहण्यात खरोखर काही अर्थ नाही.

पैसे उधार न मिळाल्यामुळे सुरंजनने पार्टीचा राजीनामा दिला. तो भावनाविवश मुलगा होता. व्यवहारबुद्धी नाही. हे मायालाही ठाऊक होते. दादावर भरवसा ठेवण्यात अर्थ नाही हे जाणूनसुद्धा ती त्याच्यावर विश्वास ठेवत होती. सुरंजन तिला अगदी असहाय वाटत होता. हा तिच्यापेक्षा वयाने मोठा असलेला भाऊ आहे असे तिला वाटतच नव्हते. जणू तो लाडका धाकटा भाऊ होता. माया

कोणाच्या नजरेशी नजर मिळवत नव्हती, पण तिला ठाऊक होते की प्रत्येकाच्या डोळ्यात अनिश्चितता, संशय तरळतो आहे. ते तिला बघायचे नव्हते. ज्या दिवशी तिच्या पायाखालची जमीन मजबूत होईल, त्या दिवशी ती शंकर घोषचा खून करेल असे ती स्वत:ला अनेकदा सांगायची – रोज सांगायची. शेवटी शंकर घोषच्या घरातून ते लोक ज्या दिवशी बाहेर पडले, त्या दिवशी त्यांना सगळे सांगायचे मायाने ठरवले होते, पण नाही सांगितले. कारण, जे घर त्यांनी भाड्याने घेतले होते, ते शंकर घोषच्या घरापासून फार लांब नव्हते. प्रफुल्ल नगरहून नंदन नगर मध्ये. भीतीने ती काही बोलली नाही, न जाणो तो त्यांच्यावर हल्ला करायचा! वाईट माणसांच्या मनात हजार वाईट विचार असतात हे न समजण्याइतकी माया दुधखुळी नव्हती. कधी घर पेटवून देईल सांगता येत नाही. नाहीतर त्यांना विष घालून मारेल. नाहीतर स्वत:च चोरी करून त्यांना त्यात अडकवेल. सुरंजनला काय वाट्टेल ते करून शंकर घोषकडून आपले चार लाख रुपये मिळवायचे होते. म्हणायचा, 'त्याचा खून करून त्याच्या रक्ताने स्नान करीन तेव्हाच या घरातून बाहेर पडेन.'

माया म्हणायची, 'खबरदार. ते सगळे मनातून काढून टाक. जिवंत राहायचे असेल तर हे विसरून जा दादा.' विसरायचे म्हणजे क्षमा करायची असे नाही. मायाने शंकरला क्षमा केली नव्हती. ढाक्यातल्या त्या नराधमांना तर तिने मुळीच माफ केले नव्हते. आणखी एका व्यक्तीला मायाने क्षमा केली नव्हती – ती म्हणजे तसलिमा नासरिन.

तिने 'लज्जा' लिहून मायाचे वाटोळे केले होते. लग्नासाठी जे स्थळ यायचे, त्यांना समजायचे की 'लज्जा' याच कुटुंबाबद्दल लिहिलेले पुस्तक आहे. मायाला तर धरून नेले होते, तिच्यावर बलात्कार झाला होता. तिच्याशी लग्न कदापि शक्य नाही. मायाची काही तरुणांशी ओळख झाली होती. त्यांची तिच्यावर प्रेम करण्याची, तिच्याशी लग्न करण्याची इच्छा होती, पण तिचा कौमार्यभंग झाला आहे हे कळल्याबरोबर ते मागे हटायचे. या मुलीवर मुसलमानांनी बलात्कार केला. हिंदूंनी केला असता तर ती इतकी वाईट बातमी नव्हती, पण मुसलमानांनी केला ही फारच भयंकर बातमी होती. मायाचे लग्न होत नव्हते. तिचे लग्न होणार नाही हे ती समजून चुकली. जर ते 'लज्जा' पुस्तक आले नसते, तर लग्न झाले असते. 'लज्जा'मध्ये सुरंजनच्या कुटुंबाबद्दल लिहिले आहे, यावर विश्वास ठेवायला कोणी तयार नव्हते, पण 'लज्जा'मध्ये मायाच्या बलात्काराबद्दल लिहिले आहे, त्यावर विश्वास ठेवायला लोकांना काही अडचण नव्हती. माया मोठ्याने रडायची. घरात 'लज्जा'ची प्रत दिसली तर ती जाळून टाकायची. तिचे मानसिक संतुलन बिघडायच्या बेतात तर आले नव्हते? परक्या देशात पुन्हा नव्याने आयुष्य सुरू

करण्यासारखा दुसरा अभिशाप तो कोणता! हातात पैसा-अडका नसताना, कोणीही मदतीला नसताना आयुष्य सुरू करता येत नाही, संपवता मात्र येते. अनेक वेळा आत्महत्येचा विचार मनात आला पण मायाने शेवटपर्यंत आत्महत्या केली नाही.

प्रपंचात सगळ्याचाच अभाव वाढत होता. मायाची अस्वस्थताही वाढत होती. तिने अखेर तपन मंडलशी लग्न केले. दारुडा! बेकार! कोणी कोणी म्हणायचे खालच्या जातीचा! जात कोणती याने मायाला काही फरक पडत नव्हता. ज्याच्याशी लग्न करायचे तो मुसलमान नाही, हिंदू आहे, हे सर्वांत महत्त्वाचे होते. तपनच्या लग्नाच्या प्रस्तावावर मायाने झडप घातली. लग्नानंतर डोक्यावर घुंगट घेऊन माया सासरी गेली.

सासरी वीस-पंचवीस लोकांचा स्वयंपाक करायची, त्यांना जेवायला घालायची, ते लोक मस्त ढेकर द्यायचे. दुपारी भात, रात्री पोळी. रात्री स्वत:च्या हातांनी पन्नास एक पोळ्या लाटायला लागायच्या. घरातले काम तीन जावांमध्ये विभागले होते खरे, पण तिच्या वाट्याला डोंगराएवढे काम यायचे. मायाने कधीच स्वयंपाकघरात काम केले नव्हते. कसे करायचे तेही माहिती नव्हते. इथे सासरी, मला स्वयंपाक येत नाही, घरातले काम मी कधी पूर्वी केले नाही, असे सांगून सुटका होणार नव्हती.

दारुडा नवरा कधी घरी यायचा, कधी यायचाही नाही. त्याला यादवपुरची एक वयस्कर महिला प्रेमाने आनंदाने पोसत होती. तिच्याकडे पैशा-अडक्याची कमतरता नव्हती. त्याच पैशावर तपन मजा मारत होता. तिचा पती नव्हता, दोन्ही मुले परदेशात. कोलकात्यात एकटीच राहत होती. तपन तिचा सोबती. तपनसारखा दारुडा, बेकार माणूसच तिला पाहिजे होता. दारू पाजली की कुत्र्याच्या पिल्लासारखा शेपटी हलवत तिच्या पायाशी घोटाळायचा.

लग्नानंतरच जावांकडून मायाला हे सगळे कळले. त्याची दारू सोडवायचे, त्याला त्या स्त्रीच्या तावडीतून सोडवायचे मायाने बरेच प्रयत्न केले. त्या दरम्यान स्वत:चे शरीर अनेकदा त्याला दिले. त्या शरीराशी तपनने जे काही खेळ केले त्यातून एक मुलगी आणि एक मुलगा यांच्या जन्माचे बीज रोवले जाण्यापलीकडे काही घडले नाही. तपन सुधारला नाही. लग्न करायलाच पाहिजे म्हणून त्याने केले होते. झोपायला आवडते म्हणून पत्नीबरोबर झोपायचा. पण बायको-मुलांबद्दल त्याच्या मनात कधी प्रेम निर्माण झालेच नाही.

मोठ्या कुटुंबात इतर मुलांबरोबर मुले भराभर मोठी होतात. पिता त्यांची देखभाल करत नाही, तर मोठे काका वगैरे करतात. इथे ती जबाबदारी मायाची होती. एका औषध कंपनीत ती दीड हजार रुपये पगारावर कामाला लागली होती. पगार वाढत वाढत आता सहा हजार झाला होता. घरात खाण्या-जेवणासाठी

आठशे रुपये द्यावे लागायचे. बाकीचे मुलांचे-स्वतःचे कपडे, बिस्किटे-फरसाण, बसचे, मेट्रोचे भाडे, शाळेचा खर्च इत्यादीमध्ये खर्च व्हायचे. हातात एकही पैसा उरायचा नाही. वेळप्रसंगी आई-दादाकडे हात पसरायची देखील सोय नाही. तरीही माया सासरी राहत होती, भांगात भरपूर सिंदूर घालत होती. हातात शंखाची, लोहाची बांगडी घालत होती. घरी ठाकूर देवता. ती कट्टर कालीभक्त. संधी मिळताच कालीघाटावर जाऊन पूजा करायची, शक्य झाल्यास दक्षिणेश्वरी जायची.

त्याव्यतिरिक्त तिला सिनेमा, नाटक, गाण्याची मैफल किंवा मैत्रिणींबरोबर अड्डा जमवायची आवड नव्हती. तिच्या देशात तिच्या ज्या आवडी-निवडी होत्या, त्या परदेशात येऊन झाडून टाकल्या होत्या, किंवा झाडणे भाग पडले होते. खरे सांगायचे तर तिला कोणी मित्र-मैत्रिणी नव्हतेच. आयुष्यात पती नावाचा प्राणी असून नसल्यासारखाच होता, तरीही ती सिंदूर लावत होती. का? स्वतःला हा प्रश्न करून स्वतःच त्याचे उत्तर देत होती – कारण ती सहज उपलब्ध आहे असे कोणाला वाटू नये म्हणून – घरात, बाहेर, रस्त्यात. पती, संसार, सासर, सिंदूर, मुले – हे सगळे असले की समाजात मान असतो. हे नसले तर लोक फाडून खातात. मायासाठी सासर म्हणजे नरक नव्हता, केवळ जगण्यासाठीची एक जागा होती.

तिचा नवरा कधी दोन आठवडे, कधी महिन्याने घरी यायचा. अनेकदा घराजवळच्या फुटपाथवर दारू पिऊन पडलेल्या अवस्थेत मायाने त्याला घरी ओढत आणले होते. त्याने अनेक वेळा तिच्या साडीवर उलटी केली होती. तरीही तिला त्याला सोडून, सासर सोडून निघून जावेसे वाटत नव्हते. जाणार तरी कुठे? जायला तिला जागा तरी कुठे होती? कुठेही जाऊन तिला आता आणखी बदनाम व्हायचे नव्हते. आणखी वादळे तिला नको होती. एका दहा बाय दहा फुटांच्या खोलीत मुलगा-मुलगी वाढत होते, त्यांना दोन बाजूला घेऊन माया झोपत होती. बिछान्यातच खायचे, तिथेच अभ्यास करायचा. खोलीत मोठा पलंग ठेवल्यावर आणखी सामान ठेवायला जागा कुठली! दोन्ही मुले मोठी होऊन आपल्या पायावर उभी राहतील, तेव्हा या घरातून बाहेर पडतील. मग आईची देखभाल करता येईल, तिला जरासे सुख देता येईल या भरवशावर माया जगत होती.

थोड्या थोड्या महिन्यांनी माया सुरंजनसाठी शर्ट, किरणमयीसाठी साडी विकत घ्यायची. बहिणीने दिलेला नवीन शर्ट घालताना त्याला आनंद व्हायचा, पण तो बहिणीला काय देऊ शकत होता? काहीही नाही. माया रडायची, त्याच्यावर आरोप करायची, ओरडायची, रागाने बेभान व्हायची, पण मनातून तिचे आपल्यावर अतिशय प्रेम आहे हे सुरंजनला ठाऊक होते. जो प्रेम करतो त्याच्यापेक्षा ज्याच्यावर

प्रेम करतो त्याला जास्त ठाऊक असते की हा माणूस आपल्यावर किती प्रेम करतो.

किरणमयी अधूनमधून आपल्या देशातल्या आठवणी काढत डोळ्यांतून पाणी काढायची ते मायाला सहन व्हायचे नाही. ती त्या देशाचे नाव देखील उच्चारायची नाही. त्या देशानेच आपला सर्वनाश केला. माझी जी स्वप्ने होती, आकांक्षा होत्या, त्या सगळ्या त्या देशाने नष्ट केल्या.

मात्र देशाच्या गोष्टी सुरंजनबरोबर बोलून किरणमयीला शांती लाभायची. तो गप्प बसून ऐकायचा. बाजारातून ती आपल्या देशाच्या काही काही गोष्टी आणून सुरंजनला रांधून वाढायची. देशातले लोक बेलघरीया भागात खूप होते. पार्क सर्कसमध्ये आल्यापासून आतापर्यंत किरणमयीला तिच्या देशातले कोणी भेटले नव्हते. सगळे ह्या देशातले, घाटी. 'श' ला 'स' म्हणायचे, 'स' ला 'श.' उत्तर कोलकत्यातील काही मुले सुरंजनकडे यायची. त्यांचीही तीच अवस्था. 'बश' मध्ये चढू शकत नाही, ससांकाचे सासन चालू आहे, वगैरे.

देशाबद्दलच्या सुखद स्मृतींच्या काही गोष्टी ती मायाशी बोलणार होती. ते सगळे मिळून पार्वत्य चट्टग्रामला सुधामयांच्या एका मित्राच्या घरी गेले होते, रांगामाटीत फिरून आले होते, मायाला तिथून परत यायचेच नव्हते. मग एकदा सगळे जण नावेतून सुंदरबनला गेले होते. ते हसते-खेळते दिवस! पाऊस आला की घरात खिचडी आणि हिल्सा मासे शिजवायची धमाल, मायाचे दिवसभर गल्लीत पावसात भिजत खेळणे, ह्याच आनंदाच्या दिवसांच्या आठवणी, दुसरे काय? याच आठवणी काढत सगळ्यांनी मिळून सुखाच्या तलावात विहार करायचा. ते दिवस सोडून आणखी कुठले असे दिवस आहेत, ज्यांच्याबद्दल सगळ्यांनी गोल बसून बोलावे, आनंदित व्हावे! दुःखाचे, वेदनांचे दिवस किरणमयीला होता होईतो विसरायचे होते.

पण मायाला बांगलादेशातले काहीच आठवायचे नव्हते. जिंदाबाहार लेनमधून तिला अचानक उचलून नेले – हे तिला आठवायचे नव्हते – शब्दात सांगता येणार नाही इतक्या हिडीसपणे तिला ओरबाडत, चावत मुसलमान तरुणांच्या एका गटाने तिच्या बलात्कार केला. किरणमयी उदासपणे खिडकीतून कोलकात्यातला पाऊस बघत होती. तिथे पावसात भिजणारी माया नव्हती, पद्मा नदीतले हिल्सा मासे विकत आणणारे सुधामय नव्हते. हिल्सा सारखे महाग मासे विकत घ्यायची आता कुवत नव्हती. किमती जरा कमी झाल्या की किरणमयी छोटे मासे निवडून आणायची. मायाला बोलावून खाऊ घालायची. पण माया ते मासे शुक्तो (मिश्र भाज्यांचा एक जरा कडवट चवीचा बंगाली पदार्थ) खाल्ल्यासारखी खायची. हिल्साबरोबर नाव जोडलेले होते पद्मा नदीचे आणि पद्माबरोबर बांगलादेशाचे.

मायाला ते सहन व्हायचे नाही. आईच्या प्रेमळ आग्रहाखातर ती खायची खरी, पण तिला ते खाताना सुख वाटायचे नाही.

किरणमयी मात्र आपण मुलांना हिल्सा खाऊ घालू शकतोय याच आनंदात डोळे पुसायची. आज सुधामय असते तर कुटुंबाची अशी वाताहत झाली नसती. मुलांच्या चेहऱ्यावर जरा जरी हास्य फुलले तरी सुधामयांच्या आठवणीने तिच्या डोळ्यांत पाणी यायचे. सुधामयांना जाऊन अनेक वर्षे लोटली तरी किरणमयीच्या डोळ्यात त्यांच्यासाठी काही अश्रू ठेवलेलेच होते.

कितीही ओढाताण झाली तरी ती प्रपंच सांभाळत होती. लढायला लागले, तर लढत होती, एकटेपणा भोगत होती, अनिश्चितता तर जळवेसारखी घट्ट धरून होती. या कशामुळेच किरणमयी डोळ्यांतून पाणी काढायची नाही. पण जेव्हा सुरंजन तिला मिठी मारून म्हणायचा, "आई, बघ, तुला गंगेच्या काठावर एक घर बांधून देईन, तुला पौर्णिमेच्या रात्री नौकेतून विहाराला नेईन," किंवा माया ज्या दिवशी आईसाठी एखादी साडी आणून तिला नेसवून म्हणायची "किती छान दिसते आहे ही साडी तुला, माझी आई किती सुंदर आहे." तेव्हा मात्र सुधामयांच्या आठवणीने तिचे डोळे पाणावायचे – हे सुखाचे दिवस ते बघू शकले नाहीत.

अधूनमधून जेव्हा अगदी रिकामे-रिकामे वाटायचे तेव्हा ती सुरंजनला जवळ बोलावून त्याच्या केसातून हात फिरवत म्हणायची, "चल, आपल्या देशात परत जाऊ." सुरंजन त्यावर काहीच बोलायचा नाही. चुपचाप तिथून उठून जायचा. मागे किरणमयी अस्फुट आवाजात रडत राहायची. पार्क सर्कसमध्ये आल्यापासून मधून मधून किरणमयी म्हणायची, "जिथे आधी राहत होतो, तिथेच जाऊ या, चल. इथे भाडेपण जास्त आहे." पण सुरंजन तयार नव्हता. म्हणायचा, "तिथे नातलग, मित्र सगळे शत्रू झाले होते, ती जागा सोडली नसती तर अवघड होते." सुरंजन खोटे बोलणारा मुलगा नव्हता. किरणमयीचा मुलावर विश्वास होता.

"का? शत्रू का? तू शत्रुत्व का घेतलेस त्यांच्याशी? आता या वस्तीत शत्रू झाले तर? असे काय तुझ्यामुळे सारखे एका भागातून दुसऱ्या भागात हलत राहायचे का?"

सुरंजनशी ती जितक्या सहजपणे मनातले बोलायची, तसे मायाशी बोलू शकत नव्हती. जरा घाबरत, घाबरतच ती मायाला म्हणाली, "तसलिमाला तुला भेटायची फार इच्छा आहे."

"कोण तसलिमा? तसलिमा कोण आहे?" मायाने डोळे बारीक करत किरणमयीकडे पाहिले.

"तसलिमा नासरिन."

"काय हवे आहे तिला? त्या राक्षसिणीला आता काय पाहिजे? माझे आणखी

वाटोळे करायचे आहे का तिला? समाधान झाले नाही? अजूनही तिचे समाधान नाही झाले? त्या डाकिणीबद्दल तुला कशी माहिती? तिला मला भेटायचे आहे, हे तुला कसे ठाऊक?''

किरणमयीने तोंड उघडले नाही. माया पदर खोचून सुरंजनसमोर जाऊन उभी राहिली. "त्या तसलिमा राक्षसिणीशी तुझे काही बोलणे झाले? तिची भेट झाली?''

सुरंजन पुस्तकाची पाने चाळत होता. चाळता चाळताच म्हणाला, "हो भेट झाली.''

"कुठे?''

"मी तिच्या घरी गेलो होतो.''

"आणि आई? आईची भेट कशी झाली?''

आता सुरंजन धमकीवजा स्वरात म्हणाला, "तुला हे सगळे जाणून काय करायचे आहे? तू तिला भेटू नकोस. बास, संपले.''

"नाही, असे कसे संपेल? तुम्ही तिच्याशी कधीही, कोणताही संबंध ठेवलेला मला चालणार नाही. जर ठेवलात...'' माया स्फुंदून रडायला लागली.

"जर ठेवलात – तर मी समजेन की बांगलादेशात माझ्या बाबतीत जे घडले, माझे आयुष्य नासले, ते सगळे – सगळे तुम्ही स्वीकारले आहे. तसलिमाला स्वीकारणे म्हणजेच माझी दुरवस्था, माझे धिंडवडे, कित्येक दिवस झालेला बलात्कार, एका दारुड्या, मूर्ख माकडाशी झालेले लग्न, माझा मृत्यू, माझे मरण – हे सगळे तुम्ही स्वीकारले आहे – दुसरे काही नाही.''

माया तोंडात पदराचा बोळा कोंबून तीरासारखी घरातून बाहेत पडली. मागे स्तब्ध उभे होते – सुरंजन आणि किरणमयी.

➤

सुरंजन एक पुरुष, स्वतःच्या मर्जीप्रमाणे वागणारा. जे पाहिजे ते करायची त्याला संधी. आज नोकरी केली, उद्या सोडली. आज काही करावेसे वाटत नाही, नाही करणार. त्याला सांभाळायला आई आहे. साड्या, कपडे विकून घर चालवू शकते. आई देखभाल करते. त्याला धुतलेले कपडे मिळतात, स्वच्छ अंथरूण-पांघरूण मिळते, भूक लागली की खायला मिळते, त्याला कसली अडचण आहे? किरणमयीदेखील एका अर्थी ठीकच आहे. पती नाही. पैसा पहिल्यापेक्षा कमी, पण स्वतःचा मुलगा तरी बरोबर आहे. मनाची श्रीमंती तरी आहे. सून नाही. मुलाच्या प्रेमात कोणी वाटेकरी नाही. सुदेष्णा होती तेव्हा सुरंजन तिच्यातच बुडलेला असायचा. आईपाशी बसायला, तिला घेऊन कुठे जायला

त्याला वेळच नसायचा. बायकोला घेऊन तो कॉलेजमध्ये जायचा, दोघे एकत्रच परत यायची. मग संध्याकाळी बाहेर जायचे. किरणमयीला खूप एकटे-एकटे वाटायचे. मुलाचा संसार टिकला नाही – ठीक आहे. मुलेबाळे असती तर घर आनंदाने भरले असते, पण ते नसले तरी फार बिघडत नाही. आता सुरंजन पूर्णपणे फक्त तिचा होता. तिचा विचार करूनच तो घरी येतो. घरात आल्याबरोबर आई-आई म्हणून हाका मारतो. किरणमयीचे मन भरून येते. मुलगा कधीही तिला लागेल असे बोलत नाही. बरे वाटत नसेल तर धावत जाऊन डॉक्टरांना घेऊन येतो, किंवा हॉस्पिटलमध्ये घेऊन जातो. ताप आला तर रात्रभर उशाशी बसून राहतो. आजारी पडली तरी किरणमयीला आनंद व्हायचा. मुलगा आणखी जवळ यायचा. या वयात मुलगा जवळ असण्याचे भाग्य किती जणांना लाभते! हल्ली तर लग्न झाले की मुले वेगळीच राहतात, परदेशात जातात, नाहीतर सून त्याला इतकी काही ताब्यात ठेवते, की आईजवळ जायचे त्याचे धाडसच होत नाही. सुरंजन कधीकधी आईसाठी आंबे, सफरचंद, केळी, संत्री वगैरे घेऊन यायचा. "आई, हे खा बरे. तब्येतीला चांगले असते.'' मुलगा आपल्यासाठी काही आणतो, बोलतो, यातच किरणमयीला समाधान वाटते. ती सगळी फळे कापून मुलालाच खायला द्यायची. शिकवण्या करून सुरंजनला जे पैसे मिळायचे, त्यातले स्वतःच्या खर्चाला थोडे ठेवून बाकीचे आईच्या हातात द्यायचा. ते पैसे काही खूप नसायचे, पण त्यामुळे किरणमयीला मिळणारे समाधान मात्र खूप होते. मुलाच्या प्रेमात नाहतच मृत्यू यावा अशी तिची इच्छा होती.

सुरंजन किंवा किरणमयीची नाही, मला मायाची काळजी वाटते. ती सुखात नाही. स्त्रियांना तर समाज सुखात जगू देतच नाही. माया नक्कीच सुखी नाही. तिच्यासाठी माझे आतडे तीळतीळ तुटते. एके दिवशी सुरंजन आणि किरणमयी दोघांशी फोनवर बोलले, "आधीही सांगितले होते, आताही सांगते, मला मायाला भेटायचे आहे. मग ती सुरंजनच्या घरी येऊ दे, तिथे जाऊन तिला भेटेन, किंवा माझ्या घरी येऊ दे. आणि तेही नाही झाले तर मी तिच्या सासरी जाईन.''

किरणमयीने मला काही उत्तर दिले नाही, पण सुरंजन म्हणाला – तो नंतर मला फोन करून माझ्या आणि मायाच्या भेटीबद्दल बोलेल. दिवसभर मी वाट पाहिली, पण सुरंजनचा फोन आला नाही. दुसऱ्या दिवशीही तेच. आश्चर्यच आहे, कशात एवढा गुंतला आहे याचा मला तर्क करता येईना. मग मी त्याला मेसेज केला की तू मला सांगणार होतास. पण त्याचेही उत्तर नाही.

छे, पुरुषांवर विश्वास ठेवताच येत नाही. किरणमयीकडे तर फोनच नाही. असता तर तिच्याशीच बोलले असते. सुरंजनला किरणमयीनेच फोन घेऊन दिला होता. स्वतःसाठी तिला फोनची फारशी गरज वाटली नाही. मायाबद्दलच्या प्रेमाने,

किंबहुना सगळ्या कुटुंबाबद्दलच्या प्रेमाने गादियाहाट मधल्या 'ट्रेझर आयलंड'मधून किरणमयीसाठी दोन, मायासाठी चार साड्या, आणि सुरंजनसाठी एक कुडता – अशी सगळी मिळून सात हजाराची खरेदी केली, मन शांत झाले. गाडीत बसले आणि तरुणला सांगितले की पार्क सर्कसमधल्या त्याच घराकडे गाडी घे. थेट सुरंजनचे घर गाठले. तो घरात नव्हता. किरणमयी होती. तिच्या हातात भेटवस्तू देऊन निघणार होते, पण तिने हात धरून मला अडवले. काहीतरी खायलाच लागेल. मी त्यांच्या घरी कधी जेवायला जाणार हे सारखे विचारत होती. माझ्यासाठी एक दिवस छानपैकी मासे आणून रांधायचे, ही तिची इच्छा होती. फारफार इच्छा होती.

मायाबद्दल मी जेव्हा विचारले, किरणमयी रडत म्हणाली, "तिचा विषय तू काढूच नकोस मा, तिचे डोके ठिकाणावर नाही. तिचे डोके फिरले आहे. कशाला भेटतेस तिला? तिला भेटून तुला बरे वाटणार नाही."

एक दीर्घ नि:श्वास सोडून मी म्हटले, "तुमची ही अवस्था बघून काय मला फार बरे वाटते आहे का? माझे मन सांगते आहे की माया सुखी नाही, म्हणूनच तर तिला भेटायचे आहे."

किरणमयी बोलत राहिली, "तिला मी समजावेन. तिला तुला एकदा भेटायला सांगेन. तिला कोणी मैत्रिणी नाहीत. तिचे आयुष्य चारचौघांसारखे नाही. बांगलादेशातल्या मुलांनी तिच्यावर जे अत्याचार केले त्यातून ती वाचण्याची शक्यताच नव्हती. हे सगळे तिच्या डोक्यातून कसे जाईल? आजही ते तिच्यासाठी एका भयानक दु:स्वप्नासारखे आहे. सर्वसामान्य आयुष्य जगायची तिची फार इच्छा होती. पण हवे ते सगळे मिळते कुठे? वाईटात चांगले एवढेच की ती अजूनही नोकरी करू शकते आहे. मला भीती वाटते – कधी ती नोकरी गेली तर! कामाच्या ठिकाणी पण ती आरडाओरडा करते असे मी ऐकले आहे. बांगलादेशाचा विषय निघाला की संपलेच. त्या देशातले कोणी दिसले की शिवीगाळ करते. सबंध देशावरच तिचा राग. तिला मी किती समजावले, किती सांगितले 'अग, त्या देशात काही चांगलेही लोक होते. पण ती एक ऐकेल तर शपथ."

मी गप्प बसून ऐकत होते. मायाच्या क्रोधाचे कारण समजून घेण्याचा प्रयत्न करत होते. मायाबद्दल मला पूर्वीपेक्षाही ममता वाटू लागली.

"मावशी, तरीही मला तिला भेटायचेच आहे." माझा कंठ भावनावेगाने दाटून आला. पण माझ्या भावना आणि मायाच्या भावना वेगवेगळ्या आहेत याची मला जाणीव होती. किरणमयीने सांगितले नाही तरी मी समजून चुकले की मायाचा माझ्यावर प्रचंड राग आहे. बहुधा, मी लज्जामध्ये तिला धरून नेल्याबद्दल लिहिले, म्हणून असेल. मला माहिती होते त्याप्रमाणे तिला त्यांनी मारून टाकले

होते. पण माया जिवंत आहे. जिवंत आहे म्हणूनच तिला मरणयातना भोगाव्या लागताहेत, मेली असती तर वाचली असती. मेल्याशिवाय स्त्रीला मुक्ती नाही. मायासाठी माझे डोळे भरून आले.

चहा तसाच पडला. किरणमयी बसून राहिली. मी पटकन बाहेर पडले. निर्णय घेतला, जे लोक माझ्याबद्दल गैरसमज करून घेऊन माझे तोंडही बघू इच्छित नाहीत, त्यांचा दरवाजा पुन:पुन्हा वाजवायची मला आवश्यकता नाही. माझ्या मर्जीप्रमाणे मी राहणार. माझ्या स्वत:च्या आयुष्यात मला भरपूर काळज्या आहेत. कोलकात्यात राहायला आले, माझे बस्तान बसवले आहे, घर सजवले आहे. मला अजूनही माहिती नाही की या देशात राहणे शक्य आहे की नाही. मला बाडबिस्तरा गुंडाळून कधीही इथून निघावे लागेल. कुठे जाणार, काही माहिती नाही. कोलकात्यात राहायला लागल्यापासून बऱ्याच जणांशी मैत्री झाली. पण त्यातले बहुतेक जण खरे मित्र नाहीत हे मला ठाऊक आहे. चांगले ठाऊक आहे. माती, जमीन हा माणसाचा देश की माणूस हा देश? मला तरी वाटते की माणूसच देश.

मी कामात व्यग्र होते. सुरंजनवर जरा नाराज होते. त्याने फोन करतो सांगून केला नाही, मेसेजलाही उत्तर दिले नाही. इतका छान कुडता त्याला भेट दिला, त्याबद्दल अजून साधे आभारही मानले नाहीत. आणि आता पंधरा दिवसांनंतर फोन करून म्हणतोय की भेटायचे आहे! जणू मामाचेच घर लागून गेले आहे. एकदा वाटले म्हणावे की मला वेळ नाही, भेटता येणार नाही. पुन्हा कधीतरी फोन कर. पण नाही, नाही म्हणू शकले तसे. हेच तर आहे ना! मी ढोंगीपणा सहन करू शकत नाही. जसे मनाला वाटते तसे करते. जोपर्यंत नाराजी असते, तोपर्यंत राग मनात धरून राहते, पण माझी नाराजीच अशी कितीसे दिवस टिकते!

सुरंजन येतो म्हटल्यावर मला वाटले की त्या दिवशी ज्या साड्या, कपडे भेट दिले, ते परत करायला येतो आहे की काय! तो ते परत करणार यासाठी मी मनाची तयारीही केली. विचार केला, त्या सगळ्या वस्तू माझ्या मित्र-मैत्रिणींत वाटून टाकेन. आणखी काय करणार!

पण सुरंजन आला तेव्हा त्याच्या हातात पुडकी नव्हती. हातात होता टिफिन कॅरियर. त्यात अनेक पदार्थ. किरणमयीने आजच स्वत: सगळे पदार्थ करून पाठवले होते.

"हे सगळे काय पाठवले आहे? खाण्याच्या आणखीन गोष्टी कशाला? माझा फ्रीज आधीच भरलेला आहे. तेच खाऊन संपत नाही. टाकून द्यावे लागते. त्यात आता ही भर. उफ!" असे बोलत बोलत स्वयंपाकघरात जाऊन टिफिन

उघडून सुजाताला म्हटले – हा डबा रिकामा करून धुऊन दे. असे म्हणून तिने काय करून पाठवले आहे हे मी बघायला लागले. बघितले तर पांच फोरन देऊन केलेली मसुराची डाळ, माशाचे डोके घालून केलेली आर्वीची भाजी, मूडीघंट (माशाचे डोके आणि भाताचा एक बंगाली पदार्थ), लटे माशाची शुटकी (सुक्या लटे माशाचा एक पदार्थ), भोपळ्याच्या पानात गुंडाळून तळलेले मासे. डबे समोर ठेवून कितीतरी वेळ तशीच उभी राहिले. त्या पदार्थांकडे बघत राहिले. डोळे पाण्याने भरले. डब्याच्या वर एक छोटीशी चिठ्ठी अडकवली होती. मी चिठ्ठी वाचली.

"मा तसलिमा, माझ्या ममतेचा स्वीकार कर. ते सगळे खा. तुझ्यासाठी माझ्या हातांनी साधाच स्वयंपाक करून पाठवला आहे. हे पदार्थ तुला कोण करून घालणार? कामवाल्या बायकांना इतर देशीचे पदार्थ कुठे करता येतात? तुझ्या आयुष्यात रोजची लढाई आहे. आम्हाला सर्वांना तुझा खूप अभिमान आहे. तू आपली तब्येत सांभाळ. जपून राहा. धीर धर."

कागद माझ्या हातात तसाच होता. त्यावर माझे अश्रू टपटपत होते, लिहिलेले फिसकटत होते. मी लगेच बैठकीच्या खोलीत सुरंजनसमोर जाऊ शकत नव्हते. डोळ्यातले अश्रू पुसायला आणि दाटलेला कंठ मोकळा करायला मला काही वेळ तिथेच थांबावे लागणार होते.

सुरंजन त्याच्याबरोबर ज्या मुलीला घेऊन आला होता, तिला, मी पहिल्यांदा जेव्हा त्यांच्या घरी गेले होते तेव्हा आलेली बघितली होती. तीच तर होती. केसांची वेणी घातलेली. पिवळा ब्लाउज, फिकट हिरव्या रंगाची साडी. चेहऱ्यावर स्निग्ध स्मित, मोठे मोठे डोळे. गोड चेहरा. अगदी सडपातळ नव्हती, जरा मेद साठवण्याची इच्छा असणारे शरीर. पण अद्याप तरी फारसा मेद साठला नव्हता. सुरंजन शेजारी उभा होता. कुरळे केस, रुंद कपाळ, खोल डोळे, नाक तितके धारदार नाही, पण चेहऱ्याला अत्यंत शोभणारे. सर्वांत सुंदर होते त्याचे ओठ आणि हनुवटी. जणू किरणमयीचे ओठ आणि हनुवटी त्याच्या चेहऱ्यावर बसवली होती. आणि गालावर तोच तीळ. त्या एका तिळाने चेहऱ्याला जणू पूर्णपणे बदलून टाकले होते. सुरंजन आज मी दिलेला कुडता घालू शकला असता, पण त्याने घातला नव्हता. पांढरा शर्ट आणि काळी पँट घातली होती. माझ्या ध्यानात आले आहे की पांढरा शर्ट घातला की मुले खूप छान दिसतात. डॉक्टर सुव्रत मालाकार जेव्हा त्यांचे पिवळे, लाल, जांभळे शर्ट सोडून पांढरे शर्ट घालतात, तेव्हा सगळ्यात चांगले दिसतात. मालाकार माझ्या कोडासाठीचे डॉक्टर आहेत. काही दिवसांपूर्वी अचानक माझ्या हातावर पांढरे डाग दिसले. हाताच्या मागच्या बाजूला अजूनही डाग आहेत. पसरले नाहीत. मालाकारांचे उपचार चालू आहेत,

पण बरे होण्याचे लक्षण नाही. मात्र या दरम्यान डॉक्टरांशी चांगली मैत्री झाली. चांगल्या माणसांशी पटकन मैत्री जुळते. अर्थात वाईट माणसांशीही होते म्हणा! हा माणूस चांगला की वाईट हे कळायलाच पुष्कळ दिवस लागतात.

"तुमची जुलेखाशी ओळख झालीच आहे," सुरंजन म्हणाला.

म्हटले, "हो, झाली आहे."

"बसा," मी जुलेखाला उद्देशून म्हटले.

"तिला अहोजाहो करू नका. ती तुमच्यापेक्षा खूप लहान आहे."

"वय लहान असले तरी मी एकदम एकेरी हाक मारू शकत नाही सुरंजन. अनोळखी व्यक्तीला मी एकदम अरेजारे करू शकत नाही. म्हणायलाही बरे वाटत नाही आणि ऐकायलाही रुक्ष वाटते. बरे, तुला मी दिलेला कुडता आवडला का?"

"हो," संक्षिप्त उत्तर.

"घातला नाहीस!"

"इतका महाग कुडता घालायची मला सवय नाही. विचार केला की तो परत करून किन्नरीतून एखादा स्वस्तातला आणावा."

"का? दिला आहे तोच असू दे. अधूनमधून घालत जा."

"मग लग्नाच्या दिवशीच घालावा लागेल." असे म्हणून सुरंजन जुलेखाकडे बघून हसला. जुलेखाही ओठ मुडपून हसली. सुरंजनच्या या अशा वागण्याचा मी अर्थ लावू शकत नव्हते. त्याला हे सांगायचे होते का की त्याचे जुलेखावर प्रेम आहे, तिच्याशी लग्न करणार आहे? माझ्या डोळ्यांवर माझाच विश्वास बसेना. सुरंजन आयुष्यात इतर काहीही करो, पण एका मुसलमान स्त्रीवर प्रेम, तिच्याशी लग्न – हे तो करणार नाही – यापेक्षा कठोर सत्य दुसरे नाही. अचानक सगळे का पालटले? आता मी काय बोलणे उचित ठरेल हे मला समजेना. सुरंजन जुलेखाला एखाद्या जाळ्यात फसवतो आहे की हे खरेच प्रेमाचे नाते आहे? या सगळ्या विचारांनी माझे डोके भणभण करू लागले. मी चहा करायला उठून गेले. सुजाताला चहा करायला सांगता आला असता, मग मी स्वत: का करायला उठले? तिथे बसणे नको वाटले म्हणून? पण का नको वाटले? जर त्यांचे एकमेकांवर प्रेम असेल, तर ती माझ्यासाठी सर्वांत आनंदाची गोष्ट नाही का? त्याचा अर्थ सुरंजन आता कट्टरपंथीय राहिला नाही. आता उदारमतवादी झाला आहे. प्रेम करताना धर्म पाहत नाही.

चहा करायला मी बराच वेळ घेतला. सुरंजन एकदम स्वयंपाकघराच्या दारात येऊन उभा राहिला.

"तुम्हाला काय झाले आहे?"

"कुठे काय!"

"अशा एकदम उठून गेलात."

"चहा करते आहे."

"चहाची आवश्यकता नाही. जरा वेळ गप्पा मारून आम्ही परत जाऊ."

"चहा घेऊन जा."

सुरंजनने गंभीर नजरेने माझ्याकडे पाहिले. जणू माझ्या अंतरात्म्याचा वेध घेत होता. जणू माझ्या मनातले सगळे विचार निपटून टाकत होता. जे काही विचार होते ते सगळे जणू त्याला काहीही करून बघायचे होते.

"तिच्याशी तुझे काय नाते आहे?"

"कोणाशी?"

"तुझ्याबरोबर आलेल्या मुलीशी?"

"ओह, जुलेखाशी! काय सांगू?"

"सांगून टाक."

"मैत्री."

"फक्त मैत्री?"

"खरे म्हणजे मैत्रीपेक्षाही काहीतरी अधिक."

"प्रेम?"

"हो. प्रेम. तसे म्हणता येईल."

"ओह."

"का? गोष्ट लिहायची आहे?"

"नाही, नाही."

"जे बघाल, ऐकाल ते लिहून टाकण्याची तुम्हाला सवय आहे ना!"

"का? तुमची गोष्ट लिहून चूक केली का?"

"आमचा काय फायदा झाला त्यामुळे?"

"फायद्यासाठी लिहायचे असते का? मी माहिती दिली हे पुरेसे नाही?"

"काही फायदा होणार नसेल तर माहिती देऊन काय उपयोग? जर काहीच बदल होणार नसेल..."

"तुला काय म्हणायचे आहे मला समजत नाही."

"समजा, माझा पाय मोडला आहे, आणि त्याविषयी सविस्तर लिहून तुम्ही लोकांना माहिती दिली. माहिती घेऊन लोक आपल्या वाटेने गेले. पण मी मात्र मोडलेला पाय घेऊन जसा होतो, त्याच अवस्थेत राहिलो ना! म्हणूनच म्हणतो, नुसती माहिती असून काय उपयोग? जर माझ्या मोडलेल्या पायावर काही उपचार होणार नसतील तर नुसत्या माहितीचा काय फायदा?"

"हो, पण त्याने काही नुकसान तर नाही ना?" माझा स्वर जरा रागीट झाला.

त्याहीपेक्षा रागीट आवाजात सुरंजन म्हणाला, "हो, नुकसान आहे."

"काय नुकसान?"

"मला कोणी कुठल्या खेळात घेणार नाही, माझी दखलही घेतली जाणार नाही. लोक मला अपंग, आउटकास्ट मानतील. माझा पाय बरा झाल्यानंतर देखील मला सशक्त, समर्थ असल्यासारखी वागणूक मिळणार नाही."

मी जरा वेळ थांबून म्हटले, "असे काही नाही."

माझे वाक्य तोडून सुरंजन म्हणाला, "असेच आहे."

सुरंजनकडे स्थिर नजरेने बघत मी म्हटले, "याबद्दल मी तुझ्याशी नंतर बोलेन."

मी चहा घेऊन बैठकीच्या खोलीत आले. जुलेखा चमकत्या डोळ्यांनी माझ्याकडे पाहत होती. 'तुम्ही कुठे राहता, काय शिकलात, काय करता, मूळ गाव कुठले, किती भावंडे,' असे प्रश्न मी तिला विचारले पण ज्या प्रश्नात मन अडकून बसले होते, तो प्रश्न विचारला नाही 'तुमचे सुरंजनवर प्रेम आहे का?' जुलेखा हळूहळू उत्तरे देत होती. मला ती ग्रामीण भागातल्या एखाद्या सामान्य मुलीसारखी वाटली. निरागस मुलींसारखी. हिला सुरंजन शोभत नाही. का शोभत नाही याचा विचार करत राहिले. मी माणसाचे केवळ बाह्य रूप बघणारी नाही. त्याचे अंतरंग कसे आहे, ते बघते. जर मने जुळली नाहीत तर नात्याचे ओझे वाहत राहण्यात काही अर्थ नाही. पण त्यांचे आपसातले नाते काही का असेना, मी माझे डोके कशाला शिणवते आहे? सुरंजन केवळ माझ्या कादंबरीचा नायक आहे, त्यापेक्षा जास्त काही नाही. त्याची अनेक वर्षांनी अचानक भेट झाली. कसा आहे, काय करतो हे सौजन्यापोटी मी विचारू शकतेच. पण मला हे विसरून चालणार नाही की बांगलादेशातील सुरंजन आणि इथला सुरंजन यात जमीन-अस्मानाचे अंतर आहे. राजकीय पार्श्वभूमीमध्येदेखील खूपच फरक आहे. तिथे सुरंजन अल्पसंख्यांक होता, इथे बहुसंख्याक. सगळा समाज बहुसंख्याकांच्या बाजूने. त्यामुळे त्याच्या दारिद्र्याबद्दल डोळ्यातून पाणी काढण्यात काही अर्थ नाही. परिस्थिती बदलण्याची संधी मिळवायची असेल तर ती तो मिळवू शकतो. हा देश काही स्थायी मन्वंतराचा देश नाही. जुलेखाशी त्याचे नाते ही संपूर्णपणे त्याची खासगी बाब आहे. त्याला जर एखाद्या मुसलमान स्त्रीबरोबर संबंध ठेवावासा वाटला तर त्यात अडचण काय आहे?

सुरंजन जुलेखाच्या जवळ बसला होता. जरा जास्तच लगटून बसला होता. इथे येण्याचा त्याचा उद्देश एकमेकांच्या बरोबर जवळीक साधण्याचा होता की

नाही मला माहिती नाही. कदाचित त्यांच्या घरात यावरून जरा नाराजी असेल. म्हणून जवळ जाण्यासाठी एखादी जागा शोधत असतील. की माझ्याशी बोलायला आला आहे? पण माझ्याशी त्याला फार काही महत्त्वाचे बोलायचे होते, असे मला वाटत नव्हते. मी उठून स्टडीत गेले. लिहायचे बरेच काम होते, पण काहीच करत नव्हते. कपाटात ओळीने पुस्तके लावलेली होती. ती सगळी मी केव्हा वाचणार? डोक्यात असलेल्या कल्पना, विचारांना केव्हा कागदावर उतरवणार? सुरंजन आणि जुलेखाने त्या खोलीत एकांतात वेळ घालवावा हेच बरे! डेस्कपाशी बसून कॉम्प्युटर उघडून याहू मेसेंजरमध्ये यास्मिनने पाठवलेल्या 'कुठे आहेस? कशी आहेस?' या मेसेजला उत्तर लिहिले, 'सुरंजन आला आहे. त्याच्याशी बोलते आहे.'

"सुरंजन कोण?"

"लज्जामधला सुरंजन."

'खरे की काय?' असे विचारून यास्मिनने पंचवीस आश्चर्यचकित चिन्हे टाकली.

"अरे वा! कसे आहेत ते सगळे?"

"एकदम छान आहेत. बरे मला सांग, सुरंजन माझ्या शान्तिबागेतल्या घरी आला होता का?"

" किती वेळा?"

"तूच म्हणालीस दोन वेळा."

"म्हणजे, तू त्याला पाहिले नाहीस?"

"नाही, मी कशी बघेन?"

"डिसेंबरमध्ये तू होतीस ना शान्तिबागेत?"

"नाही नाही गं बाबी, तू इतके कशी विसरतेस? सहा डिसेंबरला भालोबाशाचा जन्म झाला. मी तेव्हा मैमनसिंहात नव्हते का?"

"अरे हो! खरेच की.

इतके बोलणे झाले तेवढ्यात सुजाता येऊन म्हणाली, "ते निघालेत."

मी उठून लगेच बाहेर गेले.

"का निघालात? काय झाले? एवढ्यात का निघालात?"

"जायला पाहिजे."

"आणखी जरा वेळ बसत नाही?"

"नाही," सुरंजन म्हणाला.

"काय झाले? नाराज झालात?"

"नाही, नाही."

"इतके नाही, नाही कशाला?" सुरंजनचा हात धरून मी त्याला सोफ्यावर बसवले. जुलेखा हळू आवाजात म्हणाली, "आम्हांला निघायला हवे."

जुलेखाचे हे बोलणे ऐकून सुरंजन उभा राहिला. मी समजून चुकले की सुरंजनची जायची इच्छा नसली तरी जुलेखाचा निर्णय आहे की आत्ता जायला हवे.

"तुमच्याबद्दल मला काहीच माहिती कळली नाही जुलेखा."

जुलेखा जरा हसून म्हणाली, "मी काही कुणी प्रसिद्ध व्यक्ती नाही, माझ्याबद्दल लिहिण्यात काय फायदा!"

"मी म्हटले का, की मला तुमच्यावर काही लिहायचे आहे?"

जुलेखा पुन्हा हसून म्हणाली, "नाही, मीच म्हणते."

लिहिण्याच्या फायद्याचा पुन्हा विषय निघाला, म्हणून मी म्हटले, "कुणाच्या फायद्याबद्दल बोलताय?"

जुलेखाने काहीच उत्तर दिले नाही.

मी म्हटले, "मी प्रसिद्ध व्यक्तींबद्दल लिहिते असे तुम्हाला वाटते का?"

जुलेखा म्हणाली, "तुम्ही लिहून प्रसिद्धी मिळवता, आणि तुम्ही ज्यांच्याबद्दल लिहिता, तेही रातोरात प्रसिद्ध होतात." पुन्हा ती ओठ आवळून हसली.

"मला पटत नाही. सुरंजन कुठे प्रसिद्ध झाला?" मी निरागसपणे म्हटले.

जुलेखा गूढ हसली. मला माणसांचे सरळ वागणे उमगते, तिरके नाही. सुरंजनने उठून जुलेखाचा हात धरला. त्याच्या उष्ण हातात दुसरा उष्ण हात. माझी नजर त्या दोन हातांवरून हलेना. ते दोन्ही हात दोन चरित्रे बनून माझ्यासमोर उभे राहिले. गुडघ्यांवर बसून अनिमिष नेत्रांनी फक्त त्यांच्या हालचाली निरखण्याची मला इच्छा झाली.

ते दोघे गेल्यावर पलंगावर आडवी होऊन एका उशीने तोंड झाकून डोळे मिटून पडून राहिले. त्यांच्याबरोबर आणखी थोडा वेळ घालवायला हवा होता, असे मला वाटले. सुरंजनच्या लेखी मी कोणीतरी मोठी होते, म्हणून तो त्याच्या प्रेयसीला घेऊन माझ्याकडे आला. पण माझा उत्साह इतका कमी होता, की त्यांना परत जाणे भाग पडले. मी त्यांना काहीच महत्त्व दिले नाही, असे सुरंजनला वाटले का? पण तो एकटा आला असता तर त्याला समजले असते की मी त्याला किती महत्त्व देते! का कुणास ठाऊक, पण सुरंजनबरोबर जुलेखाला बघून मला काही बरे वाटले नाही.

बेनेपुकुर लेनमधल्या जुलेखाच्या मामाच्या घरी तिला सोडून सुरंजन जाननगर रोडवरून आपल्या घरी गेला. काहीच न खाता-पिता पडून राहिला. किरणमयी म्हणाली –

"नक्कीच तसलिमाच्या घरी खाऊन आला असशील."

सुरंजनने काहीच उत्तर दिले नाही. आज जुलेखा म्हणाली, "विचित्रच आहेत."

"विचित्र का?" सुरंजनने विचारले.

"किती विचित्र आहेत त्या? त्यांनी लिहिलेले वाचताना तर तसे वाटत नाही – जुलेखा म्हणाली – "तुला काय वाटते?"

"नाही, तसे नाहीये. त्या अगदी साध्या आहेत."

"साध्या? कशा वागल्या त्या? एकदम उठून आत निघून गेल्या. बाहेर आल्याच नाहीत. पाहुण्यांना बाहेरच बसवून – तुला काय वाटते? बरोबर केले त्यांनी?"

सुरंजन मान हलवून म्हणाला, "काम असेल काहीतरी. त्या लिहिण्यात व्यग्र असतात. आपल्याला जेवढा वेळ दिला तेवढा खूप झाला."

"ए बाबा, तू बस तसलिमा, तसलिमा जप करत. मला काही ते आवडले नाही."

सुरंजन विचार करू लागला. खरेच का तो तसलिमाच्या नावाचा जप करत असतो? नाही, तसे नाही. त्याने तसलिमासाठी काहीच केले नव्हते. एकटी स्त्री इथे कोलकात्यात त्या शहराच्या प्रेमापोटी राहते आहे. तिच्या या प्रेमाचा मोबदला कोलकाता शहर तिला देते आहे का? नाही देत. तिने स्वतः देखील कधी त्या प्रेमाचा उच्चार केला नही. मायाला भेटायची तिला इतकी इच्छा आहे, पण माया तिच्यावर नाराज आहे. कोणी तसलिमासाठी काही करते का? ती तर सगळ्यांवर प्रेम करतच चालली आहे. जो माणूसच सतत देतच राहतो, इतर जण विसरूनच जातात की तो फक्त देणाराच नाही, तर त्याला कधी काही घ्यायलाही आवडेल. तसलिमाला काहीतरी द्यावे अशी सुरंजनला इच्छा झाली. पण काय द्यावे, काही सुचत नव्हते.

सुरंजन देऊ तरी काय शकतो? त्याच्याकडे आहे तरी काय देण्यासारखे? आयुष्य कमालीचे बदलून गेले आहे. हे त्याचे नवीन आयुष्य आहे. या आयुष्याचा त्याच्या पूर्वीच्या आयुष्याशी काहीही संबंध नाही. बांगलादेशात त्याचे वेगळे आयुष्य होते – स्वप्नमय! त्या आयुष्यात त्याच्या आसपास सुशिक्षित, जागरूक, आदर्शवादी माणसे होती. वर्गसंघर्ष, वर्गशत्रूंचा नाश, प्रोलेटरीएटचे प्रबळ होणे, समाजतंत्र – हे सगळे शब्द आता ऐकताना हास्यास्पद वाटतात, पण ह्या–अशाच संज्ञांनी, तत्त्वांनी सुरंजनला एक अर्थपूर्ण जीवन दिले होते. त्या सगळ्यात

वावरताना त्याला वाटायचे की आयुष्य ही आवश्यक, मौल्यवान गोष्ट आहे. पण या देशात आल्यापासून त्याचे वागणे-बोलणे निराळ्याच स्तरावर गेले आहे. कठोर वास्तव, कुरूप दारिद्र्य, अनुदारता, रानटीपणा. इथे सुरंजनला कोणी ओळखत नाही. पाहिजे तिथे तो जाऊ शकतो. काहीही करू शकतो. सोनागाछी (वेश्यावस्ती)मध्ये रात्रीच्या रात्री घालवू शकतो, किंवा खालासिटोलामध्ये दारू पिऊन कुठेही पडू शकतो. कोणी त्याला उचलून आणणारे नाही, त्याची छी थू करणारेही नाही. या असल्या आयुष्याबद्दल सुरंजनला तिळमात्र उत्साह नाही. सुदेष्णाशी लग्न करताना, कॉलेजात शिकवताना सुदेष्णानेच त्याच्या मनात जरा जरा स्वप्नांची वीण निर्माण केली होती, पण सगळेच उद्ध्वस्त होऊन गेले. पुन्हा पहिले पाढे पंचावन्न. पुन्हा कोणाशी लग्न करण्याची, संसार थाटण्याची त्याला कणमात्र इच्छा नव्हती. त्याला स्वप्नहीनतेने ग्रासून टाकले होते. काय करतोय, का करतोय, याचा काही ताळेबंद ठेवत नव्हता.

राजकारणातला मुलगा होता, आता राजकारणाला मन पूर्णपणे विटून गेले होते. मुस्लीम कट्टरपंथीय आणि हिंदू कट्टरपंथीय यांच्यात त्याला आता काही फरकच दिसत नव्हता. कुठलाच राजकीय पक्ष त्याच्या मनात उत्साह निर्माण करत नव्हता. एके काळी माओवाद्यांमुळे तो भलताच प्रभावित झाला होता. पण त्याचाही उबग आला. त्याला डाव्यांबद्दल कितीही सहानुभूती असली, तरी माणसांची हत्या करून काही साधते यावर त्याचा विश्वास नाही. राजकारणातील त्या तरुणाला कळलेच नाही राजकारण हळूहळू कसे सुटले.

जेव्हा जगणे अर्थहीन झाले, जग अर्थहीन झाले, तेव्हा सगळ्याच गोष्टींना त्याचे मन विटले. असेच वणवण करत आयुष्य कंठत होता. कसेतरी दिवस काढायचे इतकेच. अशा निराशेने त्याला बांगलादेशापासूनच घेरले होते, अजूनही सुटका झाली नव्हती.

त्याला वाटले होते, देश सोडल्यावर आपले आयुष्य अगदी सुरक्षित होईल, सुख, शांती, स्वास्थ्य येऊन बिलगतील. नवीन संभावना, नूतन स्वप्ने यांनी परिपूर्ण असे जीवन मुठीत येईल. त्या तिथे, पलीकडे सुख लाभेल,या आशेला, भरवशाला, सुरंजनने चार लाख रुपये गमावून पहिला धक्का खाल्ला. शंकर घोषवर सुरंजनने किती विश्वास ठेवला होता! आणि तेच लोक पैसे परत न करता त्याच्या मानेवर बसून मजेत नाचत होते. शंकर घोषच्या घरातली वाईट वागणूक हा सुरंजनसाठी दुसरा धक्का होता. पार्टी ऑफिसमधून पैसे न मिळणे हा तिसरा. मायाच्या शरीरावर नातलगाने हात टाकण्याचा धक्का. तेही सगळे विसरून तो संसार मांडून सर्वसाधारण आयुष्य जगला असता, पण किरणमयी आणि मायासारख्या दोन निष्पाप स्त्रियांना सुदेष्णा सहन करू शकत नाही म्हटल्यावर

आणखी एक धक्का. सुदेष्णाचा ४९८(क) चा मामला आणखीन एक. प्रत्येक वेळी तो पुन्हा पुन्हा धक्क्यातून सावरून किरणमयीसाठी, मायासाठी उठायचा प्रयत्न करत होता. एक पराभूत आयुष्य तो जगत होता, जगतच होता. पण तरीही कसर भरून निघत नव्हती. त्यानंतर त्याने स्वत:च स्वत:ला एक सर्वांत मोठ्ठा धक्का दिला. मायासारख्याच एका निष्पाप मुलीला उचलून नेऊन ज्यांनी तिच्याशी मस्ती केली, तिला झोपवून तिच्याची निर्लज्ज, निर्मम चाळे केले, ते त्याचेच अवयव होते. अचिंत्यच्या चेहऱ्याच्या जागी त्याला स्वत:चाच चेहरा दिसत होता. स्वत:ची घृणा वाटत होती. जितका तो स्वत:चा तिरस्कार करत होता तितका जगात दुसऱ्या कोणाचाही करत नव्हता.

'लज्जा'च्या लेखिकेला तो काय देणार! काहीही नाही. काही देण्याची लायकीच नाही. जुलेखाबद्दल त्याला प्रेम वाटत असते, तर तिच्या दु:सह जीवनातून तिची त्याने सुटका केली असती. जुलेखाचे जे धिंडवडे निघाले, त्याला तो स्वत:च तर जबाबदार होता. त्याने जर जुलेखाला मोहब्बतच्या घरातून उचलूनच आणले नसते, तर एकामागून एक अशा दुर्घटना घडल्याच नसत्या. जुलेखासाठी तो जे काही चांगले करतो आहे ते त्याच्या पापाचे प्रायश्चित्त आहे, त्याला प्रेम म्हणता येणार नाही हे सुरंजन जाणून आहे. जुलेखाला हे आज कळले नाही तरी एक दिवस नक्की कळेल. आणि त्या दिवशी, ती त्याला सोडून जाईल हे त्याला ठाऊक होते. त्याच्या मनात आज त्याच्या बहिणीबद्दल – मायाबद्दल जी ममता होती, तशीच हळूहळू त्याला जुलेखाबद्दल वाटू लागली होती. दोघींनाही हृदयाशी धरावे असे त्याला वाटत होते. पण माया ते होऊ देणार नाही.

सुरंजनसारख्या बिनकामाच्या आणि नालायक माणसावर तीन माणसे प्रेम करतात – किरणमयी, माया आणि जुलेखा. त्यांच्यात त्याने आणखी एक नाव जोडले – तसलिमा. जुलेखा त्याला कदाचित एखाद्या दिवशी सोडून जाईल. पण त्याची निर्मिती तसलिमाने केली होती. निर्माता आपल्या निर्मितीला सोडून गेला तरी फार दूर जाऊ शकत नाही. रात्रभर जाग्या असलेल्या सुरंजनच्या मनात हे असले विचार येत होते. पहाटे पलंगावरून उठून खिडकीपाशी गेला. पक्ष्यांची किलबिल ऐकता ऐकता त्याच्या मनात आले, तो कोणाच्याही कल्पनेतून निर्माण झाला नाही आहे. तो हाडामांसाचा माणूस आहे. त्याचे काहीतरी अस्तित्व आहे. कधीकधी मात्र ते नाही असे वाटायचे. लज्जा वाचल्यावर, लज्जातला सुरंजन जे जे करतो, ते वास्तवातल्या सुरंजनने केले नसले तरी कधी वाटायचे – कदाचित केलेही असेल. जसे, लज्जातली सगळी पात्रे शुद्ध बंगाली भाषेत बोलतात, पण वास्तवातल्या सुरंजनच्या कुटुंबातले कोणीही त्या भाषेत बोलत नाहीत. आंचलिक बंगालीत बोलतात. जवळचे मित्रसुद्धा आंचलिक बंगालीतच बोलतात, फक्त

यतीन चक्रवर्ती, कबीर चौधुरी, सैदूर रहमान पुस्तकातल्या भाषेत बोलतात. ढाक्याच्या भाषेत आता बोलत नाही. कोलकात्याच्या भाषेत बोलता बोलता तसेच बोलायची सवय झाली आहे. अधूनमधून किरणमयी त्या भाषेत बोलते.मायाला तर बोलायचेच नसते. जुलेखा या देशातलीच. त्यामुळे तिला ढाक्याची, मायामान्सिंहाची आंचलिक भाषा माहितीच नाही. सुरंजनचे मित्रदेखील कोलकात्याची भाषाच बोलतात. मित्र तरी असे कितीसे आहेत त्याचे. जुन्या मित्रांशी आता त्याचा संबंधच नाही. बेलघरीयामधल्या मित्रांशी सुरंजनने हेतुपुरस्सर संबंध तोडले आहेत. ढाक्यातले आयुष्य आणि कोलकात्यातले आयुष्य यांच्यात जितकी तफावत आहे, तितकीच बेलघरीया आणि पार्क सर्कसमधल्या आयुष्यात आहे. एका जन्मात सुरंजन किती आयुष्ये जगतो आहे! त्याच्यासारख्या एका सामान्य तरुणाला 'लज्जा'ने असामान्य बनवले. पण तो सामान्य आहे हे त्याला चांगले ठाऊक आहे – अगदी चारचौघांसारखा. बेगबागान, बेनेपाडा, तांतीबागान इथे त्याचे नवीन मित्र झाले आहेत – आफताब, हाकिम, एनामुल, सोबहान आणि साधन – यांच्याशी भेटीगाठी होतात. ह्यांची मानसिकता बेलघरीयातल्या मित्रांच्या मानसिकतेपेक्षा पूर्णपणे वेगळी. यांच्याबरोबर वस्तीत तो आयुष्यात काहीनाकाही करायचा प्रयत्न करतो. रक्तदान शिबीर, आरोग्य केंद्र, प्रौढ शिक्षण, शिशु पार्क इत्यादी. प्रत्येक वेळी सगळ्यांचे सगळे प्रयत्न सफल होतात असे नाही. निराशाही वाट्याला येते. सुरंजन तर निराशेत अव्वल. आयुष्यात काही घडत नाही, घडणारही नाही – असेच त्याचे बोलणे. आशा-बिशा सोडून देऊन गांजाचा झुरका घेण्यातच शहाणपणा. काय झाले नाही हे जाणून घ्यायचे नसल्यामुळे, काय होणार होते हेही त्याला ठाऊक नसायचे. पार्क स्ट्रीट मल्लिक बाजाराच्या वळणावर चहाचे दुकान, दारूचे दुकान, मॉडर्न फार्मसी – अशा ठिकाणी संध्याकाळी अड्डा जमवायचा त्याला नाद लागला होता. याआधीदेखील सुरंजनने काही कमी अड्डेबाजी केली नव्हती. बेलघरीयामध्ये तर मोठाच गट जमला होता. फिडर रोडवर संध्याकाळी त्यांचा चांगलाच अड्डा जमायचा. रात्री त्यांचे दारू पिणे हे तर नित्याचेच होते. दारूने पुरती झिंग आली नाही तर स्टेशनवर गांजा शोधायच्या मोहिमेवर निघायचे. गौतम, रूपक, मानस, तन्मय, जयदेव, अचिंत्य – हे त्याचे साथी होते. सोबहानबरोबर त्याला काही दिवस फिरताना पाहिल्याबरोबर चौकशी सुरू झाली – याचे घर कोठे आहे?

"फिडर रोडवर."

"नाव काय?"

"सोबहान."

"बंगाली नाही का?"

“बंगालीच आहे.”

“त्याचे खिसे तपासलेस का? बॉंब वगैरे नाही ना?”

“हट्.”

“तू बंगाल्यांबरोबर हिंडतो-फिरतोस. बंगाल्यांबरोबरच राहा. अचानक मुसलमानाचा काय पुळका आला?”

“सोबहानसुद्धा बंगालीच आहे.”

“बंगाली कसा? तो तर मुसलमान आहे.”

“मुसलमान बंगाली नसतात का?”

“कसे असतील?”

“जसे हिंदू बंगाली असतात, तसेच मुसलमान बंगालीही असतात. बौद्ध, ख्रिश्चनसुद्धा असतात. नास्तिकदेखील बंगाली असतात. जात वेगळी, धर्म वेगळा. जात एकच असली तरी धर्म वेगवेगळे असू शकतात.”

सुरंजनचे बोलणे ऐकून सगळे हा! हा! करून मोठ्याने हसले, त्याची टिंगल केली. एकाने त्याचा पोटात गुद्दा मारून म्हटले, “साल्या, तुझ्या पाठीवर मुसलमानांचा मार पुरेसा बसला नाही वाटते!”

सुरंजन हसून म्हणाला “बसलाय, बसलाय. भरपूर बसलाय. नाहीतर माझा देश सोडून इथे कशाला आलो असतो? पण तुम्ही काहीही म्हणा! तुम्हाला हे माहिती असलेच पाहिजे की जसे अबंगाली मुसलमान असतात, तसेच बंगाली मुसलमान असतात. जसे अबंगाली हिंदू असतात, तसेच बंगाली हिंदू असतात.”

“ए, एवढे ज्ञान पाजळू नकोस.” कोणीतरी म्हणाले.

“हे काही फार विशेष ज्ञान नाही. हे तर सामान्यज्ञान आहे. तुम्हाला तर बेसिक नॉलेजच नाही आहे.”

“चल फूट.”

“इतिहास वाचा.”

“तुला काय रे माहिती इतिहासाबद्दल?”

“मी कॉलेजमध्ये इतिहास शिकवत होतो.”

“कुठल्या कॉलेजमध्ये, ते तरी कळू दे.”

“दमदम कॉलेज.”

“त्या तसल्या खासगी कॉलेजांत रस्त्यावरची माणसे उचलून त्यांना शिक्षक बनवतात. त्या कॉलेजात मीसुद्धा आत्ता जाऊन फिजिक्स शिकवू शकतो. नो प्रॉब्लेम.”

सुरंजन बांगलादेशातला मुलगा होता. तेरा कोटी बंगाल्यांबरोबर राहिलेला. त्यांच्यापैकी जास्त तर मुसलमानच होते. बंगाली ही संज्ञा सुरंजनला माहिती

होती. त्याला हेही माहिती होते की तिथले अशिक्षित मुसलमानसुद्धा – बंगाली म्हणजे फक्त मुसलमान बंगाली – असे म्हणण्याची चूक कधीही करणार नाहीत, पण इथले सुशिक्षित हिंदू बंगाली सतत ही चूक करायचे की बंगाली म्हणजे फक्त बंगाली हिंदू.

वाद सुरू झाला की सुरंजन एका बाजूला आणि बाकी सगळे दुसऱ्या बाजूला. नंतर नंतर तो इतरांच्या दृष्टीने विचार करण्याचा प्रयत्न करू लागला – कदाचित त्यांच्या आजूबाजूला सगळे अबंगाली मुसलमान इतके आहेत की ते त्यांचा उल्लेख फक्त मुसलमान असाच करतात. सोबहान बंगालीच बोलायचा, शुद्ध सुन्दर बंगाली, सुरंजनपेक्षाही शुद्ध, तरीही गौतम, मानस, अचिंत्य आणि रूपक म्हणायचे "हा मुसलमान आहे, बंगाली नाही."

सुरंजनला राग आला. मुसलमानांबद्दलच्या सहानुभूतीमुळे नव्हे, तर हिंदूंचा अशिक्षितपणा, अडाणीपणा बघून. सुरंजनने आपल्या मित्रांना बंगाली-अबंगाली मधला फरक समजावून सांगण्याचा प्रयत्न केला पण व्यर्थ! हिंदूंशिवाय इतर कोणी बंगाली असू शकते हे त्यांच्या डोक्यातच शिरत नव्हते. चुकूनमाकून शिरलेच तर काही क्षणातच पुन्हा डोक्यातून बाहेर पडायचे.

फिडर रोडवर सगळे बंगालीच राहतात. हाताच्या बोटांवर मोजण्याइतकेच मुसलमान. ते मुसलमान अबंगाली नाहीत हे माहिती असूनही सुरंजनचे मित्र असेच बोलायचे.

सुरंजनने अखेर नाद सोडला. हिंदू-मुसलमानांच्या वेगळ्या वस्त्या, सेग्रीगेशन हे सगळे जन्मापासूनच बघत मोठे झालेले लोक बहुधा असेच बोलत असावेत. पण जर योग्य शिक्षण मिळाले, शिक्षणात इतर धर्माचा तिरस्कार नसेल, तरच बोलण्यातले हे दोष दूर होऊ शकतील.

हे तर काहीच नाही. जेव्हा त्यांनी जुलेखाला बघितले, तेव्हा काही जण डोळे मिचकावत हसले होते.

"काय रे? आता ही कोण? कुठे राहते?"

"कोलकात्यातच."

"माल वाईट नाही."

"तोंड सांभाळून बोल."

"गुंतलायस वाटते तिच्यात!"

"हं."

"नाव काय?"

"जुलेखा."

"म्हणजे? मुसलमान?"

''नावावरून कळले नाही का?''

हे ऐकून सुरंजनच्या मित्रांचे चेहरे ताठरले. सगळ्यांचे जबडे आवळले गेले. शक्य असते तर त्यांनी ठोसे मारून सुरंजनचा हसरा चेहरा होत्याचा नव्हता करून टाकला असता.

त्यानंतर जुलेखाशी सुरंजनच्या संबंधाबाबत त्याच्या अड्ड्यातले वातावरण चांगलेच तापले. काही दिवस तो जुलेखाला बेलघरीयाला घेऊन आला होता. स्वत:च्या घरात बसूनच गप्पा चांगल्या होतात म्हणून. नंदननगरच्या त्याच्या दोन खोल्यांच्या छोट्या घरात खिडकीपाशी बसून तळ्याकडे बघत दोघे गप्पा मारायचे. जुलेखाशी गप्पा मारताना सुरंजनला कधीच थकायला व्हायचे नाही. मित्रांची त्याला खूपच ओढ होती. संध्याकाळ झाली की त्याला ती आतून खेचायला लागायची. त्याला माहिती होते की ही ओढ, हे आकर्षण दारू, टवाळ गप्पा यांच्या सवयीमुळे आहे. हे आकर्षण सोडून नंदन नगरचे इतक्या दिवसांचे घर सोडून अचानक पार्क सर्कससारख्या विचित्र भागात राहायला जाण्याचे कारणच नव्हते. किरणमयीने तर तीव्र विरोध केला होता. पण त्याने काहीही ऐकले नाही. अमजदला सांगितले होते, त्याप्रमाणे त्याने जाननगरातले हे घर शोधून दिले. नंदन नगरमधल्या घराचे भाडे होते दीड हजार. जाननगर मधेही दीड हजारच. शहराच्या बाहेर राहण्यापेक्षा शहरामध्ये राहणे सोयीचे आहे हे त्याने किरणमयीला पटवून दिले, पण मनात जुलेखाचे कारण होतेच. कारण जुलेखाबद्दल त्याचे मित्र एकही वाक्य असे बोलत नव्हते, जे अश्लील नव्हते. 'मुसलमानांशी संबंध ठेवले तर या वस्तीत राहायची तुझ्या बापाची देखील शामत नाही' असे त्यांनी सुरंजनला बजावले होते. खिशात वस्तरा घेऊनच ते फिरत होते. एके दिवशी संध्याकाळी तो जुलेखाला बेलघरीया स्टेशनवर ट्रेनमध्ये बसवायला गेला तेव्हा त्याला तिथे मानस उभा असलेला दिसला. मानस धावत जाऊन ट्रेनमध्ये चढला. सुरंजनला वास्तविक ट्रेनने कुठे जायचे नव्हते, पण मानसला चढलेले बघून तोही चढला. जुलेखाला पाठीशी घातले. मानस विधान नगरला उतरला.ते बघून सुरंजनही तिथे उतरला. मागून मानसला धरून म्हणाला, ''काय रे, कशाला चढलास ट्रेनमध्ये?''

''सुरंजन, वेळीच सावध हो. हे रिलेशन तोडून टाक.''

''माझ्या रिलेशनचे मी बघेन तुला काय करायचे आहे?''

''मला खूप काही करायचे आहे. तू अजूनही मुसलमानांना ओळखले नाहीस ना? त्यांच्याच देशात तर राहत होतास.''

''ओळखत कसा नाही? चांगले ओळखतो.''

''मग त्यांच्या रक्तातच बदमाशी, विश्वासघात असतो, हे तुला ठाऊक

नाही?''

"ठाऊक आहे."

"मग जाणूनबुजून हे सगळे का करतो आहेस?''

"माझी मर्जी."

"हे होऊ दिले जाणार नाही."

"तू तर 'सीपीएम'चा समर्थक आहेस ना? तुझ्या चौदा पिढ्या 'सीपीएम'शी जोडलेल्या आहेत. तुझ्या वस्तीतले सगळे लोक 'सीपीएम.' अख्खा इलाका 'सीपीएम.' पूर्ण बेलघरीयाच. कित्येक दशकांपासून. मग तुझी मानसिकता अशी का रे? माणसाला माणूस समज."

"हे बघ, तू इतर कोणाशीही संबंध ठेव, पण मुसलमानांबरोबर ठेवलेला आम्हांला चालणार नाही."

"तू ठेवू नकोस. मी एक स्वतंत्र व्यक्ती आहे, आणि माझे निर्णय मी घेईन.

"तू समाजात तरी राहतो आहेस की नाही? तू स्वतंत्र व्यक्ती म्हणून एखाद्या निर्जन ठिकाणी एकटा जाऊन राहू शकशील? लोकांच्या समाजात राहायचे तर लोकांचे नियम पाळावेच लागतील."

"लोकांचे नियम काय आहेत? हिंदू-मुसलमानांची मैत्री होऊ शकत नाही?''

"नाही होऊ शकत. ते दहशतवादी असतात. ते हिंदूंवर काही आजच अत्याचार करत नाही आहेत. फाळणी झाली आहे. मुसलमानांनी पाकिस्तानात निघून जायला पाहिजे होते. त्यांची जागा पाकिस्तानातच आहे. का गेले नाहीत तिथे? त्यांनी अजूनही जावे. आमचे पूर्वज पाकिस्तानातून इथे आलेच ना? मग ते लोक का अजून आमच्या देशात राहिले आहेत? हा देश हिंदूंचा देश आहे. देशाची फाळणी झाली ती याचसाठी की हिंदू भारतात राहतील आणि मुसलमान पाकिस्तानात. आम्ही त्यांच्यासाठी का म्हणून त्रास सोसायचा?''

सुरंजन गप्प बसून ऐकत होता. नंतर हळूहळू त्याचे डोळे विस्फारू लागले, तोंड वासू लागले – "काय बोलतो आहेस मानस? मुसलमान समाज 'सीपीएम'ची मतपेढी नाहीये का? त्यांच्यासाठी मदरसे बनत आहेत, मशिदी उभ्या राहताहेत. त्यांना डोक्यावर बसवून ठेवले आहे."

"ते सगळे राजकारणी लोकांचे राजकारण आहे," मानस दीर्घ उसासा टाकून म्हणाला, "आमचे नाही."

दोघे चालत चालत रामकृष्ण मिशनच्या मैदानात जाऊन बसले. त्या रात्री मानसशी सुरंजनचे दीर्घकाळ बोलणे झाले. मानस एका सरकारी कचेरीत नोकरी करत होता. चांगल्या कॉलेजात शिकलेला होता. एमएपर्यंत शिकला, पण परीक्षा दिली नाही. मानसबरोबर बांगला दारूच्या दुकानात पोटभर दारू पिऊन रात्री खूप

उशिरा सुरंजन घरी परतला. मानसने जरी सांगितले तरी जुलेखाशी संबंध तोडेन असे सुरंजन त्याच्याशी काही बोलला नाही.

तो वारंवार म्हणत होता "हे बघ सुरंजन, तू हे योग्य करत नाही आहेस."

"योग्य असो की नसो, माझ्या हिताचा विचार मला स्वत:ला करू दे."

"या बाबतीत तुला तुझे हित समजत नाही आहे. म्हणून त्याची जबाबदारी इतरांना घ्यावी लागते आहे ना!"

"हे बघ, प्रत्येकाचे त्याचे असे एक आयुष्य असते. आयुष्यात नाना प्रकारच्या समस्या येतात. त्या सगळ्या समस्यांचे समाधान करता करताच आयुष्य सरते. कोण कोणाला भेटते, कोणाचा काय धर्म, कोणती जात – हे सगळे बघण्यासाठी वेळ आहे कोणाला? तुझे कोणाशी काय रिलेशन आहे हे कधी मी विचारले का?"

मानसची मूठ वळली. जबडा आवळला. म्हणाला, "तू अजूनही सुधार सुरंजन, अजूनही वेळ आहे, सुधार स्वत:ला. स्वत:च्या समाजाचा विश्वासघात करू नकोस. ते लोक नॉन मुस्लिम्सचा तिरस्कार करतात. तुला लग्न करायचे आहे, तर कर ना. जर हिंदू मुलगी आवडली नाही तर ख्रिश्चन, बौद्ध मुलीशी कर. पण मुस्लीम नको, मुळीच नको."

त्यानंतरच्या रात्री त्या सर्वांनी सुरंजनला खूप मारले आणि सीसीआर ब्रिजखाली फेकून दिले. त्यातून बरे व्हायला त्याला पाच दिवस लागले. पाच दिवस तो घरीच गेला नाही. सोबहान त्याला हॉस्पिटलमध्ये घेऊन गेला. बरा झाल्यावर सोबहानने स्वत:च्या खिशातून हॉस्पिटलचे बिल भरले आणि सुरंजनला घरी पोचवले. ते पाच दिवस मित्र, नातलग, आप्त सगळे काही सोबहान एकटाच होता. स्वत:ची नोकरी-चाकरी, व्यवसाय, घर-दार विसरून तो हॉस्पिटलमध्येच होता. सुरंजनचा काहीच पत्ता न लागल्यामुळे किरणमयी आणि माया अतिशय काळजीत होत्या. मात्र मधेच एकदा सुरंजनने घरी फोन करून सांगितले होते की तो एका मित्राच्या घरी आहे. काही काळजी करू नका. त्याला घरी पोचवायला आलेल्या सोबहानचा मायाने अत्यंत अद्वातद्वा बोलून अपमान केला. माया दुसऱ्या खोलीतून आरडाओरडा करत होती. तिने सोबहानचा चेहराही धड पाहिला नव्हता. ओरडून म्हणाली "मुसलमानांनीच सुरंजनचे अपहरण केले. त्याला मारून टाकण्याचाच त्यांचा हेतू होता. सुरंजन हतबल होऊन सोबहानला जायला सांगत होता. यापलीकडे तो काही करू शकत नव्हता. सोबहानबद्दल कृतज्ञता व्यक्त करणे त्याला शक्य झाले नाही. सोबहान सॉफ्टवेअर इंजिनिअर होता. त्याशिवाय त्याचा कॉम्प्युटरचा व्यवसाय होता. सुरंजनची त्याच्याशी पहिली ओळख झाली ती दमदम कॉलेजमध्ये शिकवताना. तिथे सोबहान कॉम्प्युटर्स बसवायला यायचा. तिथे सुरंजनने पाहिले

की तो आपले नाव शोभन सांगायचा. कॉलेजमध्ये सुरंजनलाही त्याने तेच सांगितले होते. सुरंजन त्याला शोभनबाबू म्हणूनच संबोधायचा. सोबहानची त्याला काही हरकत नव्हती. मग सुरंजनने एकदा स्वतःच्या घरी कॉम्प्युटर घेतला. त्याची सगळी देखभाल त्याने सोबहानकडे सोपवली. सॉफ्टवेअर घालण्याची, बिघडला तर दुरुस्तीची सगळी जबाबदारी. तेव्हाही सुरंजन त्याला शोभन म्हणूनच ओळखत होता. त्याला समजले की सगळे सॉफ्टवेअर सोबहानने मोफत दिले होते. तेवढेच नाही, तर काहीही फायदा न घेता त्याला उत्तम कॉम्प्युटर दिला होता. एके दिवशी सुरंजन त्याला म्हणाला "तुम्ही तर हे सगळे खूप जास्त किंमतीत विकता. मला अर्ध्याच किंमतीत दिलेत, ते का बरे?"

सोबहान म्हणाला "नाही, नाही. ठीक आहे."

"सॉफ्टवेअरचे पैसे का लावले नाहीत? इंस्टॉल करायलाही काहीच घेतले नाहीत."

सोबहान मान झुकवून विनयशील आवाजात म्हणाला, "ते माझ्याकडे होतेच. त्याचे काही पैसे नाहीत."

"तुम्ही तुमचा वेळ खर्च करून माझ्यासाठी काम करता ते? त्याचा मेहनताना पण घेणार नाही?"

सोबहान खालमानेनेच म्हणाला, "नाही. त्यात काही इतकी मेहनत नाही. हे करायला मला आवडते."

सुरंजनला सोबहान काही वेगळाच वाटला. एकदा संध्याकाळी सुरंजनला त्याने आपल्या दुकानात चहा प्यायला बोलावले, तो सहज गेला. तेव्हा फिडर रोडवरच्या त्याच्या दुकानात गेल्यावर सुरंजनने पहिले की सोबहानला किती काम असते! आणि इतका व्यग्र माणूस सुरंजनसारख्या एका उडाणटप्पू मुलाच्या भिवईच्या एका इशाऱ्यावर धावून येतो! सोबहानने त्याला अनेकदा जेवायला खायला घातले होते. दोघे जण कॉम्प्युटर, युनिव्हर्स, नॅनो टेक्नॉलॉजी, ब्लू टूथ, बिग बॅन्ग, स्टेम सेल रिसर्च – अशा अनेक विषयांवर गप्पा मारायचे. सोबहान विनम्र स्वभावाचा होता. मान नेहमी झुकलेली. पण विज्ञानाबद्दल बोलताना त्याच्या आत काहीतरी संचारायचे, तो उत्तेजित व्हायचा. सुरंजन अत्यंत चांगला श्रोता होता. इतका चांगला बुद्धिमान श्रोता बहुधा सोबहानला याआधी लाभला नसावा. त्यामुळे त्याने सुरंजनला मित्र म्हणून लगेच स्वीकारले.

सुरंजन शोभनबाबूवरून आता शोभनवर आला होता. शोभन वरून सोबहान. अशा प्रकारे सुरंजनचा त्याच्याशी जास्त जास्त परिचय होत होता. ज्या दिवशी त्याला कळले की तो वास्तविक सोबहान आहे, त्या दिवशी सुरंजन चमकला होता. त्याच्या चकित चेहऱ्यासमोर सोबहानची झुकेली मान आणि विषण्ण मुद्रा.

"म्हणजे तुम्ही हिंदू नाही?"

सुरंजनच्या प्रश्नावर त्याने अपराधीपणे नकारार्थी मान हलवली.

"ओह शिट!" सुरंजनच्या तोंडातून राग, अपमान आणि वैतागाने एकदम शब्द गेले.

सोबहान लगेच त्याच्या समोरून निघून गेला. आपल्या कामाला लागला. खालच्या आवाजात बोलणारा, मान झुकवून बोलणारा चांगल्या स्वभावाचा मुलगा – सोबहान. त्याच्याशिवाय सुरंजनचे काही अडले नसते, सोबहानचे अडले नसते. पण तरीही अडत होते. दोघेही किती एकटे! दोघेही एकमेकांचे श्रोते. सुरंजन त्याचे आई, वडील, बहीण, पत्नी सगळ्यांबद्दल त्याच्याशी बोलायचा. इतकेच काय, पण त्याच्या मुसलमान द्वेष्ट्या मित्रांविषयीदेखील बोलायचा. पण जुलेखाबद्दल मात्र कधी बोलला नव्हता. सोबहानशी ते बोलण्यात त्याला काय अडचण होती हे त्याने स्वतःलाच विचारले तेव्हा उत्तर मिळाले – सोबहान मान खाली घालून वावरणारा आणि सुरंजन ताठ मानेने चालणारा. सुरंजन बहुसंख्याक – सोबहान अल्पसंख्याक. जुलेखा आणि सुरंजनच्या संबंधांबद्दल सोबहानला कळले असते तर सुरंजन सोबहानच्याच पंक्तीत जाऊन बसल्यासारखे झाले असते. अल्पसंख्याकावर प्रेम करणे आणि त्यांच्याशी मैत्री करणे या दोन्ही वेगळ्या गोष्टी आहेत. प्रेम म्हणजे केवळ प्रेम नसते, त्यापलीकडेही काही असते. प्रेमानंतर लग्न, मग मुले! ती मुले शुद्ध हिंदू नसतात. मुसलमान मुलीच्या गर्भातून आलेले मूल म्हणजे मुसलमानच.

शोभनबाबूच्या आड दडलेल्या सोबहानचा शोध लागल्यावर मग संपर्क राहिला नाही. शोभन आणि सुरंजन दोघांनाही जाणीव होती की हा सबंध पुढे जाणार नाही. त्यानंतर भेटीगाठी झाल्या नाहीत. एकमेकांची काही बातमी नाही. दोघांचेही आयुष्य आपापल्या मार्गाने चालले होते. एकमेकांचे तोंडही नंतर पाहिले नाही. असेच चालले होते. पण सुरंजननेच का कोणास ठाऊक, सहा महिन्यांनंतर पहिल्यांदा भेटायचे ठरवले. सोबहानशिवाय त्याचे काम चालणार नाही. चालवले असते तर चालले असते पण सुरंजनच्या आळशीपणामुळे चालले नाही. त्याने एक धोका पत्करला. तो अशा लोकांच्यात मिळू-मिसळू लागला – जे मवाली, नुसते मजा मारणारे होते, ज्यांच्या रक्तातच विश्वासघाताचे बीज होते. नंदननगरमधील तळ्याच्या काठी, रामकृष्ण मिशनच्या मैदानात, कॉम्प्युटरच्या दुकानात सुरंजन सोबहानशी निरर्थक गप्पा मारत बसायचा. मने जुळली होती म्हणूनच बहुधा. आणखी काय! मित्रांची त्याला कमतरता नव्हती. सुरंजनला तर ते खूपच आवडायचे. सोबहानला आवडायचे की नाही याबद्दल तो कधीच बोलायचा नाही. विषय निघाला तर त्याच्या चेहऱ्यावर एक गूढ हास्य तेवढे उमटायचे.

सुरंजनची सोबहानशी असलेली घसट त्याच्या बेलघरीयामधल्या मित्रांना मुळीच पसंत नव्हती. ज्या दिवशी त्या लोकांनी सोबहानवर हल्ला केला, त्या दिवशी सुरंजनचे डोके ठिकाणावर नव्हते. सुरंजन सोबहानच्या दुकानात बसला होता. अचिंत्य दुकानात शिरून म्हणाला, "काय रे, मुसलमानांबरोबर तुझी चांगलीच दोस्ती दिसते आहे. तो माल कुठे आहे?"

सुरंजन थंडपणे म्हणाला "वाट्टेल ते बोलू नकोस. "

"जरा पैसे दे बघू."

"म्हणजे?"

"तुझा माल तर हिंदूंच्या देशात बसून चांगली कमाई करतो आहे. तर दहा हजार रुपये आत्ता दे, नाहीतर–"

"नाहीतर काय?"

"नाहीतर राजारहाटात नेऊन तुझ्या कपाळाचा मुका घेऊन तुझे लाड करू." अचिंत्यच्या ओठाच्या कोपऱ्यात कुत्सित हास्य होते.

सुरंजन दातावर दात आवळून बसून राहिला. त्याला बोलायला घृणा वाटू लागली. त्यानंतर दहा दिवसांनी सकाळी अचिंत्यने त्याच्या चेल्यांबरोबर सोबहानवर चढाई केली. अचिंत्य आत घुसला. चेल्यांनी दुकानाच्या दरवाज्यात ठाण मांडले.

"वर्गणी द्या सोबहानसाहेब."

"कसली वर्गणी?"

"पूजेची."

"कसली पूजा?"

"कार्तिक पूजा."

"कार्तिक पूजा?"

"हो. पाच एक हजार रुपये द्या. पूजा पार पाडू."

सोबहान बराच वेळ गप्प बसून राहिला. मग म्हणाला, "दुर्गा पूजा, काली पूजा, सरस्वती पूजा यांना मी वर्गणी देतो. दादा, कार्तिक पूजेला मी नाही देऊ शकणार."

अचिंत्य हसून म्हणाला "तुम्हाला वर्गणी तर द्यावीच लागेल."

"माझ्याकडे इतके पैसे नाहीत."

"नाही म्हणून चालणारच नाही."

"मग?"

"पैसे आत्ताच, या क्षणी द्यावेच लागतील मिस्टर सोबहान."

सोबहानने आवंढा गिळला. मान खाली होती.

तेवढ्यात सोबहानच्या समोरच्या टेबलावर एक जोरदार मूठ आपटली. ग्लासमध्ये

पाणी होते. ते सांडले.

"एक हजार दिले तर चालतील का?"

"एक हजारात तर पूजा होणारच नाही."

"आत्ता या वेळी..."

अचिंत्यने सोबहानच्या शर्टाची कॉलर धरून त्याला खेचले आणि भिंतीवर दाबून धरले. सोबहानने त्याच्या सहकाऱ्याला जवळपासच्या दुकानातून लगेच चार हजार रुपये उधार आणायला सांगितले. सहकारी धावतच बाहेर गेला. कॉलर सोडून अचिंत्य एका खुर्चीवर बसला. सुरंजनच्या समोर. सुरंजन काहीच बोलला नाही. बाहेर रस्त्यावरच्या माणसांकडे बघत बसला. चालणाऱ्या, सायकलवरून जाणाऱ्या, वाहनातून जाणाऱ्या लोकांकडे. कोणी उत्तरेकडे जात होते, कोणी दक्षिणेकडे. सहकाऱ्याने फार वेळ लावला नाही. घामेघूम होऊन त्याने सोबहानच्या हातात पैसे दिले. सोबहानने खिशातून एक हजार एक रुपये काढून उधार आणलेले चार हजार त्यात घालून अचिंत्यला दिले. पैसे मोजून अचिंत्यने खिशात ठेवले आणि सोबहानच्या पोटात जोरदार लाथ मारून 'साला, मुसलमानाची औलाद' असे म्हणून टेबलावर थुंकून निघून गेला. सुरंजन काही क्षण पुतळ्यासारखा बसून राहिला, मग बाहेर गेला. सोबहानशी तो काहीही बोलला नाही. बाहेर जाऊन त्याने रस्त्यात अचिंत्यला धरले. पाठीमागून टांग मारून त्याने अचिंत्यला पाडले. त्याच्या खिशातून पैसे काढायचा प्रयत्न केला. म्हणाला "कोणाशी गुंडगिरी करतोस?"

उडी मारून उठून सुरंजनच्या जबड्यावर ठोसा मारून अचिंत्य म्हणाला, "मुसलमानाशी."

सुरंजनने उलटा ठोसा मारत म्हणाला "नाही, आज तू माझ्याशी गुंडगिरी करतो आहेस."

अचिंत्य अंगावरची धूळ झटकत झटकत म्हणाला, "सुरंजन, खबरदार, मला हात लावू नकोस. तुझ्याशी मी काहीही करत नाहीये. मी फक्त वर्गणी मागायला गेलो होतो. तो जर तुझा मित्र असेल तर इट्स युअर प्रॉब्लेम, नॉट माईन."

सुरंजन म्हणाला "तुला पूजेची वर्गणी पाहिजे ना, मग हिंदूंकडून घे की. मुसलमानांवर जबरदस्ती का बरे करतो आहेस? ते कधी ईदसाठी वर्गणी मागायला येतात तुझ्याकडे? आतापर्यंत किती रुपये वर्गणी दिली आहेस?"

अचिंत्य गळ्याच्या शिरा ताणून ओरडला, "अजूनही त्याची संगत सोड सुरंजन. तो कसा आहे हे तुला माहिती नाही का? बांगलादेशात तू भोगले नाहीस का? ते लोक भयंकर क्रूर असतात. त्यांचे विषारी दात तू अजूनही पाहिले

नाहीस? देशात जितके गुन्हे होतात, ते कोण करतात तुला माहिती नाही? डोळे झाकून बसला आहेस? ते या देशात राहतात, एक एक जोडपे बारा-चौदा मुले जन्माला घालते, देशात त्यांची संख्या किती झपाट्याने वाढते आहे, तुला दिसत नाही? ते सगळे आपल्याला मारून टाकतील, बॉम्ब टाकून आपल्याला सगळ्यांना मारतील. देशावर कब्जा करतील. बघच तू. ते पाकिस्तानात का निघून जात नाहीत? पाकिस्तान मॅच जिंकला की हा तुझा मित्र पाकिस्तानचा झेंडा घेऊन विजयी मिरवणुकीत सामील होत नाही? होतो. आमच्या देशात कर न भरता व्यवसाय करतात. जाऊन बघ, पाकिस्तानात त्यांनी मोठमोठी घरेदेखील बांधली असतील. सगळी दहशतवादी जात! साल्यांचे मुडदे पाडावेसे वाटतात.''

अचिंत्य बोलता बोलता धापा टाकत होता, घामेघूम झाला होता. डोळ्यातून आग आणि पाणी दोन्हीही बरसत होते. सुरंजन त्याच्याकडे एकटक बघत राहिला. त्याला कशाचीतरी आठवण होत होती. अगदी याच – अशाच प्रकारच्या प्रसंगाची. अश्याच गोष्टी पूर्वी ऐकल्या होत्या – बांगलादेशात. हिंदूविरोधी कट्टरपंथीय मुसलमान असेच म्हणायचे ''हे हिंदू भारतात का निघून जात नाहीत? भारत मॅच जिंकला की ते मनातल्या मनात खूश होतात. आमच्या देशात राहून कर न भरता व्यवसाय करत राहतात. जाऊन बघितले तर भारतात त्यांनी बहुधा मोठमोठी घरेही बांधली असतील.''

एके काळी अचिंत्य नक्षलवादी होता. सध्या कुठल्याच चळवळीशी जोडलेला नव्हता. कोणत्याही राजकीय पक्षाचा सदस्य नव्हता. बजरंग दलाच्या काही तरुणांबरोबर काही दिवस फिरत होता. त्यानंतर सी पी एम च्या नोंदवहीत नाव नोंदवले. पण त्यातून त्याचे नाव का कापले गेले हे कोणालाही कळले नाही. सध्या अचिंत्य स्वतःच्याच भरवशावर चालत होता. कोणाचीही पर्वा करत नव्हता. भाजपाच्या लोकांना शिव्या घालत म्हणायचा – त्यांच्याकडून काहीही होणार नाही. अचिंत्यचे चाहते कमी नव्हते. सामान्य लोकच काय, पण राजकारणातले लोकसुद्धा स्वेच्छेने त्याचे चेले व्हायचे.

अचिंत्यनेच बजावले – जास्त शहाणपणा केला तर जिवंत परत जायची शक्यता नाही. सुरंजन पुढे काही न बोलता घरी परतला. नंतर बाहेर पडलाच नाही. त्याच्या मनात अचिंत्यचे बोलणे घुमत होते. त्याच्या आतून किती भीषण घृणेची भडास बाहेर पडली होती! मुसलमानांबद्दलची घृणा. अशीच घृणा – असाच टोकाचा तिरस्कार त्याने बघितला होता – हिंदूंबद्दलचा. हिंदू-मुसलमानांच्यात खूप फरक होते पण काही साम्येदेखील होती. दोन्ही संप्रदायात सर्वांत महत्त्वाचे साम्य होते ते म्हणजे – घृणा. पण सगळे जणच तिरस्कार करतात का? सगळे जण? सुरंजन पलंगावर पालथा पडून राहिला. वारंवार स्वतःलाच प्रश्न विचारात

होता "सुरंजन काय आहे? सुरंजन काय? मी काय? मी काय?" तो घामेघूम झाला. एकदा उठून पाणी प्याला. परत आडवा झाला. या कुशीवरून त्या कुशीवर तळमळत राहिला. पुन्हा उठला, फेऱ्या मारू लागला. सिगारेट पेटवली. एक संपल्यावर दुसरी. खिडकीशी उभा राहिला. चपला घालून बाहेर पडला. कुठेच न जाता इकडे तिकडे भटकत राहिला. मग डोळ्यांसमोर पुस्तक धरले. बंद केले. उठून चहा केला. चहा गार होत होता. पुन्हा सिगारेट शिलगावून पलंगावर निपचित पडला. मग पुन्हा पालथा झोपला. छातीशी एक उशी कवटाळली. मग त्या उशीत तोंड खुपसले. खोलीत झोपेची गोळी शोधली. मिळाली नाही. दार लोटून बाहेर गेला. औषधांच्या दुकानात गेला. झोपेची गोळी मिळते की नाही ते विचारले. मिळत नाही. परत आला. सिगारेट पेटवली. शासोच्छ्वास जलद होऊ लागला. छातीत थोडेथोडे दुखायला लागले. त्याने अंघोळ केली. नंतर परत एक सिगारेट. फेऱ्या मारू लागला. पुन्हा एकदा चहा करून प्याला. फोन वाजला. त्याने घेतला नाही. किरणमयी त्याच्याशी बोलायला आली. तिला म्हणाला, "मला त्रास देऊ नकोस." पडून राहिला, मग पुन्हा पालथा झोपला. तासामागून तास असेच गेले. सुरंजन तसाच पडून राहिला.

तेव्हाच त्याने बेलघरीया सोडण्याचा निर्णय घेतला.

हळूहळू त्याला वाटायला लागले जणू त्याच्या आतली जमीन खचत चालली आहे. सगळी चित्रे उलटीपालटी होत आहेत. ती चित्रे नक्की कशा प्रकारची आहेत हे त्याला स्पष्टपणे कळत नव्हते. पण रस्त्यातून चालताना दिसत होत्या अनेक लोकांच्या बोटांतल्या अंधश्रद्धेच्या अंगठ्या, मनगटावरचे लाल दोरे, देवळा-देवळातून उतू जाणारी गर्दी, वळणा-वळणावर शनीपूजेचा उन्माद. नाही – हे कोलकाता त्याच्या स्वप्नातले कोलकाता नव्हते. त्याला भेटणारे सगळेच धर्मावर विश्वास ठेवणारे होते. अशिक्षित, सुशिक्षित सगळे. आरएसएस, बजरंग दल, भाजपा मधले जे जे भेटले त्यांचा धर्मावर जितका विश्वास होता, त्यापेक्षा काँग्रेस, तृणमूल, सीपीएम सदस्यांचा धर्मावरचा विश्वास मुळीच कमी नव्हता. सगळे पूजा करायचे. देव-देवतांना मानायचे. सुरंजनला सर्वांत जास्त आश्चर्य वाटले ते या गोष्टीचे की – कलाकार, साहित्यिक, इतकेच काय, पण भौतिक शास्त्रज्ञ, डॉक्टर, इंजिनिअर, शास्त्रज्ञ, कॉलेज, विद्यापीठातून बाहेर पडलेले पंडित – ज्याला ज्याला बघावे ते सगळे धर्मविश्वासी. पण ढाक्यात मात्र कलाकार, साहित्यिक, बुद्धिजीवी, तंत्रज्ञ, शास्त्रज्ञ यांच्यात त्या मानाने धर्मविश्वास कमी होता, किंबहुना नव्हता म्हटले तरी चालेल. निदान त्याने तरी कोणाला धर्माचे पालन करताना बघितले नव्हते. स्वत:च्या घरात सुधामयांना त्याने कधी धर्मावर विश्वास ठेवताना पाहिले नव्हते. ते नास्तिक होते. सुरंजनही लहानपणापासून

नास्तिकच होता. फक्त किरणमयीचा विश्वास होता. कोलकात्यात आल्यावर तिचा विश्वास पहिल्यापेक्षा वाढला की नाही ते सुरंजनला माहिती नव्हते, पण त्याच्या लक्षात आले होते की अनेक धार्मिक अनुष्ठानात किरणमयीने स्वत:ला आधीपेक्षा अधिक गुंतवून घेतले होते. हे सगळे – सुधामय, एकटेपणा, दारिद्र्य, दुर्भाग्य – या गोष्टी विसरण्यासाठी ती करत होती की खरेच श्रद्धेपोटी? ती विपदताडिनी पूजेसाठी पहाटेच्या आधीच कालीघाटाकडे धाव घेत होती, घरी रान्नापूजेचे (बंगालमधील एक स्वयंपाक पूजा. यामुळे मनसादेवी-सर्पदेवी प्रसन्न होते असे मानतात.) आयोजन करत होती, आणखीही कितीतरी काय काय! सुरंजनला सगळ्याची नावेदेखील ठाऊक नव्हती. यामागे इतर लोकांसारखी व्हायची इच्छा होती की आणखी काही? किरणमयी साड्या-कपडे विकून जे पैसे मिळवायची त्यातले बरेचसे या पूजेअर्चेत जातात अशी सुरंजनची खात्री होती.

"काळ बदलला आहे. हे सगळे कशाला करतेस मा?"

"लोक का करतात?"

"लोक अडाणी म्हणून करतात," सुरंजन उत्तर द्यायचा.

"इतके सगळे लोक अडाणी?"

"हो. सगळे."

किरणमयी एक दीर्घ निश्वास टाकून म्हणाली, "मला वाटले होते या देशात आल्यावर तरी तुझे आचार-विचार बदलतील. देवावर विश्वास ठेवायला लागशील."

"ज्या देवाची इतकी आळवणी करतेस, त्या तुझ्या देवाने तुला दुर्भाग्य सोडून काही दिले आहे का?" सुरंजन म्हणायचा.

किरणमयी फक्त एक उसासा टाकायची. सुरंजनच्या या विचित्र प्रश्नांची ती उत्तरे देऊ इच्छित नव्हती.

सुधामयांच्या मृत्यूनंतर किरणमयीचे धर्मकर्म वाढले होते. तिने विधवा वेश मात्र धारण केला नव्हता. मांस-मच्छी शिजवायची, खायची. पण जी माया देव-देवतांकडे ढुंकून बघायची नाही तीच माया कोलकात्यात आल्यावर कालीची इतकी निस्सीम भक्त बनली की सुरंजनला काय करावे ते कळेना.

मायाला समजवायचा त्याने खूप प्रयत्न केला. म्हणायचा, "मुसलमान वाईट याचा अर्थ असा नाही की तू हिंदू बनावेस. हिंदू व्हायचे असेल तर हो, पण म्हणून धर्मांध व्हायची काय आवश्यकता? यात तुझा काय फायदा आहे ते तरी कळू दे."

पण नाही. सुरंजनची कुठलीच उपदेशवाणी मायाच्या डोक्यात शिरत नव्हती. माया दिवसेंदिवस मानसिकरीत्या अस्वस्थ होते आहे, असे सुरंजनला वाटत होते.

किरणमयीची तो पाहिजे तेव्हा चेष्टा मस्करी करू शकत होता, पण मायाची चेष्टा केली तर ती घर डोक्यावर घ्यायची. वास्तविक कोणालाही समजावून काहीही घडत नाही हे त्याच्या लक्षात आले होते. होईल तरी कसे सगळे आंधळे असल्यावर! चहूकडे इतका अंधार पसरलाय! कल्याण होवो त्या अंधाराचे!

सुरंजन बघत होता की काही मोजकेच तरुण-तरुणी धर्माशी फटकून वागतात. पूजा-अर्चेच्या आसपासही फिरकत नाहीत. हे तरुण एखाद्या विज्ञान क्लबशी जोडलेले किंवा खरेखुरे कम्युनिस्ट होते. सुरंजनला एकदा वाटले होते की सीपीएममध्ये सहभागी व्हावे. बेलघरीयामध्ये सीपीएमच्या एकदोन कर्मचाऱ्यांनी त्याला बोलावलेही होते. पण आता सीपीएमचे नीती-आदर्श कम्युनिझमपासून इतके दूर गेले होते, की या गटाला सुरंजन कम्युनिस्ट गट म्हणून मान्य करू शकत नव्हता. चहूकडे पसरलेला धर्म, मंदिरांतली तुडुंब गर्दी, रस्त्यातली शनी मंदिरे, अंधश्रद्धा, ज्योतिष या सगळ्यांनी गावे, शहरे, नगरे व्यापून गेली होती. तीस वर्षांच्या कम्युनिस्ट सत्तेत हे सगळे कसे काय घडले? इतक्या वर्षांच्या राजवटीत आर्थिक उन्नती कशी का होईना, निदान मानसिक उन्नती तरी व्हायला हवी होती. आस्तिकता आणि धर्मवाद याऐवजी धर्ममुक्ती आणि मानवतावाद यांनी जर सर्वांच्या अंतरात प्रवेश केला तरच कम्युनिझमची सार्थकता होते, तेव्हाच खरे समाजतंत्र अवतरते. धर्ममुक्त मानवतावाद यांना कम्युनिझमचा कुठलाही विरोध असण्याचा प्रश्नच येत नाही.

या राज्यात इतका वैचारिक दुष्काळ का हे काही सुरंजनला समजत नव्हते. केवळ कॉलेज, विद्यापीठातून पदवी घेतली की माणूस खऱ्या अर्थाने सुशिक्षित होतो का? त्याला उमगले होते, चांगलेच उमगले होते की एका धर्मांध देशाचा तिरस्कार करून तो दुसऱ्या धर्मांध देशात आला होता. नियतीवर त्याचा विश्वास नव्हता. त्याला माहिती होते की देश सोडणे ही नियती नसून संपूर्णपणे त्याचा निर्णय होता. त्याचा त्याला पश्चात्ताप नव्हता. तरी एक सत्य त्याचे कुटुंब आणि इतर यांच्याप्रमाणे त्याने स्वीकारले होते की या देशात निदान अशी सुरक्षितता तरी आहे की तो हिंदू आहे म्हणून कोणी मुसलमान त्याच्यावर हल्ला करणार नाही. सुरक्षिततेचा विचार करता करता एकदम मुंबई आणि गोधराच्या ट्रेनमध्ये झालेल्या बॉम्बस्फोटांची आठवण होऊन सुरंजन शहारला. सुरंजन जर त्यापैकी कुठल्या ट्रेनमध्ये असता तर! मुसलमानांच्या हातूनच मरण स्वीकारावे लागले असते. मुसलमान शब्द सुधारून त्याला म्हणावेसे वाटले – दहशतवादी. मुसलमान दहशतवादी किंवा मुसलमान कट्टरपंथीय. दहशतवादी, आतंकवादी, कट्टरपंथीय, मूलतत्त्ववादी नसतात कुठे? सगळीकडे, सगळ्या धर्मांत, सगळ्या समाजांत ते अगदी मजेत वावरत असतात. किंबहुना शंभर टक्के सुरक्षितता कुठेच नाही याची

त्याला जाणीव झाली.

आणि मग सुरंजनने स्वत:लाच पहिल्यांदा हा प्रश्न केला की या देशात मुसलमानही सुरक्षित आहेत का? याचे उत्तर त्याच्याइतके चांगले कोणाला ठाऊक असणार? सोबहानच्या समोर उभे राहायला त्याला खरोखर शरम वाटत होती.

धर्माचा विषय एक वेळ बाजूला ठेवला तरी त्याला माहिती होते की चहूकडची गोरगरीब माणसेदेखील सुरक्षित नाहीत. सुरक्षित असतात फक्त श्रीमंत – मग ते कोणत्याही धर्माचे, गोत्राचे असेनात का! बांगलादेशात असतानाही ही गोष्ट तो मनोमन जाणत नव्हता का? जाणत होता. तो जर श्रीमंत असता तर कदाचित त्यांनी देश सोडायचा विचार केला नसता. जर तो पक्षाचा मोठा नेता असता तरी केला नसता. सत्तेची कोणतीही जात नसते, धर्म नसतो.

निश्चिततेच्या पायाला अनिश्चितता जळवेसारखी घट्ट धरून बसली होती. सुरंजन दोलायमान अवस्थेत होता. स्वप्न आणि दु:स्वप्न त्याला झुलवत होते. आंधळ्या क्रोधाच्या अंध:कारात दबलेली त्याची विज्ञानमनस्कता, त्याचा साम्यवाद, धर्ममुक्त, अंधश्रद्धामुक्त, स्वस्थ, सुंदर, विषमताविरहित समाजाचे त्याचे स्वप्न हळूहळू उभारी घेत होते. चारी दिशा हळूहळू प्रकाशमान होत होत्या. त्या प्रकाशात सुरंजन स्वत:लाच जरा-जरा ओळखू लागला होता का? त्याने स्वत:ला अशाच प्रकारे घडवले होते. स्वत:नेच घडवलेल्या व्यक्तिमत्त्वाचा त्याने स्वत:च का भंग केला? त्याला काय व्हायचे होते? दुसरे कोणी?

सुरंजनला स्वत:च्या आत चाललेल्या या वादळाचा थांग लागत नव्हता. त्याला नंदननगरच्या तलावात आत्महत्या करायची इच्छा झाली.

सुरंजनशी अधूनमधून फोनवर बोलणे व्हायचे, भेट हल्ली खूपच कमी वेळा व्हायची. उलट माझ्या किरणमयीशी भेटी व्हायच्या. ती कालीभक्त. एके दिवशी मी तिला दक्षिणेश्वर काली मंदिरात फिरायला घेऊन गेले. कुशल चौधरीच्या आग्रहावरून मी कित्येक वर्षांपूर्वी दक्षिणेश्वर बघायला गेले होते. जगभर फिरून मी जशी जुनी चर्चेस बघितली तशीच मंदिरे आणि मशिदीदेखील पाहिल्या. स्थापत्यकला मला आकृष्ट करते. दक्षिणेश्वर कालीच्या मंदिरात मी गेले होते हे ऐकून किरणमयी अवाक झाली. मी तिला कधीतरी तिथे घेऊन जावे यासाठी लहान मुलासारखा हट्ट करू लागली. मी लगेच दिवस, तारीख ठरवून टाकली. ज्या दिवशी माझी गाडी दक्षिणेश्वरी जायला निघाली तेव्हा पुढे-मागे पों-पों हॉर्न वाजवत रायफलधारी, गणवेशातल्या पोलिसांच्या गाड्या होत्या. हे सगळे बघून

किरणमयी अगदी खूश झाली. कारण मी सुरक्षित आहे, मला कोणी हवे तेव्हा मारू शकणार नाही हे तिने बघितले. तिची काळजी खूपच कमी झाली. दक्षिणेश्वरी पोचल्यावर तिथल्या स्थानिक पोलीस ठाण्यावरील पोलिसांनी आमचे स्वागत केले. मंदिरातले अधिकारी आम्हांला थेट गाभाऱ्यात घेऊन गेले. बाहेरून दर्शनार्थी पूजेची फुले गाभाऱ्यात टाकत होते. माझ्या हातात फुलांची परडी होती. ती मी किरणमयीच्या हातात दिली. तिच्या हातातून ती घेऊन त्यातलीच फुले घेऊन पुजारी मंत्र म्हणत होता. किरणमयीच्या डोळ्यात तेव्हा पाणी आले. पुजाऱ्याने आम्हा दोघींच्या हातावर चरणामृत दिले. किरणमयीने डोळे मिटून ते प्राशन केले. भावनावेगाने ती थरथरत होती. पुजाऱ्याला मी पाचशे रुपये दिले आणि आम्ही बाहेर पडलो.

थरथरणाऱ्या किरणमयीला मी हलकेच धरले होते. ती माझ्या छातीवर डोके ठेवून स्फुंदत म्हणाली, "मा, तू माझे स्वप्न पूर्ण केलेस गं!"

मी म्हटले, "तुमची इथे येण्याची इतकी इच्छा होती! मग एकट्याही येऊ शकला असतात किंवा सुरंजन तुम्हाला घेऊन येऊ शकला असता."

"सुरो मला कधीही कोणत्याही मंदिरात घेऊन जात नाही."

मला कुशल चौधरीने दिलेल्या साडीची आठवण झाली. कालीदेवीला नेसवलेली एक लाल बनारसी साडी त्यांनी मला भेट दिली होती. ती साडी त्याच दिवशी घरी येऊन कपाटातून काढून मी किरणमयीच्या हातात दिली. त्या साडीला अजूनही फुलांचा सुगंध येत होता. किरणमयीला पुन्हा एकदा रडू फुटले. रडता रडता म्हणाली, "तू मागच्या जन्मात माझी मुलगी होतीस."

किरणमयीचा पुनर्जन्मावर विश्वास होता हे मला ठाऊक होते. पण तिचा पूर्वजन्मावरही विश्वास होता हे माहिती नव्हते.

किरणमयीची भक्ती अशी कितीशी! पण माया कालीची निस्सीम भक्त होती. मायाला साडीबद्दल कळताच तिला ती साडी हवीशी वाटली. तिने ती साडी नेसण्याचा हट्टच धरला. ती साडी तसलिमाने दिली आहे हे माहिती असूनही तिला हवी होती. तेव्हा तिने मला माफ केले होते की नाही कोण जाणे. ती बनारसी साडी किरणमयीने मायाला दिली. जेव्हा जेव्हा माया त्या साडीला स्पर्श करत असेल जेव्हा जेव्हा ती त्या साडीला नमस्कार करत असेल, तेव्हा तेव्हा तिला माझी आठवण होत असेल अशी माझी खात्री होती. साडी मी दिलेली होती. ती साडी कालीला नेसवलेली होती हे मी सांगितले होते. ही ऐकीव गोष्ट, पुरावा काही नाही. तरीही मी सांगितलेल्या गोष्टीवर मायाने विश्वास ठेवला होता. का? कारण किरणमयीने विश्वास ठेवला म्हणून? पण किरणमयीच्या सगळ्या बोलण्यावर माया विश्वास ठेवत नाही. मी मायाची कथा लिहिली ती चांगल्यासाठीच

लिहिली, त्यात माझा कोणताही वाईट हेतू नव्हता यावर तिचा विश्वास नव्हता. तिचा त्रास ऐकून मी रडले यावर तिचा विश्वास नव्हता. तिची असहायता, तिच्या वेदना मला कुरतडून खाताहेत, विदीर्ण करताहेत, यावर तिचा मुळीच विश्वास नव्हता. मला मायाची खबरबात किरणमयीकडूनच मिळते. आता मी मायाचा विचार करत नाही.

सुरंजन आणि जुलेखा जेव्हा कांचनगंगा बघायला रिशपला गेले होते, तेव्हा मी किरणमयीला माझ्या घरी घेऊन आले होते. बरेच दिवस माझ्याकडे राहिली. तेव्हा मी सतत तिच्याबरोबर असायची. तिला घेऊन नाटक बघायला गेले, गाण्याच्या मैफलीला गेले. दक्षिणापणला जाऊन तिला साड्या, चादरी, गृहसजावटीच्या वस्तू घेऊन दिल्या, मार्को पोलो मधल्या आयटीसी सोनार बांगलामध्ये बुफे खायला नेले. जणू किरणमयी माझी अगदी जवळची कोणी नातलग होती – आई किंवा मावशीसारखी. तिचे स्नान, तिची झोप, तिचे खाणेपिणे, आराम, तिच्या मनाची प्रसन्नता या सगळ्याकडे माझे चोवीस तास लक्ष होते. मी स्वत: स्टडीत झोपत होते. माझी बेडरूम तिला दिली होती. इतके प्रेम, कौतुक मिळाल्यामुळे ती सारखी म्हणायची, "या शहरात कितीतरी नातलग आहेत पण त्यांच्या घरी जायची कुठे सोय आहे? कोणी एक दिवस तरी राहायला कुठे बोलावले? तू तर माझ्या नातलगांपेक्षाही जवळची आहेस मा."

एकदम भावनेच्या भरात की काय कोण जाणे, पण तिने तिच्या आयुष्यातल्या अनेक गोष्टी मला सांगितल्या. संसार, पती, मुले याबद्दलच्या. किरणमयी पलंगावर आडवी, आणि मी तिच्या बिछान्यावर रेलून कान देऊन तिचे बोलणे ऐकता ऐकता सुरंजनबद्दल माझ्या मनात आणखीनच उत्सुकता आणि सुधामयांच्या बाबतीत संशय निर्माण झाला. जेव्हा जेव्हा मी सुधामयांच्या मृत्यूबद्दल विचारायची, तेव्हा तेव्हा ती त्या प्रश्नाला बगल द्यायची. त्यांचा मृत्यू कसा झाला याबद्दल मला माहिती हवी असूनही मिळू शकली नाही. पहिल्या पहिल्यांदा मला वाटले की मी दुखऱ्या नसेवर बोट ठेवले. पण नंतर हळूहळू लक्षात आले की किरणमयी काहीतरी लपवते आहे. सुधामयांबद्दल मी वारंवार विचारत राहिले. वाटले किती वेळ ती उत्तर टाळू शकेल? चुकून अधूनमधून ती बोलत होती. माझ्यापासून काही लपवायचे आहे हे विसरून – मला अगदी जवळची समजून थोडे थोडे सांगत होती. किरणमयी अर्धवट अर्धवट बोलत होती, "त्यांचीच जगायची इच्छा नव्हती. त्यांनी देश तर सोडला होता, पण फक्त शरीराने. मन त्याच देशात होते. मुळापासून उपटून दुसऱ्या मातीत लावलेली काही झाडे वाचतात, सगळी वाचत नाहीत. सुधामय त्या न वाचणाऱ्या झाडांप्रमाणे होते. ते या मातीत रुजू शकले नाहीत. दारिद्र्य होते. ते एक वेळ ठीक होते, पण त्यापेक्षाही आघात

झाला तो लोकांची लबाडी, अनुदारता, कोतेपणा, स्वार्थीपणा यांचा. हे सगळे त्यांना रोज बघावे लागत होते.''

''आणि?''

''आणि काही दिवस वाट पहिली असती तर त्यांना बघायला मिळाले असते की त्यांच्याकडे पेशंट येताहेत, ओढग्रस्ती दूर झाली आहे. मायालाही त्या तशा अवस्थेत बघायला लागले नसते.''

''आणि?''

''त्यांनी एकदाही आमचा विचार केला नाही की आम्हांला जगणे किती दु:सह होईल! कष्ट होते, त्रास होता, पण तो काळही गेला होता. त्या देशातून जे जे आले होते, त्यातल्या कोणाला एकदम सगळे मनासारखे मिळाले होते? सगळ्यांनाच पहिल्यांदा कष्ट करावेच लागले होते. ते मरण पावल्यावर सगळे ठीकठाक होईल असे त्यांना वाटलेच कसे? आमचे सगळेच संपले.''

अचानक स्फुंदत म्हणाली, ''त्यांच्या मनात काय होते ते कळू शकले नाही.''

''पण ते गेले कसे?''

किरणमयीने उत्तर दिले नाही.

''सांगा ना, कसा झाला त्यांचा मृत्यू?''

किरणमयी एकदम मोठ्याने रडायला लागली. मी तिच्या पाठीवर हात ठेवला.

''माहिती नाही. तलावाच्या पाण्यात वाहत आले.''

''कोणी मारून टाकले का?''

''माहिती नाही.''

''कोणी शत्रू होते?''

''नाही.''

''अंघोळ करायला गेले होते?''

''नाही.''

''का गेले होते तलावापाशी?''

''काही दिवसांपासून जात होते. तलावाच्या काठावर गप्प बसून राहायचे. खूप हताश झाले होते. खात नव्हते, बोलत नव्हते.''

''आत्महत्या केली का?''

''लोक तर तेच म्हणतात.''

''हार्ट ॲटॅकही असू शकेल.''

''कुणास ठाऊक.''

"काही चिठ्ठी वगैरे?"

"नाही."

त्या रात्री झोपायचा प्रयत्न करत होते, तेव्हा वारंवार माझ्या मनात येत होते की सुधामयांचा मृत्यू नैसर्गिक नव्हता. त्यांनी बहुधा आत्महत्याच केली असावी. नंदननगरच्या तलावात उडी मारून आत्महत्या. एक सुशिक्षित भला माणूस कोणकोणत्या कारणांमुळे आत्महत्या करू शकतो? लोकांनी विश्वासघात केला म्हणून? देश सोडून चूक केली असे वाटले म्हणून? सुरंजनला चांगली नोकरी नाही म्हणून? स्वत:ची प्रॅक्टिस चांगली चालत नाही म्हणून? सुधामयांना मी जे ओळखत होते त्यावरून यातले कुठलेच कारण मला पटत नव्हते. कदाचित मायाच्या कारणामुळे? मायाचे अध:पतन बहुधा त्यांनी आपल्या डोळ्यांनी पाहिले होते. माया नटून थटून रात्री डनलॉपच्या कोपऱ्यावर उभी होती? कोणाशी तरी बोलून कोणाच्या गाडीत बसून गेली? हे सुधामयांनी बघितले? मायाशिवाय दुसरे कोणतेच कारण आता माझ्या मनाला दिसत नव्हते.

त्या तलावाचा उल्लेख एकदा सुरंजननेही केल्याचे मला आठवले. म्हणाला होता, "त्याच तलावात उडी मारून आत्महत्या करावी असे वाटते." बहुधा फोनवर म्हणाला होता. त्याला आता कशातच रस वाटत नव्हता. अगदी थोडी मुले त्याच्याकडे शिकवणीला येत होती. त्यांना तो त्याच्या आनंदासाठी शिकवत होता. पण नोकरीसाठी त्याला आता वणवण करायची नव्हती. दहा ते पाचची गुलामीही त्याला नको होती. त्यापेक्षा आता जे स्वातंत्र्य तो उपभोगत होता ते तसेच राहावे. एका माणसाला खायला, प्यायला, जगायला, असे कितीसे पैसे लागतात! ह्या फालतू जगात इतक्या श्रीमंतीची गरजच काय? डोळ्यांसमोर लाखो माणसे गरिबीत जगतात.

किरणमयीच्या व्यवसायातल्या कमाईवर घर चालत होते. जेव्हा किरणमयी नसेल तेव्हा? मग काय करणार? झाडाखाली राहणार? सुरंजन हसून म्हणाला, "नाही नाही ते झाडा-बिडाखाली राहणे खूपच रोमँटिक भानगड आहे. ते मला झेपणार नाही. त्यापेक्षा तलावात उडी मारून आत्महत्या करणे बरे!"

"कुठला तलाव? मरण्यासाठी तलावपण निवडला आहेस की काय?"

सुरंजन गंभीर आवाजात म्हणाला, "नंदननगर तलाव."

हा काही पुरावा नाही, पण तरी माझ्या मनातला संशय हटत नव्हता. सुधामय असते तर त्यांनी बघितले असते की वर्षभरात त्यांची डॉक्टरी चांगली चालू लागली आहे. बांगलादेशातून आलेल्या डॉक्टरने दवाखाना उघडला की लगेच रुग्ण यायला लागत नाहीत. दोन-तीन वर्षांत परिस्थिती सुधारत जाते. आज सुधामय असते तर अशी वाईट अवस्था झाली नसती.

सुरंजनवर भरवसा ठेवता येणार नाही हे किरणमयी जाणून होती. म्हणूनच तिने साड्यांचा व्यवसाय सुरू केला होता. त्यातच आणखी पैसे घालून तिला तो वाढवायचा होता; पण अडचण आली. बेलघरीयामध्ये तो व्यवसाय चांगला चालू शकला असता. इथे पार्क सर्कसमधल्या मुसलमान घरांत तिचे जाणे-येणे नव्हते. मग साड्या कोण घेणार? लोक न्यू मार्केट किंवा गादियाहाटमध्ये जाऊनच खरेदी करायचे. किरणमयीकडे कमी किमतीत चांगल्या वस्तू मिळायच्या. हाताची कारागिरी छान होती, किंमतदेखील मोठ्या मोठ्या दुकानातल्यापेक्षा कमी होती, पण त्याचा प्रचार, जाहिरात जितकी व्हायला पाहिजे तितकी होत नव्हती. जरी असती तरी मुसलमान बायका तिच्याकडून फारशी खरेदी करणार नाहीत याची तिला जाणीव होती. मुसलमानांबरोबर तिचा फारसा संपर्क नव्हता. पण व्यवसायासाठी तो वाढवण्याची तिची इच्छा होती. तिने सलवार-कमीज ठेवले होते, भरतकाम केलेले काही बुरखेही होते. वस्तीत जाहिरातीही लावल्या होत्या.

एकदा बांगलादेश दूतावासातील काही जण येऊन बऱ्याच साड्या, सलवार-कमीज, इतकेच काय, बुरखेही घेऊन गेले होते. त्यांनी पुन्हा येऊ असे सांगितले होते. त्यांच्याशी किरणमयीने देशी भाषेत मनसोक्त गप्पा मारल्या. त्यांना चहा-खाणे दिले. देशाबद्दल गप्पा मारल्या.

किरणमयीला चांगले राहणीमान हवे होते. परिस्थिती चांगली असेल तर मन प्रफुल्लित राहील, सुरंजन आणि मायासाठी काहीतरी करून तिला तृप्ती लाभेल. आपल्या प्रेमाच्या माणसांसाठी काही करण्यातच आयुष्यातले सर्वांत मोठे सुख असते.

सुरंजनवर तिचे प्रेम होते, पण त्याच्यावर भरवसा ठेवण्यात अर्थ नव्हता. प्रपंचात जी व्यक्ती सर्वांत दुर्बल आणि परावलंबी होती, तिनेच आता सुधामयांच्या मृत्यूनंतर संसार सावरला होता. जी सर्वांत तर्कशुद्ध विचारांची, बुद्धिमान होती, तीच माया आज तर्कहीन, अंधश्रद्धेच्या अंधकारात बुडली आहे. आणि जो राजकारणाने झपाटलेला मुलगा होता तो आज राजकारणाविषयी सर्वांत जास्त उदासीन आहे. या परिवर्तनाचा मी विचार करत होते. आणि जो माणूस जीवनाशी दोन हात करणारा होता, हार असो वा जीत, मी संघर्ष करतच राहणार – अशा मानसिकतेचा होता, संकटात सुकाणू धरून कसे तारून न्यायचे हे ज्याला चांगले माहिती होते, त्यानेच सुकाणू सोडून, इतरांचे काय होईल, आयुष्यात कोण तरून जाईल, कोण बुडेल याचा जराही विचार न करता मागे वळूनही न बघता, स्वतःला बुडवले.

"सुरंजनच्या बाबांनी तुला एकदा तरी बघितले असते तर! त्यांना किती शांती लाभली असती! तुझ्याबद्दल खूप बोलायचे.''

"हे सगळे मी आधी ऐकले आहे, तुम्ही सांगितले होते,'' असे म्हणून मी

किरणमयीला थांबवले. जुलेखाबद्दल विचारल्यावर किरणमयीचा ओढलेला चेहरा आणखीनच ओढलेला, सुकलेला दिसायला लागला.

जुलेखा चांगली मुलगी आहे हे तिला मान्य होते. सुरंजनपेक्षा जुलेखा जास्त भरवशाची होती. तिच्यावर विश्वास टाकता येणे शक्य होते. पण किरणमयीचे भोग काय कमी होते? माया तिच्या नवऱ्याचा त्रास सोसत होती – जो नवरा असल्यापेक्षा नसलेलाच बरा होता. आता सुरंजनने जर मुसलमान मुलीशी लग्न केले तर नातलग, आप्त, शेजारी-पाजारी सगळे नावे ठेवतील. त्याउपर माया – हा संबंध कधीही मान्य करणार नाही – असा हट्ट धरून बसली होती. आणि जुलेखाला देखील तिचा समाज बाहेर काढेल.

लग्न म्हणजे फक्त एक उपचार – आणखी काही नाही. जोपर्यंत ते तो उपचार पार पाडत नाहीत, तोपर्यंत ते स्वतंत्र आहेत.

"लग्न न करता ते एकत्र राहू शकत नाहीत का?" मी एकदम विचारले.

किरणमयीने जोरजोरात मान हलवली, "नाही."

"मग या नात्याचे काय होणार?"

किरणमयी वैतागून म्हणाली, "मला नाही माहिती. सुरंजनला अनेक वेळा समजावले की या भानगडीत पडू नकोस. पण तो ऐकेल तर शपथ. तो तर कोणाचेच ऐकत नाही. पण तुला तो मानतो हे माझ्या लक्षात आले आहे. तू जर त्याला जरा समजावलेस..."

मी ताबडतोब विरोध करत म्हटले "नाही, नाही, तुम्ही चुकूनसुद्धा असा विचार करू नका. त्याच्या लेखी माझे काहीही महत्त्व नाही."

किरणमयी म्हणाली, "तू आमच्यासारख्या सामान्य माणसांत किती सहज मिसळतेस, आम्हांला किती आपलेसे केले आहेस, हे सांगितले तर कोणाचा विश्वास बसणार नाही. जर मी कोणाला सांगितले की मी तुझ्या घरी राहते, तू माझी किती देखभाल करतेस, तर लोकांना वाटेल मी थापा मारते आहे. आजकाल कोण कोणासाठी काही करते? कोणीही नाही. आप्त स्वकीय – कोणी काही कधी विचारपूस केली? हुंडीचे पैसे घेऊन तो कसा पळून गेला तुला माहितीच आहे. आम्हांला संपवूनच टाकले. आता तर –"

मी सावकाशपणे म्हटले, "जे झाले त्याचा शोक करत बसण्याचा काय उपयोग? सुख काय फक्त पैसा-अडक्यात असते? मला आयुष्यात भरपूर पैसा मिळाला. त्या पैशाने मला कणमात्र तरी सुख दिले का? आपल्या देशात होते, तेव्हा नोकरीच्या सुरुवातीच्या दिवसांत थोडे पैसे मिळायचे, पण वाटते, तेव्हा मी किती सुखी होते! कमतरता होती, पण त्याची पर्वा नव्हती. खरे म्हणजे प्रेम असले की सुख मिळते. प्रेमापेक्षा मौल्यवान काहीही नाही."

किरणमयी ऐकत होती. तिच्या मनात काय विचार चालले होते, याचा मला अंदाज येत नव्हता.

सुरंजन रिशपहून परतल्यावर किरणमयीला नेण्यासाठी माझ्या घरी आला. त्या दिवशी तो बराच वेळ होता. किरणमयीने त्या दिवशी दुपारी स्वत: स्वयंपाक केला. कोई माशाचा रस्सा, टाकी माशाचे भरीत, देशी मुर्ग भुना, छोल्याची डाळ, पोतोल भाजा, बेगुन भाजा, कलमी शाक – जेवता जेवता गप्पा चालल्या होत्या. सुरंजन आनंदात होता. प्रेयसी बरोबर सात दिवस घालवून आला होता. जुलेखाला तिच्या मामाच्या घरी सोडून तो माझ्या घरी आला होता.

"जुलेखाला घेऊनच यायचेस की."

सुरंजन काहीच बोलला नाही.

मी म्हटले, "लोक म्हणतात प्रवासात जोडीदाराला चांगले ओळखता येते. प्रेयसीबरोबर सलग इतके दिवस राहून आलास, कसे वाटते आहे?"

सुरंजनच्या आवाजात काही संकोच नव्हता. म्हणाला, "छान."

मी म्हटले, "फक्त छान म्हटले की झाले?"

आता थेट माझ्याकडे बघत स्पष्टपणे म्हणाला, "बेस्ट टाईम इन माय लाईफ."

हे वाक्य विषारी तीराशिवाय दुसरे काही नव्हते. तो बघतच होता. मी नजर खाली करून जेवायला लागले. किरणमयी स्वयंपाकघरातून येऊन टेबलापाशी उभी राहून आमच्या पानांत पदार्थ वाढायला लागल्याबरोबर मी तिला हात धरून खुर्चीवर बसवले. म्हटले, "हे सगळे राहू दे. माझ्या घरात असली दासीवृत्ती चालत नाही. ज्याला जे पाहिजे ते तो वाढून घेईल. इथे कोणीही अपंग नाहीये."

पातेल्यातून मटण, मासे पानात वाढून घेताना इथल्या मुलांप्रमाणे सुरंजनच्या हातातून डाव खाली पडत नव्हता किंवा डावातून पदार्थ खाली सांडतही नव्हता. तो मजेत आपल्या हाताने वाढून घेऊन खात होता. बहुधा बांगलादेशातला मुलगा असल्यामुळे असेल. इथे जशा आया आपल्या मुलांच्या ताटात वाढतात तसे तिकडे नसते. तिथेही मुलांना बिघडवले जातेच, पण मुले स्वत:च्या हाताने खायला शिकतात. बायकांवर इतकी अवलंबून नसतात. याचे कारण कदाचित हे असू शकेल की पुरुष जेव्हा बाहेरच्या खोलीत जेवायला बसतात तेव्हा बायकांना आतल्या खोलीतून बाहेर वाढायला जायची परवानगी नसते.

स्वयंपाक जरी बायकांनी केला तरी पुरुषांचे जेवायचे टेबल वेगळे, किंवा दुसऱ्या खोलीत पुरुषच जेवण वाढतात. पुराणमतवादाचे काही चांगले आयाम असतात त्यातला हा एक.

मी हा सगळा विचार करत असताना सुरंजन रिशपचे वर्णन करत होता.

कांचनजुन्गाच्या अप्रतिम सौंदर्याबद्दल तो सांगत होता आणि मी मुग्ध होऊन त्याच्या चेहऱ्यावरचे तेज न्याहाळत होते. नक्कीच त्यांचे दिवस-रात्री प्रेमात भिजलेल्या होत्या. तो कशा प्रकारे प्रेम करत असेल याचा मी विचार करू लागले. दिवसभर मुके घेत? दिवसभर हातात हात घेऊन? माझा कोड आलेला हात डोळ्यासमोर धरून मी विचार करू लागले की माझे दोन्ही हात एके काळी किती सुंदर होते! किती जणांना माझ्या हातांना स्पर्श करायचा होता, कोणालाही करू दिला नाही. अहंकार मला गोन्दासारखा चिकटला होता. अचानक कुठे निसटून गेले सगळे काही? आयुष्य सरून जाते हे मी समजू शकते. अत्यंत वेगाने सरते. सगळ्यांचेच आयुष्य सरते. आज या हातांना स्पर्श करणारा कोणी नाही. मग विचार केला, चुकीच्या माणसांना स्पर्श करतच माझे जीवन गेले आहे. आता हे हात अस्पर्श राहिले तरी हरकत नाही.

"अच्छा, हातात हात घालून डोंगर चढलात?" माझा अकस्मात प्रश्न ऐकून किरणमयी आणि सुरंजन चमकले.

सुरंजन हसून म्हणाला "हो ना. निश्चितच."

"खूप प्रेम केलेत?" मी विचारले.

"हो. खूप." सुरंजन म्हणाला. हे म्हणताना त्याने गालावरचा तीळ खाजवला. लहानपणी पाहिलेल्या अमेरिकन टीव्हीवरच्या एका मालिकेतला नायक रिचर्ड थॉमस याच्यासारखा तो दिसत होता. त्याच्याही गालावर असाच तीळ होता. त्या तिळाला स्पर्श करण्याची मला इच्छा झाली. ती इच्छा मनातच दाबून मी म्हटले, "तो खाजवू नकोस. खाजवणे चांगले नाही. कळले का! खाजवल्याने अनेक प्रकारचे रोग होतात. खाजवल्याने –"

सुरंजन गाल, तीळ खाजवणे – हे काहीही ऐकत नव्हता हे मला जाणवले.

तो आधीच्या प्रश्नात आणि उत्तरात गुंतला होता. खूप प्रेम? हो खूप. सुरंजनच्या ओठावर किंचित स्मितरेषा.

सुरंजनचे हात भात चिवडत होते, नजर माझ्याकडे, मन दुसरीकडेच. भिजल्या स्वरात म्हणाला, "आयुष्यात प्रेमापेक्षा मोठे काही नाही. प्रेमापेक्षा मौल्यवान खरोखरच काहीही नाही. मी त्यालाच सर्वाधिक किंमत देतो. तेच सुख देते."

माझ्या मनातले त्याला कसे कळले? सुरंजन माझ्या मनात शिरतो आहे का? केव्हापासून माझ्या मनात ठाण मांडून बसला आहे? माझ्या डोळ्यांची आग होऊ लागली.

"का? पैसा-अडक्याला काही किंमत नाही? पैसा नसता तर रिशपला जाऊ शकला असतास का? तुम्ही दोघे हिंडलात, फिरलात, प्रेम केलेत ते याच्याच जोरावर ना? पैसा नसता तर ते वातावरण मिळाले असते का? कुठल्या रिसॉर्टमध्ये

राहिलात?''

"सोनार बंगला," ताबडतोब उत्तर.

"ओह!"

रिशपला मी त्याच सोनार बांगलामध्ये राहिले होते. मी खरखरत्या आवाजात विचारले, "मग आता काय करणार आहेस? जुलेखाच्या बाबतीत काय करणार आहेस? ऐकू दे तरी. ''

"काय करणार? हल्ली मुले-मुली कितीतरी ठिकाणी एकत्र जातात-फिरतात.'' किरणमयी मला गप्प करण्याचा प्रयत्न करत होती.

"सांग ना. तिला घेऊन वनवासात जाणार?'' माझ्या डोळ्यात आणि ओठांवर हसू होते.

"जाईन.''

"निर्वासित होशील?''

सुरंजन हा हा करत मोठ्याने हसत म्हणाला, "नाही, ते होणार नाही.''

"लग्न करशील?''

"जुलेखाची इच्छा असेल तर.''

"तुला स्वतःला करायचे आहे?''

"मला इतर काहीही करायचे असो-नसो, लग्न-बिग्न मुळीच करायचे नाही. मला जुलेखा आवडते. ती जर लग्नाशिवाय माझ्याबरोबर राहणार असेल तर मी राहीन. पण तिला लग्न करायचे असेल तर – तर कदाचित करेन लग्न, पण माझी तशी इच्छा नाही. लग्नाला काहीही अर्थ नाही. एकदा मी केले होतेच की लग्न. पोथी-पंचांग, जात-गोत्र, नाडी-नक्षत्र, पत्रिका-कुंडली, हस्तरेषा सगळे बघून, जुळवून. काय काय म्हणून केले नाही! होम, यज्ञ-याग, शाळीग्रामाला साक्षी ठेवून मंत्रोच्चारण, पाणिग्रहण, सप्तपदी, हार घालणे – सगळे सगळे यथासांग झाले होते. किती दिवस टिकले?''

"अच्छा? हे सगळे कशाला केले? नुसते रजिस्ट्रेशन केले असते तरी चालले असते की!''

"मला इथल्या रीतिरिवाजांच्या मुख्य प्रवाहात सामील व्हायचे होते.''

"का? सगळे सुरळीत होईल, सोय होईल म्हणून?''

"बहुतेक तसेच.''

"मग काय झाले? सोय झाली नाही?''

"बहुतेक तसेच.''

"आता काय करणार? काझीला बोलावून निकाह करणार? इस्लामनुसार?''

"शट अप.''

"तू मुसलमान होणार नाहीस?"

सुरंजन जेवण तसेच सोडून एकदम उठून हात धुवायला गेला.

सुरंजन कोणीही नाही, काहीही नाही. होपलेस, वर्थलेस, उनाड, मवाली, काही अभिरुची नाही, आदर्श नाही, संतुलित विचार नाहीत, लेखन-वाचन नाही, मागे अंधार-पुढे अंधार. आपल्या शिकारीची पुन्हा नव्याने शिकार करून तिच्याबरोबर मजा मारतो आहे. मुलगी बुद्धिमान आहे. तिला चांगली नोकरी मिळू शकेल. आणि सुरंजन तिच्या कमाईवर बसून खाईल – अल्पसंख्याकांना प्रोटेक्शन देण्याच्या नावाखाली! मुसलमान असल्यामुळे जुलेखाला चांगल्या वस्तीत भाड्याने घर मिळणार नाही. पण सुरंजनशी लग्न केल्यावर तीही अडचण राहणार नाही.

"जुलेखा सिंदूर लावणार का? शांखा पला (बंगाली स्त्रियांचे सौभाग्य अलंकार) घालणार का?"

"तिला पाहिजे तर घालेल, नाहीतर नाही घालणार," सुरंजन कठोर स्वरात म्हणाला.

"मोठ्या समानतेच्या गप्पा मारतो आहेस! खरे तर तूच तिच्यावर ते लादशील."

सुरंजन हा हा करून मोठ्याने हसला.

"तुझी इच्छा काय आहे ते तरी ऐकू दे."

"तुम्हाला ही सगळी माहिती कशाला पाहिजे?"

"काही नाही, उत्सुकता म्हणून."

"कादंबरी लिहिणार का?"

"अजून ठरवले नाही. कदाचित लिहीन, कदाचित नाही."

"खूप झाले लिहिणे!"

"म्हणजे?"

"म्हणजे खूप झाले लिहिणे. आता मला मुक्त करा."

"तुला काय मी कैद केले आहे?"

"हो. केले आहे."

"कसे काय?"

"मानसिकरीत्या."

माझा आतल्या आत थरकाप झाला. सुरंजनबद्दल मला जे आकर्षण आहे – जे मी दूर करू शकत नाही – ते का आहे? मी एकटी आहे म्हणून? की त्याचा क्रोध, तिरस्कार, प्रचंड आशा आणि निराशा, विभ्रांती आणि भ्रांती असफलता आणि निस्पृहता या सगळ्या पलीकडे तो माणूस म्हणून आतून सच्चा आहे म्हणून?

"माझ्या आयुष्यात मी काय करायचे हा संपूर्णपणे माझा प्रश्न आहे. माझा

आणि जुलेखाचा. याबद्दल प्लीज काहीही लिहू नका. काहीच्या काहीच लिहून जाल. मग नसती भानगड होऊन बसेल.

"माझ्या लिहिण्यामुळे भानगड?"

"भानगडच की – नाहीतर काय?"

"तुला भानगडींची भीती वाटते?" माझा विस्मित प्रश्न.

"तुम्ही मला कोण समजता? महामानव? मी मुळीच तसा नाही. भीती वाटली नसती तर देश सोडला असता का? इथे भीती नाही का? इथेही मुस्लीम मूलतत्त्ववाद्यांची भीती आहेच. आणि हिंदू मूलतत्त्ववाद्यांचीही. जितके दिवस जिवंत राहीन, माझ्या मर्जीप्रमाणे राहायचे आहे. काहीही भानगडीशिवाय."

त्याने किरणमयीचा हात धरून आपल्या छातीवर दाबून धरला. असे प्रेम, ममता, ह्दयातल्या भावना प्रकट करणे सर्वांना जमत नाही. बघायला किती छान वाटते! मी म्हटले, "गाडी घेऊन जा."

तरुणला त्यांना घरी सोडायला सांगितलेही, पण सुरंजनने गाडी घेतली नाही. म्हणाला, "वाटेत टॅक्सी करू." मी व्हरांड्यात उभी राहिले. घों-घों करत वारा मला स्पर्शून जात होता.

त्यांच्यासाठी मी कोण? कोणी नाही. केवळ एक लेखिका. किरणमयी सामान्य-असामान्य विषयी बोलली. ते लोक सामान्य आणि मी असामान्य. कोणी एखाद्याला असामान्य ठरवले की त्याला दूरच ठेवतात. असामान्य व्यक्तीला दुरूनच पाहणे बरे वाटते. जवळ आले तरीही दुरून पाहिल्यासारखेच बघतात. जातपात मानली नाही तरी हिंदू मुसलमानांचे प्रेम जुळते. पण एकदा का एखाद्याला असामान्य मानले की मग खरोखरच त्याला कधीही आपलेसे मानले जात नाही. त्याच्याशी कसलेच नाते जुळत नाही.

किरणमयी आणि सुरंजन जेव्हा गेले तेव्हा दोघांच्याही डोळ्यांत मला कृतज्ञता दिसली, पण प्रेम नाही. मला मीच अतिशय क्षुद्र वाटायला लागले. अगदी एकटी-एकाकी.

किरणमयी विधवा झाली. तिने फक्त शांखा आणि सिंदूर वापरायचे सोडले, पण पांढरी साडी नेसत नव्हती, मांस-मच्छी खायची सोडली नव्हती. सुधामय म्हणायचे, "मी गेल्यावर तू चुकूनसुद्धा विधवेची वस्त्रे घालायची नाहीत, विधवेसारखे राहायचे नाही. आता जशी राहतेस, तसेच राहायचे. जे पाहिजे ते कर. तिने पतीचे म्हणणे मानले नाही. पांढरी साडी नेसायला लागली, हविष्य (भाताचा एक बंगाली प्रकार) खायला लागली. पण सुरंजनने विरोध केला. म्हणाला, "तू जर हे सगळे बंद केले नाहीस तर मी सरळ घरातून निघून जाईन."

किरणमयीसाठी यापेक्षा मोठी धमकी कुठली असणार! पती गेला होता, माया गेली होती, आता एकुलते एक पुत्रधनदेखील निघून गेले तर आत्महत्या करण्याशिवाय दुसरा पर्यायच उरला नसता. त्यातून सुरंजन भडक डोक्याचा. तो जर खरेच जायला निघाला, तर त्याला रोखणे किरणमयीला शक्यच नव्हते, याची तिला पूर्ण जाणीव होती. मग ती रंगीत कपडे घालू लागली, सगळे पदार्थ खायला लागली. मात्र मनासारखी पूजा करण्याचे स्वातंत्र्य कोणीही हिरावून घ्यायचे नाही हे तिने बजावले होते. इतके लोक पूजा करतात, धर्म मानतात, म्हणजे निश्चितच देव म्हणून कोणीतरी कुठेतरी आहे अशी किरणमयीची श्रद्धा होती. आणि आता तर वेळ हीच मोठी समस्या होऊन बसली आहे. वेळ घालवायचा कसा हेच तिला कळत नव्हते.

घरातली सगळी कामे-धामे आटोपली की एक भयंकर एकटेपणा तिला घेरायचा. वय वाढत होते तशी ती आणखीनच एकाकी होत होती. तिला द्यायला कोणाकडेही वेळ नव्हता. सुरंजन घरी असायचा तेव्हा एकटा-एकटाच बसायचा. त्याच्या खोलीत. काहीतरी वाचत, किंवा विद्यार्थ्यांना शिकवत. कोणी मित्र किंवा जुलेखा आली तर तिच्याबरोबर. अकस्मात कधीतरी येऊन किरणमयीच्या पलंगावर पालथा पडायचा. आई आपल्या मुलाच्या डोक्यावर, पाठीवर मायेने हात फिरवायची, ते लाड, प्रेम त्याच्या देहाला सुखवायचे. किरणमयी पान खायची. तिच्याकडून पान खायचा त्याचा हट्ट असायचा. पान खाता खाता जबरदस्ती सोडून यावे लागलेल्या सुखी दिवसांबद्दल ती बोलायची. दिवस तर सगळेच निघून गेले. किरणमयीला हे आयुष्य अर्थहीन, निरुपयोगी वाटायचे.

या अंधाऱ्या, कुबट, दमट वातावरणात राहून कोण जगाचे, समाजाचे, कुटुंबाचे किंवा किमान स्वत:चे तरी काय भले करू शकणार आहे! ना सुरंजन, ना ती स्वत:. व्यक्तिगत आयुष्याचा जो काही आनंद असतो तो दोघांपैकी कोणालाच नाही. जुलेखाच्या जागी एखादी हिंदू मुलगी असती तर कदाचित सुरंजन लग्न करून तिला घेऊन आला असता हे किरणमयी जाणून होती. तिला असेही वाटायचे की जर तो जुलेखाला सोडून देऊ शकला असता तर त्याने सोडले असते. पण तो नक्की का सोडू शकत नव्हता हे तिला समजत नव्हते. बहुधा, तिच्यात जे आहे ते त्याला दुसऱ्या कुठल्याही मुलीत मिळेल असे त्याला वाटत नसावे. किंवा आजच्या काळात मैत्रीण मिळणे सोपे नाही, विशेषत: जर पैसा-अडका नसेल तर. प्रेम सुद्धा – कटू सत्य असले तरी – खरेदी-विक्रीचा व्यवहारच झाला आहे. गरिबांचे प्रेम गरिबांशी आणि मोठ्या लोकांचे मोठ्या लोकांशीच जुळते. यापूर्वी प्रेम असे उच्च नीच श्रेणी मानत नव्हते. किरणमयीने तिच्या लहानपणी, तरुणपणी मोठ्या घरातील मुलीने गरीब मुलावर प्रेम केलेले

बघितले होते. अत्यंत श्रीमंत असलेला मुलगा एका अंध, अनाथ मुलीच्या प्रेमात आकंठ बुडलेला होता. ते सगळे आता कुठे गेले? सिनेमा-नाटकांत देखील उच्च-नीच स्तरांतील प्रेम अहोरात्र दाखवायचे. आता त्या जुन्या-पुराण्या गोष्टी झाल्या. आता हिशोबी प्रेम असते. आई वडील आपल्या मुलांसाठी ज्याप्रमाणे योग्य वर-वधू शोधतात, तसेच आता मुले प्रेम करायला योग्य व्यक्ती शोधतात. धर्म, गोत्र, सामाजिक, आर्थिक परिस्थिती सगळे बघून मग प्रेम.

सुरंजनला जुलेखा किंवा जुलेखाला सुरंजन कसा काय आवडला हे किरणमयीला प्रयत्न करूनदेखील उमजत नव्हते. बेलघरीयात राहणाऱ्या हिंदू मुलाची पार्क सर्कसमध्ये राहणाऱ्या मुसलमान मुलीची भेट झालीच कशी हे रहस्य तिला आजतागायत उलगडलेले नाही. त्याला विचारले तरी काही उत्तर मिळायचे नाही. जुलेखाकडून जाणून घ्यायचा प्रयत्न केला तरी ती त्या प्रश्नाला बगल द्यायची. ती मुलगी सुरंजनचे काही नुकसान करायला आल्यासारखी नक्कीच वाटत नाही. जरी ती मुलगी अगदी घरगुती असली, तरी संसार थाटायला आतुर झाली आहे असे वाटत नाही. सुरंजनच्या अस्ताव्यस्त खोलीत जाते तेव्हा लोंबकळणारी मच्छरदाणी, चहाचा कप, राखेने भरून वाहणारा ॲश ट्रे, पलंगाच्या रेलिंगवर किंवा टेबल खुर्चीवर पसरलेले शर्ट, पॅन्ट, टॉवेल. हे सगळे ती स्वतः कधीही आवरत नाही, किंवा कधी साफसफाईपण करत नाही.

किरणमयी सुरंजनला सारखी ऐकवायची, "विचित्रच मुलगी आहे रे बाबा! खोलीत किती पसारा असतो पण कधी आवरायचे कष्ट घेत नाही."

एक दिवस सुरंजन म्हणाला, "ती माझी नोकर आहे का?" किरणमयीला ही गोष्ट खूप लागली, मग ती स्वतः त्याचा पसारा आवरते ते काय त्याची नोकर म्हणून? एकदा तोंडातून जवळजवळ शब्द गेलेच, "मग मी काय नोकर आहे होय रे?" पण सुरंजनला हे ऐकून त्रास होईल असा विचार करून तिने शब्द परतवले.

किरणमयी तक्रार कशी करेल म्हणा! मुलाची खोली आवरायचा तिला कंटाळा येत नव्हता, उलट बरे वाटायचे. मुलगा बेकार असो, चांगले कमवत नसो, संसारी नसो, पण काही झाले तरी तिचा मुलगा होता ना! आईवर प्रेम असणारच. अधूनमधून छातीशी धरून भावनेची ऊब तर देतो! स्वतःची सुखदुःखे कधीकधी तिला सांगतो.

एकदा आईच्या कुशीत शिरून वडिलांच्या आठवणीने रडला – कागदपत्र आवरताना सुधामय, सुरंजन आणि मायाचा ढाक्याच्या घरात काढलेला एक फोटो मिळाला तो बघून. इतका सतेज फोटो होता, जणू आत्ताच काढलेला असावा. सुरंजन इतका भावनाविवश झालेला किरणमयीने कधीच बघितला नव्हता.

त्याचा चेहरा नेहमी निर्विकार. ढाक्यात असताना असा नव्हता. राग आला की तोडफोड करायचा, नासधूस करायचा. आता असा का थंड झाला आहे? कशानेच त्याला काही फरक पडत नाही. जुलेखा पण त्याच्यावर फारशी खूश आहे असे किरणमयीला वाटायचे नाही. शंका यायची, कधी त्याला सोडून निघून जाईल कुणास ठाऊक! सुरंजन एरवी फारसा कुणात मिसळत नाही, पण मिसळला तर मात्र अगदी प्रेमाचे संबंध जुळतात. मग ते प्रेमाचे माणूस जर फसवून सोडून गेले तर ती बोच त्याच्या हृदयात राहते. पण ज्याला तो आपला मित्र मानत नाही, त्याने फसवायचा प्रयत्न केला किंवा फसवले तरी सुरंजन त्याची तमा बाळगत नाही.

तसलिमाने मनात आणले तर ती सुरंजनसाठी काहीतरी करू शकते असा किरणमयीला विश्वास होता. तसा तिचा आग्रहही होता. मुलगा जबाबदार, पैसेवाला, सुखी व्हावा अशी तिची इच्छा होती. त्याच्यासारख्या उदासीन मुलाला असा माणूस बनवणे कुणालाच शक्य नव्हते. वय वाढले आहे, कोण समजावणार! अजूनही बावीस-तेवीस वर्षांच्या मुलासारखा आयुष्याबद्दल रोमॅण्टिक कसा! तू मला या अंधाऱ्या गल्लीत घेऊन आला आहेस – असा ती जितक्या वेळा आरोप करायची, तितक्या वेळा तो हसून म्हणायचा "अशा अंधाऱ्या गल्लीत कधी बापजन्मी राहिली होतीस का? अशा प्रकारचे आयुष्य कसे वाटते, चल एकदा त्याचाही अनुभव घेऊ."

नाही. जर एखाद्या लक्षाधीशाने किंवा कोट्यधीशाने अशी इच्छा केली असती तर ते रोमँटिक म्हणता आले असते. पण सुरंजन आणि किरणमयी दोघांच्या कमाईला तीनने गुणले तरी ही अंधारी गल्ली सोडून एखादा राजपथ नशिबी थोडाच येणार आहे! तसलिमा बराच काळ परदेशात होती. उधळ्यासारखी पैसे उडवते. ती सुरंजनला एखाद्या व्यवसायाकरता नक्कीच पैसे देऊ शकते. कुठेतरी एखादे औषधांचे दुकान सुरू करू शकतो सुरंजन! औषधांशी तर त्याचा जन्मापासूनचा संबंध आहे. आणि हे जरी झाले नाही तरी किती मोठमोठ्या लोकांशी तिचा परिचय आहे! त्याला ती एखाद्या कंपनीत किंवा कॉलेजमध्ये सहज लावून देऊ शकते.

किरणमयीच्या मनात असाही विचार येतो की जरी नोकरी लावून देणे सहज असले तरी सुरंजन नोकरी करेल का? तिथले नियम वगैरे पाळेल का? तो एक विचित्रच मुलगा आहे. स्वातंत्र्याची एकदा सवय झाली की ती सुटणे कठीण. संसार न करण्याचे स्वातंत्र्य. किरणमयीला नेहमी वाटायचे की तसलिमाला एकदा विनंती करावी की माझ्या मुलाला तू जरा सुधार, चांगला माणूस बनव.

जुलेखाशी जोडी जमवायची इतकी चर्चा चालते, पण जुलेखा कशाला

सुरंजनशी नाते जोडेल? ती कमी वयाची आहे, शिकलेली आहे. आता कसली का होईना नोकरी करते, महिन्याला चार पाच हजार रुपये कमावते. सुरंजनमध्ये असे काय आहे ज्यामुळे तिला त्याच्याशी लग्न करावेसे वाटेल? तिच्या समाजातले लोक तिला नक्कीच वाळीत टाकतील. आपल्या आप्त-स्वकीयांना दुःख देऊन ती सुखी कशी होईल?

स्वतःच्या बहिणीला, मायाला रडवून सुरंजन तरी सुखी होणार आहे का? जे नाते कोणाचे भले करणार नाही ते न जोडणेच बरे. सुदेष्णाबरोबरच्या त्याच्या आयुष्यातदेखील कसलेच सुख नव्हते. सुदेष्णा त्याला जितका जखडून ठेवायला बघत होती, तितकाच तो त्या बंधनातून बाहेर पडत होता. तो कुठलेच बंधन मानणारा मुलगा नव्हता. काहीही करून ते नाते टिकावे अशी किरणमयीची इच्छा होती. पण सुदेष्णा कशालाच तयार नव्हती. संसार मोडलाच.

सुधामयांच्या बरोबर जे वैवाहिक जीवन किरणमयीने उपभोगले होते, त्यात स्वास्थ्य होते, सुख होते, परंपरेबद्दलची श्रद्धा होती. पण दोघांच्या दोन्ही अपत्यांच्या आयुष्यात कसलेच सुख नव्हते. कधी कधी संसार नसणेच श्रेयस्कर ठरते. मायाच्या संसारापेक्षा सुरंजनचा संसार नसणे बरे नव्हे काय? चांगलेच. मायाला रोज त्रास भोगावा लागतो. सुरंजनला नाही. तो मजेत जबाबदारी, कर्तव्य सोडून फिरत असतो. माया अशी आहे की ती त्या नात्याचे पाश तोडू शकत नाही. तोडायची इच्छा असूनही ज्यांना तोडता येत नाही, त्यांना जास्त त्रास होतो. जे फार विचार न करता तोडून टाकतात तेच कदाचित सुखी होतात.

किरणमयीला वाटायचे, नुसते वाटायचेच नाही तर तिची खात्री होती, की संसारात पुरुषापेक्षा बाईला जास्त कष्ट असतात. तसलिमाचे बरे आहे. काहीही गुंता-गोतावळा नाही. मस्त एकटी राहते. जर मायाही एकटी राहू शकली असती तर!

एकटी बसून किरणमयी असे विचार करत होती. विचारांना पतंगाप्रमाणे घरात हवेवर उडवून दिले. तिच्याबरोबर ते विचार घराच्या बाहेरही आले. बाहेर एक दमट, ओलसर अंगण होते. तिथे एक नागडे मूल, एक मरतुकडे कुत्रे. एका ज्यूटच्या पिशवीत काही साड्या आणि सलवार-कमीज घेऊन ती त्यांना ओलांडून बाहेर गेली.

घराबाहेर पडल्याबरोबर सोनारांची काही दुकाने होती. जगन्नाथ ज्वेलर्सकडे काही दिवसांपूर्वीच तिने तिची सोन्याची साखळी विकली होती. हे मायाला सांगितले असते तर तिने घर डोक्यावर घेतले असते. म्हणून सुरंजनला सांगितले. आलेले पैसे तिने तिच्या साडीच्या धंद्यात गुंतवले.

बेनेपुकुर रोडवर ओळखीच्या दोन घरांमध्ये तिने त्या साड्या, कपडे दाखवले.

दोन विकलेही गेले. पुढच्या आठवड्यात पैसे देऊ असे त्यांनी सांगितले. मग पार्क स्ट्रीटवरच्या एका घरातून अर्धे पैसे घेऊन ती सियाल्दा स्टेशनवर गेली. स्टेशनपासून दमदमच्या दिशेने तीन स्टॉप्सनंतर बेलघरीया.

तिच्या जुन्या घराजवळच्या काही लोकांना तिने उधारीवर साड्या दिल्या होत्या, त्यांच्याकडून पैसे घेतले आणि काही नवीन लोकांना साड्या-कपडे दाखवले. काही जणांना आवडले. तीन कपडे त्यांनी ठेवून घेतले. जे उरले होते, ते घेऊन जुन्या दोन-तीन शेजाऱ्यांकडे गेली, जरा वेळ बसली. चहा पिता पिता त्यांच्याशी चार सुखदुःखाच्या गोष्टी बोलून ट्रेनने परत सियाल्दाला आली, मग बसने एंटाली, तिथून रिक्षाने जाननगर.

गल्लीमध्ये किरणमयीच्या घराच्या भिंतीवर पत्र्याच्या एका तुकड्यावर लिहिले होते – मायावन. तिच्या साडीच्या अदृश्य दुकानाचे नाव तिने हेच ठेवले होते.

सकाळी बाहेर पडलेली ती घरी येईपर्यंत संध्याकाळ झाली. संध्याकाळी आल्यावर तिला स्वयंपाक करायचा कंटाळा आला. न जेवताच आडवी झाली. सुरंजन घरी नसला की तिला स्वयंपाक कारावासाच वाटायचा नाही. स्वयंपाक करायचा म्हणजे किती भानगडी!

फरशी पुसायला आणि कपडे धुवायला मंगला नावाची एक गरीब मुलगी यायची. तिच्याकडूनच ती निवडणे-चिरणे करून घ्यायची. रोजच मन प्रसन्न असते असे नाही. वय झाले होते. वय झाले हे वरून कळले नाही तरी आतून जाणवतेच. बेलघरीयाला जाऊन येणे किरणमयीला दमवते. ही कामाची जबाबदारी सुरंजन कधीतरी घेईल का? नाही घेणार. दोन खोल्यांचे भाडेपण हल्ली तिलाच चुकते करावे लागते. आपली आई हे पैसे कसे मिळवते हे जाणण्याचे कष्ट कधी सुरंजनने घेतले तरी का? पण या असल्या बेजबाबदार, बेपर्वा मुलावर किरणमयीची तरीही माया होती. पण किती दिवस? सुधामयांच्यासारखी तीही अचानक गेली तर या मुलाचे काय होणार या विचाराने ती शहारून उठायची. तेव्हा जुलेखा काही जबाबदारी उचलेल का? नाही, ती जबाबदारी घेईल असे किरणमयीला वाटत नव्हते.

किरणमयीच्या माहितीप्रमाणे जुलेखाला नवऱ्याने सोडले होते. तिला एक मुलगाही होता. दिसायला-वागायला चांगली आहे. तिला नक्कीच कोणी सहृदय धनवान मिळेल. सुरंजन कोण? त्याच्याकडे असे काय आहे ज्यामुळे ही मुलगी त्याच्यात गुंतून राहील? प्रेमाच्या गप्पा सगळे मारतात, पण सध्याच्या काळात प्रेम नावाची काही गोष्ट अस्तित्वात आहे यावर तिचा मुळीच विश्वास नव्हता.

सुरंजन मुसलमान मित्रांच्यात मिसळतो याची तिला जाणीव होती. ते मित्र तपसियाहून येतात की काय असा तिला संशय होता. त्या इलाक्यात दहशतवाद्यांची

वस्ती होती. मुलाबद्दलच्या काळज्यांना काही अंतच नव्हता. आणि या सगळ्या काळज्या तिच्या एकटीच्याच. पती असता तर त्यातला काही वाटा त्याने उचलला असता. नातलग – किती लांबचे का असेना, कोणी काही विचारपूस करत नाहीत. त्यांच्या घरी आता येणे-जाणेच राहिले नाही. कोणी कोणाची चिंता करत नाही. सगळे स्वतःत गुंतलेले. हा एकटेपणा तिला खायला उठतो. या दुःसह आयुष्यातून सुटण्यासाठी आत्महत्या करावी असा विचार कधीतरी तिच्या मनात येतो.

सबंध दिवस उपाशी असलेल्या शरीराला विचार, काळज्या पोखरून खात होत्या. ती आली आहे की नाही हे बघायला मंगला आली. दोन रोट्या आणि एक अंडे फ्राय करून निघून गेली.

ती खाणार तेवढ्यात सुरंजन आला. शिकवणी घेऊन आला होता, थकलेला होता. काही खाणार का रे? विचारल्यावर म्हणाला, "हो खातो." मंगलाने केलेल्या रोट्या आणि अंडे किरणमयीने सुरंजनला दिले. "हे काय? भात नाही? एकदम रोटी आणि अंडे का?" किरणमयीने उत्तर दिले नाही. सुरंजनने भराभरा ते खाल्ले. आणखी असते तर तेपण खाल्ले असते. किरणमयी फक्त चहा आणि एक वाटी चुरमुरे खाऊन राहिली.

"काहीतरी कर रे सुरंजन. हे असे चालणार नाही," किरणमयीने विषय काढला.

"काय चालणार नाही ते तरी कळू दे."

"या वस्तीत कोणी चांगली, भली माणसे राहतात का रे?"

"शहराच्या मध्य वस्तीत इतक्या कमी भाड्यात तुला दुसरे कुठे घर मिळणार आहे सांग बरे! या वस्तीत काय इतर माणसे राहत नाहीत? त्यांना तू माणसे मानत नाहीस?"

"तुझे बाबा एक डॉक्टर होते. एक तरी डॉक्टर कुटुंब या वस्तीत आहे?"

"बाबा तर आता नाहीत. आता एक शिकवणीचा मास्तर आणि एक साड्या विकणारी – तेही घरात बसून – यांच्यासाठी यापेक्षा चांगल्या राहणीमानाची अपेक्षा कशी करतेस?"

"जरा चांगली नोकरी-बिकरी कर. कशासाठी, काहीच प्रयत्न करत नाहीस तू."

"नोकरी करत नाही? या ज्या शिकवण्या घेतो ते काम नाही का? तुझ्या लेखी याची काहीच किंमत नाही? पैसे मिळाले तरच किंमत? तुझ्या प्राचीन काळातल्या शंभर दोनशे रुपयांच्या ह्या शिकवण्या नाहीत. आता शिकवणीतून पाच-दहा हजार रुपये हसत हसत मिळवता येतात. थोडे थोडे करून पैसे आणले

तरच त्याचे मूल्य असते का? मी पैसे मिळवत नाही? मी रिकामटेकडा तर बसलेलो नाही ना? रोजगार करतोच आहे.''

आता किरणमयीचा संतापाने भडका उडला, ''काय रोजगार करतोस रे? घराचे दोन हजार रुपये भाडे तर मलाच द्यावे लागते. गेल्या तीन महिन्यांपासून मीच देते आहे. त्याचा काही विचार केलास?''

''तू दिलेस तर त्यात काय एवढे? बिझिनेस करतेस. मग देणार नाहीस?''

''लाज वाटत नाही तुला बिझिनेस करतेस म्हणायला? आजपर्यंत बिझिनेसमध्ये कणभर तरी मदत केलीस? म्हातारी झाले तरी उन्हातान्हात भाजत धावपळ करत लोकांच्या घरी जावे लागते. आणि तू स्वत:ला कसलीही तोशीस लागू न देता फिरतोस. मुसलमानांच्या अत्याचारांमुळे अख्ख्या कुटुंबाचे आयुष्य उद्ध्वस्त झाले. तुझे बाबा मरून गेले. मायाच्या आयुष्यात कणभर तरी शांती आहे? ती मेल्यासारखीच जगते आहे. तुझ्या तोंडाकडे बघत मी जिवंत आहे. याला आयुष्य म्हणायचे? आणि तू डोळ्यादेखत एका मुसलमान मुलीबरोबर वाटेल ते धंदे करतोस? तिला घेऊन बाहेर फिरायला गेलास? मी तुला इतके दिवस सांगते आहे की एकदा मला पुरीला घेऊन जा, ते काही तुला जमले नाही. मला मा म्हणतोस ना? मग तिच्या कष्टांकडे एकदा तरी वळून पाहिलेस?'' असे म्हणून किरणमयी हुंदके देऊन रडायला लागली.

सुरंजन काही वेळ तसाच निपचित पडून राहिला. मग रडणाऱ्या किरणमयीला तसेच सोडून बाहेर निघून गेला. त्याचे मन कशातच लागत नव्हते. दोष तरी कोणाला द्यायचा! स्वत:ला की किरणमयीला? समजत नव्हते. जुलेखाला शोधायला किंवा एखाद्या मित्राबरोबर अड्डा जमवायला – कुठेच गेला नाही. पार्क स्ट्रीटवरच्या एका बारमध्ये एकटाच दारू पीत बसला. जुलेखाचा फोन आला, कट केला. इतरही एक दोन मित्रांचे फोन घेतले नाहीत. चार पेग घेतल्यावर त्याने स्वत:च सोबहानला फोन केला.

''काय म्हणतोस?''

''काय म्हणणार!''

''बरा आहेस ना? ''

''आहे. या असण्याला बरा आहे म्हणणे योग्य की नाही कुणास ठाऊक.''

''मावशी ठीक आहेत?''

''सगळ्यांची तीच अवस्था. तेच, तसेच आयुष्य. सुख येते, दु:ख येते. सुख जाते, दु:ख जाते.''

''खूप दिवसांनी फोन केलास! तू तर फोनवर भेटतच नाहीस. फोन बंदच करून ठेवतोस.''

"फोन ही गोष्टच मला बंडल वाटते."

त्या बाजूला सोबहान हसला.

"तुला खूप मिस करतो रे सोबहान."

"हो?"

"हो ना. खूपच."

"पण मग फोन बिन करत नाहीस तो?"

"फोनवर विचारपूस करणे मला अगदी वरवरचे वाटते. समोरासमोर भेटून बोलले पाहिजे. नजरेला नजर देऊन. स्पर्श करून."

"तू कुठे आहेस बोल. मी येतो."

सोबहान धरमतलच्या बाजूला होता. बेलघरीयाला न जाता तो पार्क स्ट्रीटला सुरंजनला भेटायला आला. दोघे समोरासमोर बसले – कित्येक दिवसांनी – होय खूपच दिवसांनी. किती दिवस झाले? दोन महिन्यांनी भेटत होते. ते दोन महिने दोघांनाही दोन वर्षांसारखे भासले. सोबहान पिणारा नव्हता.

"तुम्हा मुसलमानांचे हेच एक वाईट. दारू पिणार नाही, बीफ खाणार. आमच्या देवतांना खाऊन सर्वनाश केलात," सुरंजन म्हणाला.

सोबहान मोठ्याने हसला.

"मुसलमानांनी आमचे वाटोळे केले सोबहान. माझा देश सुटला. माझ्या देशात माझे एक आयुष्य होते. माझी प्रेमिका, जीवाला जीव देणारे मित्र होते. सगळे सुटले. इथे मी कुठे आहे, का आहे, काही समजत नाही. कसा आहे? सांग ना. हा तुझा देश आहे. माझा नाही. तू या देशात जन्मलास, तुझ्या चौदा पिढ्या इथेच जन्मल्या. माझे कोणीच या देशात जन्मलेले नाही. या मातीतले कोणीही नाही. या देशात तुझे मित्र आहेत, शत्रू आहेत. हा देश, ही माती तुझी आहे. तुझ्या भूमीला मी माझी भूमी समजतो आहे. जबरदस्ती ते खरे मानतो आहे. मुसलमानांमुळे माझा सर्वनाश आला. त्यामुळेच आज जीवन आणि मृत्यू या दोन्हीत मला काहीच फरक वाटत नाही. माझे सगळे कुटुंब नष्ट झाले. कळले तुला? संपले. माझे बाबा गेले, बहीण संपली, माझी आईदेखील संपलीच. आणि मी तर..."

सोबहान म्हणाला, "आणि तू तर काय?"

"मी तर केव्हाच संपलो आहे. तू ज्याला बघतो आहेस तो खरा मी नाहीच आहे. हे माझे कलेवर आहे."

सुरंजनने आणखी एका लार्ज रियल स्टेगची ऑर्डर दिली. सोबहानने गार पाणी मागवले.

"ऐक ना सोबहान. इथे अधूनमधून मी बघतो की बाप त्याच्या मुलांना आणि

बायकोला मारून स्वत: आत्महत्या करतो. बघतोस ना तू सोबहान, बघतोस?''

"हो. बघतो. बघतच नाही तर वाचतोदेखील."

"वाच. वाचायलाच पाहिजे. माझ्या पळपुट्या वडिलांनी तसे नाही केले. कळले तुला? माझे वडील पळून गेले. एकटे एकटेच पळून गेले. नको त्या जागी पळून गेले नाहीतर मी त्यांच्या शर्टाची कॉलर धरून त्यांना खेचत पार्क सर्कसच्या एखाद्या गल्लीत किंवा सचिन नगरच्या वस्तीत आणून आपटले असते. जर चार नंबर ब्रिजच्या वस्तीत आणून आपटू शकलो असतो तर मग काही विषयच नव्हता. पळून गेला माणूस. इतका काळ सेक्युलेरीझम, कम्युनिझम, सोशालिझम, एक्झिस्टॅन्शिअॅनलिझम, पॅट्रियॉटिझम, हा इझम, तो इझम यांच्या बाता सांगून एकदम फुर्र! स्वार्थी साला! माझा बाप लहान मुलासारखा होता आणि सैतानासारखापण!''

सोबहान नुसता बसून सुरंजनचे बोलणे ऐकत होता. त्याला आणखी दारू पिऊ नको, घरी जा म्हणून सांगत होता. सुरंजनने सांगून टाकले की आज तो घरी जाणार नाही. त्या घरी त्याला जावेसे वाटत नाही. ते घर किरणमयीचे घर. नालायक मुलाला आई आणखी सहन करू शकत नाही. मुलगा जर पैसे देऊ शकत नसेल तर तो मुलगा मुलगा राहत नाही.

"ऐकलेस सोबहान? तुझ्यासारखा मी जर इंजिनीअर असतो, खूप पैसा कमावला असता तर मला किंमत. तुला तर आता कार्तिक पूजेची वर्गणी द्यावी लागते. हा!हा!हा! मी असतो तर काय केले असते सांगू? त्याच्या एखाद्या बहिणीवर बलात्कार केला असता. बलात्कार करण्यात मी आता उस्ताद आहे. कोणाचाही राग आला की मी त्याच्या बहिणीवर किंवा बायकोवर बलात्कार करतो. समजले सोबहान? बलात्कार करतो. बांगलादेशात एका मुसलमान मुलीवर केला होता. माहिती आहे तुला त्याबद्दल? नाही माहिती? अरे, सगळ्या जगाला माहिती आहे. जगाला ठाऊक आहे की एका हिंदू मुलाने एका मुसलमान मुलीवर बलात्कार करून सूड घेतला. मी एक रेपिस्ट आहे. त्या नावाचे सार्थक करण्यासाठी मी जास्त जास्त बलात्कार करतो आहे, कळले? हिंदू मुलींबरोबर मी जे करतो त्याला प्रणय करणे म्हणतात आणि मुसलमान मुलींवर "बलात्कार! एका मुसलमान मुलीबरोबर माझा संबंध आहे – कळले? – संबंध..."

सोबहानने मान डोलावली, "माहिती आहे."

"खरे म्हणजे मी तिला फसवतो आहे. वास्तविक मी तिच्यावर बलात्कारच करतो. जुलेखाशी माझा बलात्कारी संबंध आहे – समजले? दुसरे काही नाही. मुसलमानांवरचा माझा राग अजूनही गेलेला नाही. मुसलमानांनी माझ्या बाबांना मारले. बहिणीचे आयुष्य उद्ध्वस्त केले. मादेखील किती कठीण परिस्थितीत

दिवस काढते आहे! कारण काय? काय कारण? मुसलमान!''

"आता पुरे सुरंजन!'' सोबहान थंड आवाजात म्हणाला.

"का पुरे? आं? त्रास होतो? मग म्हण की सुरंजन मुस्लीमद्वेष्टा आहे! जगात सगळ्यांनाच हे ठाऊक आहे. रेपिस्ट, मुस्लीम हेटर. ठाऊक आहे की मी कट्टरपंथीय आहे. नाही ठाऊक? हो, मी तसाच आहे. पण मी तुझ्या त्याच अचिंत्यच्या तोंडावर मुतलो. कळले तुला सोबहान? अचिंत्यच्या तोंडावर मुतलो मी!''

"हे सगळे आता राहू दे,'' सोबहान म्हणाला.

"पार्क सर्कसमध्ये राहतो. मुसलमानांचे आयुष्य माहिती आहे ना? दारिद्र्यरेषेच्या खाली राहतात ते. किड्यांसारखे. गांडुळासारखे. नमाज पढायला धावत जातात. तीच त्यांची आयडेंटिटी. शुक्रवारी मशीद लोकांनी तुडुंब भरून वाहत असते. फुटपाथही सोडत नाहीत. रस्ता बंद करून गरीब लोक नमाज पढतात. अरबी भाषेत बडबड करतात. काही मुसलमानांशी माझी जवळीक आहे. त्यांना एक एक करून मारून टाकू शकलो असतो तर! होमो असता तर नक्कीच बलात्कार केला असता. हा!हा!हा!''

"आता ऊठ सुरंजन, खूप झाले,'' सोबहान म्हणाला.

"नाही, नाही उठणार. पिणार, आणखी दारू पिणार. मला भूकही लागली आहे. काहीतरी खाणार.''

सोबहानने खायला मागवले. नान, चिकन भर्ता, तंदूरी चिकन. सुरंजनने आणखी एक पेग मागवला. सोबहानचे ऐकले नाही.

"अरे तू माझी काळजी करू नकोस. व्हिस्की पिऊन मी कधी झिंगलोय का? कधीच नाही. कळले सोबहान? तुझ्यासारखे माझे अनेक मित्र होते माझ्या देशात. त्यांच्या तोंडावर मी मुतून आलोय. आज तू माझा मित्र आहेस. पण उद्या तू जर काही गडबड केलीस तर तुलाही सोडणार नाही.''

"भीती दाखवतो आहेस?''

"हो दाखवतोय भीती. मला कोणीही घाबरत नाही. पण मी काय करू शकतो हे कोणाला माहिती नाही आहे. मुसलमानच दहशतवादी असतात. मी हिंदू. माझी जात हिंदू. माझ्या चौदा पिढ्या हिंदू होत्या. मी बॉम्ब फेकू शकतो. तपसिया, तिलजला, खिदीरपूर, मेटीयाबुरुज, पार्क सर्कस सगळे काही बॉम्ब फेकून उडवून देईन. बघच तू.''

"आणखी पिऊ नकोस सुरंजन. थांब आता.''

सोबहानने हात पुढे करून ग्लास ओढून घ्यायचा प्रयत्न केला पण सुरंजनने त्याचा हात घट्ट धरून ठेवला. आणि दुसऱ्या हातातल्या ग्लासचे चुंबन घेतले.

"माहिती आहे सोबहान? मला अनेक जण बुद्धिवादी – इंटलेक्चुअल समजतात. हा!हा!हा! अशा बिनबुडाच्या गप्पा मारणे लोकांना आवडते. मी तर अगदी मूर्ख आहे. मुका होऊन राहतो. मूर्ख आहे म्हणून गप्प बसतो. तुला तर ते माहितीच आहे. माहिती आहे ना सोबहान?"

खायला मागवलेले आले. सुरंजनच्या प्लेटमध्ये रोटी आणि चिकन वाढून सोबहान म्हणाला, "खा आता. दारू सोड सुरंजन. सोडण्याचा प्रयत्न कर."

"मी जर म्हटले की दारूनेच मला जिवंत ठेवले आहे तर ते देवदाससारखे वाटेल. एक रोमँटिक तरुण दारू पिऊन तत्त्वज्ञान सांगतो आहे. त्या बड्या लोकांसारखा. मला बड्या लोकांना जर मारायचे असेल तर ते म्हणतील मला 'श्रेणीशत्रूंना' खतम करायचे आहे. नाही सोबहान, मला माझा राग शमवायचा आहे. माझे कोणीही नाही आणि त्यांचे कोणीतरी आहे – म्हणून. मी जरा बडा असतो, तर माझ्यासारख्या भिकाऱ्यांना गोळ्या घालून मारले असते. समजले? गोळ्या घालून."

सुरंजनने सोबहानच्या छातीच्या दिशेने हातातले अदृश्य पिस्तुल रोखले.

सोबहान खात राहिला आणि खाता खाता सुरंजनशी बोलत राहिला. सुरंजनने खाता खाता सगळे अन्न सांडले. आणखी दारू प्यायचा हट्ट केला. त्याला आणखी दारू द्यायची नाही असे सोबहानने वेटर्सना बजावले. बिल चुकते करून सुरंजनला धरून टॅक्सीत बसवले.

"घरी जाशील ना?"

"नाही," सुरंजन म्हणाला, "मी घरी जाणार नाही."

"मग कुठे जाणार?"

"तू जिथे जाशील तिथे."

"मी तर माझ्या घरी जाणार."

"मी तुझ्याबरोबर येणार."

"का? घरी का नाही जाणार?"

"आय हेट माय मदर."

"काहीतरी बडबडू नकोस. घरी जा."

"उगीच भलेपणाचा आव आणू नकोस सोबहान. तुझ्याशी फक्त माझी मैत्री आहे. माझ्या अख्ख्या कुटुंबाला घेऊन तुझ्याशी मैत्री केलेली नाही. तू फक्त माझी काळजी कर. कुटुंबाला मार गोळी."

"मावशींना एक फोन तरी कर घरी जाणार नसशील तर."

"घरी फोन नाही."

"त्या काळजी करतील ना."

"करू दे. आय डोंट केअर. मला काही फरक पडत नाही."

सोबहानने आणखी काही वेळ त्याला समजवायचा प्रयत्न केला. पण काहीही झाले तरी सुरंजन आज घरी जाणार नव्हता. अखेर सोबहानने टॅक्सी डनलॉप वळणाकडे घ्यायला सांगितली. नाही, टॅक्सी तिकडे जाणार नाही. श्यामबाजारापर्यंतच जाईल. ठीक आहे. तिथे तर तिथे. तिथून दुसरी टॅक्सी घेऊन घरी जाऊ. वाटेत सोबहानने एका हाताने सुरंजनला धरले होते. उगीच पडायला नको. सुरंजनला दारू पिऊन बरळताना त्याने आधीही पाहिले होते. पण आज सगळ्या मर्यादा ओलांडून घाणेरड्या शिव्या देत होता. जाता जाता सुरंजन म्हणाला –

"ऐक सोबहान. नीट लक्ष देऊन ऐक. तुला एक गोष्ट सांगतो. कोणालाही सांगू नकोस. अगदी गुप्त गोष्ट आहे. गुप्त. समजले?"

"हो. समजले. सांग."

"तसलिमा नासरिनचे नाव ऐकले आहेस?"

"हो. नक्कीच."

"ती माझ्या प्रेमात पडली आहे.'

"असं?"

"हो. असेच."

"तिला वाटते मी एक भयंकर माणूस आहे. मी किती क्षुद्र आहे हे तिला माहिती नाही. ढाक्यात तिने मला काही भाव दिला नाही, आणि माझ्यावर पुस्तक लिहिले. आता ती सेलिब्रिटी आहे. सेलिब्रिटी – कळले का. मोठ्ठी सेलिब्रिटी. आता इतका भाव देते आहे की – माझे आई, आवर आता – असा टाहो फोडायची वेळ आली आहे."

"तुझ्या प्रेमात पडली आहे हे कशावरून म्हणतोस?"

"तुझ्या प्रेमात जर कोणी पडले सोबहान, तर तुला कळणार नाही का सांग बरे! कळणारच. डोळे बघूनच कळते. मी तसलिमाचे डोळे बघूनच काय समजायचे ते समजलो. इतके बाकीचे लोक असताना तिला मी का आवडतो काही कळत नाही. मोठ्या लोकांचे विचार! मी इतक्या सहजी बधणार नाही. मी तिला खेळवणार. तिने मला कागदावर खेळवले. मला तिला खऱ्या आयुष्यात खेळवायचे आहे."

"कसे खेळवणार?"

"अजून ठरवले नाही. तू जरा सल्ला दे ना. मी तर काही कसलेला खेळाडू नाही. ढाक्यात मला कुठल्याच मुलीने पसंत केले नव्हते – ना हिंदू, ना मुसलमान, ना ख्रिश्चन. सुदेष्णा आणि माधवी आल्याआल्या म्हणेपर्यंत निघून गेल्या. आणि घराघरातल्या सेक्ससाठी भुकेलेल्या भाभी-वहिन्यांनीदेखील मला पसंत केले नाही. आय फक्ड देम, दॅट्स ऑल. नो बडी लव्हड मी. जुलेखा माझ्यावर प्रेम करते?

जुलेखाने मला जखडून ठेवले आहे, कारण तिला सुख द्यायला कोणी मुसलमान तरुण उरलाच नाही. एखादा हिंदू तरुणदेखील एका मुसलमान स्त्रीशी संबंध जोडणार नाही. म्हणून सुरंजन नावाच्या एका जातहीन, धर्महीन, बहकलेल्या, मेलेल्या, नालायक मुलाच्या गळ्यात पडणेच बरे. सेक्स तर मला चांगला जमतो ना सोबहान, आणखी काही जमेल, न जमेल, रेप तर चांगला करता येतो. आजकाल फ्री सेक्स कुणाला मिळतो का सांग बरे! त्या वहिन्या मला किमान काही भेटवस्तू तरी द्यायच्या.''

आता मात्र सोबहानने त्याला धमकावले, ''खूप बरळलास. आता गप्प बस.''

''तसलिमा अगदी लोन्ली आहे. मला माहिती आहे. नाहीतर माझ्यासारख्या मुलाच्या प्रेमात कशाला पडली असती? माझ्याकडे काय आहे सांग ना! काही नाही. मला फक्त रेप करता येतो. हे तिला माहिती नाही? तिच्यापेक्षा चांगले आणखी कोणाला माहिती असणार! तिने तर माझ्या रेपविषयीच लिहिले आहे. सांगू तुला सोबहान. एक दिवस तिला रेप करण्याची खूप इच्छा आहे माझी.''

सोबहानने पुन्हा बजावले, ''शांत बस पाहू!''

सुरंजन म्हणाला, ''हो, आहे इच्छा. रेप काय असतो ते तिला रेप करूनच समजावून द्यायचे आहे. आणि माझे वर्णन जिने रेपिस्ट म्हणून केले, तिलाच मी रेप न करता का सोडायचे, सांग बघू. जर कोणी सगळ्या दुनियेला सांगत असेल की यू, सोबहान, यू सन ऑफ मिस्टर समबडी, आर अ ग्रेट रेपिस्ट, तर तू तिला, त्या कुत्रीला रेप करणार नाहीस?''

''सगळ्या दुनियेला तर कळणार नाही ना, की तो सुरंजन तूच म्हणून?'' सोबहान म्हणाला.

''नको कळू दे. माझ्या जे ओळखीचे आहेत, जवळचे आहेत, त्यांना कळले ना. सुदेष्णाला, मा, बाबा, माया, जे मला ओळखतात त्या सगळ्यांना कळले. माझी सुटका आहे यातून?''

टॅक्सी भरधाव जात होती. सुरंजनचे सगळे बोलणे सोबहानला ऐकूही येत नव्हते. त्याचा खांदा पकडून कानाजवळ येऊन सुरंजन बोलत होता. चुटकी वाजवून म्हणाला, ''आय कॅन फक दॅट बिच एनी टाईम.''

''शट अप,'' सोबहान रागाने म्हणाला.

''मला शट करून काही होणार नाही बाबा, मी सोडणार नाही. मी रेप केला – ही माझी खासगी बाब. मायाचा रेप झाला, हीदेखील तिची खासगी बाब. प्रतिक्षणी माझ्या मनात असते की मी रेपिस्ट आहे. 'लज्जा'चा एक एक शब्द मला हॉण्ट करतो, मायाला करतो. मायाला स्वत:च्याच शरीराची घृणा वाटायची,

म्हणूनच तर ते शरीर विकायला जायची. विकायची. तुझ्या डनलॉप वळणावरच मी तिला उभी असलेली पाहिली होती. एकदा तर तिला मी तिथून खेचत घरी आणून अर्धमेली होईपर्यंत मारले होते. समजले, स्वत:बद्दल रिस्पेक्ट नसेल ना, तर तुम्ही गॉन – एकदम गॉन केस.''

सुरंजन अशीच अश्लील, अशोभनीय, निरर्थक बडबड करत राहिला. सोबहानने अखेर नाद सोडला. पठाणपुरला स्वत:च्या घरी आल्यावर त्याने सुरंजनला एका सुंदर सजवलेल्या खोलीत पांढरीशुभ्र चादर घातलेल्या पलंगावर झोपवले. पलंगाशेजारी छोट्या टेबलावर ठेवलेल्या टेबल लॅम्पचा मंद प्रकाश आणि फुलदाणीत लाल गुलाबांचा एक गुच्छ. घरभर हस्नाहेनाचा सुगंध दरवळत होता. खिडकीजवळ ठेवलेल्या टबमध्ये फुले फुलली होती. त्यांचा सुगंध खोलीत भरला होता. सुरंजनला ते सगळे स्वर्गासारखे भासत होते.

सुरंजनने विचारले, ''घरात दारू आहे की नाही?''

''नाही,'' सोबहानचं थेट उत्तर. त्याने एक थंड पाण्याची बाटली आणि ग्लास आणून टेबलवर ठेवला.

''सगळ्यांवर तुझा किती राग आहे! कशासाठी एवढा राग?'' सोबहानने विचारले.

शर्ट काढून जमिनीवर फेकत सुरंजन मोठ्याने हसला. सोबहान दोन उश्या पलंगाच्या रेलिंगला टेकवून बसला. नीट बसला नाही, रेलून अर्धवट आडवा झाला. सुरंजन छातीशी उशी घेऊन उपडा झोपला. खोलीत एसी चालू होता. आराम मिळाल्यावर त्याचे डोळे मिटू लागले. सोबहानच्या प्रश्नाचे त्याने उत्तर दिले.

''राग दुसऱ्या कोणावरही नाही सोबहान, राग माझा माझ्यावरच. हे सर्वांत मोठे सत्य आहे. आय नो नथिंग मोअर.''

''झोप, झोप तू,'' सोबहान सुरंजनच्या केसातून हात फिरवत म्हणाला. त्याचा हात धरून सुरंजन म्हणाला, ''आय विश आय कुड क्विट यू.''

''काय म्हणालास?''

''म्हणालो – आय विश आय कुड क्विट यू.''

''का म्हणालास? क्विट करायचे असेल तर करू शकतोसच की. हो की नाही?''

''हो शकतो ना.''

''मग असे का म्हणालास?''

सुरंजन भरल्या गळ्याने म्हणाला, ''हा एका सिनेमातला डायलॉग आहे.''

''ओह.''

झोपलेल्या सुरंजनच्या चेहऱ्याकडे सोबहान बराच वेळ बघत राहिला, मग झोपायला गेला. घरात त्याची पत्नी, मुले, आई, वडील होते. सगळे अवाक झाले होते. इतक्या रात्री एका दारुड्याला घेऊन हा घरी आला. काय झाले? त्याने आई-वडिलांना एवढेच सांगितले की मित्र आहे, अडचणीत आहे. – कुठला मित्र, नाव काय, काही सांगितले नाही. दिवाणखान्यातल्या सोफ्यावर झोपला. पत्नी मुलांना घेऊन दुसऱ्या खोलीत झोपली. घर शांत झाले.

सुरंजन दुपारी घरी परतला. माया दोन्ही मुलांना घेऊन आलेली होती. बरोबर दोन मोठ्या सुटकेसेस. म्हणाली, ''आता सासरी परत जाणार नाही. इथेच आई आणि दादाबरोबर राहणार. मुले इथूनच शाळेत जातील.''

का, काय झाले, सासरी कोणी काय केले, हे ना किरणमयीने विचारले, ना सुरंजनने. दोन खोल्यांत पाच लोक कसे राहणार हे त्याला कळत नव्हते. माया अशा प्रकारे नवरा किंवा सासू-सासऱ्यांवर रागावून काही पहिल्यांदा आली नव्हती. जरी म्हणाली की – आता नाही, आता त्या नरकात राहणे शक्य नाही, तरी सात दिवसांच्या आतच सुटकेसेस घेऊन परत सासरी जायची. म्हणायची – एकदा लग्न झाले की नवरा कसाही असला तरी त्याला आपले म्हणावेच लागते. हे ज्ञान तिला कोण देते हे सुरंजनला आणि किरणमयीलाही कळत नव्हते. त्यांनी कोणीही मायाला कधीही सांगितले नव्हते की सासरी परत जा, किंवा आहे ते स्वीकार किंवा एकदा लग्न झाले की नवरा वेडा-बिडा असला तरी शेवटी तो नवराच, पती हाच परमेश्वर, वगैरे.

मनाला शांती नसली की माणसाच्या शरीरावर परिणाम होतो. शरीरावर चरबी तरी साठते नाहीतर नुसते हाडे-कातडे राहते. मायाचे शरीर चाबकासारखे होते. एके काळचे गोबरे गाल आता खप्पड झाले होते. निगा राखता येत नाही म्हणून कंबरेपर्यंत लांब असलेले दाट केस तिने खांद्यापर्यंत कापून टाकले होते. सोय म्हणून जॉर्जेट, शिफॉनच्या साड्या नेसत होती. मेट्रोत चढायला, धावत जाऊन बस पकडायला या साड्या सोयीच्या होत्या. सुती, ज्यूटच्या साड्या नेसणे जमत नव्हते. माया स्वावलंबी स्त्री होती. दोन मुले नसती तर ती मजेत राहिली असती. स्त्रिया दारूड्यांबरोबर झोपून मुले जन्माला का घालतात कोण जाणे!

माया आल्यावर घरात किलबिल सुरू झाली. जणू घराला घरपण आले. पण दोन लहान खोल्यांत कसे राहायचे? माया पुन्हापुन्हा म्हणायची की मी मुलांबरोबर सासरी ज्या खोलीत राहते, ती खोली या घराच्या एका खोलीपेक्षा कितीतरी

लहान आहे. सुरंजनने एक कॅम्प कॉट विकत आणली.

ती उघडून रात्री एकजण त्यावर झोपू शकायचा. एक जण म्हणजे तो स्वत:च त्यावर झोपायचा. स्वत:चा पलंग त्याने मुलांना दिला होता. किरणमयीच्या पलंगावर किरणमयी आणि माया – मायलेकी.

सुरंजनला आवाज-गोंधळ आवडायचा नाही पण आश्चर्य म्हणजे मायाच्या तिथे येऊन एका घरात एकत्र राहण्याच्या निर्णयाने त्याला प्रचंड शांती लाभली. आधीच्या आयुष्यात होती तशी. जणू अचानक पुन्हा किशोरवय आले. पुन्हा आले ते तांतीबाजारातील घरातले दिवस. बालपणातील ते मातीत खेळणे, तेच श्वास, तेच आवेग! तेच प्रेमाने भारलेले दिवस. किरणमयीच्या आयुष्यात अचानक बदल घडून आला. नातवंडांच्या येण्याने तिचे जीवनच बदलून गेले. पण या घरात सगळे सांभाळणे कठीण होते, मोठे घर भाड्याने घ्यायला हवे होते. मोठे घर घ्यायला किरणमयी राजी नव्हती. कारण मायाचे मन जर पुन्हा बदलले, जर सासरचे कोणी तिला न्यायला आले, नवरा आला आणि माया त्याच्याबरोबर गेली, किंवा कोणी आले नाही तरी तिनेच परत तिथे जायचा निर्णय घेऊन एकदम ती निघून गेली, तर किरणमयी ते मोठे घर कसे सांभाळणार?

माया कोणाचेच ऐकत नव्हती. दिवसेंदिवस तिचा हट्टीपणा वाढतच होता. तिने सांगून टाकले की चिंचोळ्या गल्लीतल्या, पोपडे निघालेल्या, हाडे बाहेर आलेल्या, दमट, कुबट घरात ती राहणार नाही. भाड्याचे जास्तीचे पैसे ती देईल असे आश्वासन देऊन जवळच बेगबागानमध्ये स्वत:च जाऊन एक चांगले घर बघून आली. दोन मोठ्या मोठ्या खोल्या, आधीपेक्षा मोठे स्वयंपाकघर, संडास बाथरूम घराला लागून, एक छोटासा व्हरांडा – सगळे तिथे राहायला गेले. या भागातही बरेच मुसलमान होते. वास्तविक ज्यांना जन्मापासूनच मुसलमान शेजाऱ्यांची सवय होती, त्यांनी अचानक नाक का चढवावे? नोकर-चाकर देखील मुसलमानच होते. त्यातही काही अडचण नव्हती. या वस्तीत दमटपणा जरा कमी होता. आधीपेक्षा ही गल्ली जरा जास्त रुंद होती. अंधारही कमी होता. म्हणूनच आधीच्या घरापेक्षा भाडे आठशे रुपये जास्त होते. जाननगरमध्ये जे सामान होते, ते सगळे तिने इथे आणून लावले. स्वत: जमवलेल्या पैशातून एक स्टीलचे कपाट खरेदी केले. एक पलंग आणला. दारे-खिडक्यांना चांगले पडदे आणले. चार वेताच्या खुर्च्या आणल्या. सगळे तिने स्वत:च केले. त्यात ना किरणमयी होती, ना सुरंजन. जणू हा तिचाच संसार होता. आई आणि भावाला ती आपल्या संसारात ठेवून घेत होती.

नोकरीत तिचा पगार वाढला होता. माया आता मागे वळून कशाला बघेल! पण ती इतक्या सहजासहजी रूढी तोडणारी स्त्री नव्हती. मायाची बुद्धी, विवेक,

धाडस, शक्ती – सगळ्यांनी प्रचलित प्रथा-रुढींच्यापुढे गुढघे टेकले होते. नवऱ्याचा संसार ती सोडून आली होती, असल्या नवऱ्याबरोबर रहावेसे वाटत नाही म्हणत होती, तरीही भांगात सिंदूर, हातात शांख, लोहा सगळे काही घालायची. सुरंजन ते बघून हसून म्हणायचा, "काय गं, नवऱ्याशी आता संबंध नाही, तरी हे सगळे घालतेस? नवऱ्याचे भले व्हावे म्हणून?" माया गप्प. काहीच बोलायची नाही. सुरंजन मोठ्याने हसायचा. त्याच्याकडे माया क्रुद्ध नजरेने बघायची. श्वास जलद व्हायचा. डोळे विस्फारले जायचे, अश्रू येऊन थांबायचे. कधी ते वाहायला लागायचे.

"दादा ऐक. हे जग पुरुषांचे आहे. माहिती आहे ना? तुमचे जग आहे हे. तुमच्या इच्छेनुसार चालते. मी जर आज सिंदूर घालणे सोडले, तर तुमच्यासारखे बदमाश माझ्या मागे लागतील. हाव कशाची? या शरीराची. तुमच्यासारख्या लोकांपासून वाचण्यासाठी सिंदूर ही माझी सिक्युरिटी आहे. बाकी काही नाही."

सकाळी-सकाळी डोळ्यांसमोर 'आनंदाबाजार' पेपर धरलेला असताना मायाच्या या अकस्मात विस्फोटाने सुरंजनची बोलतीच बंद झाली. काय बोलावे ते त्याला सुचेना. त्याला घरातून बाहेर जावेसे वाटत होते. कोणाचेही कुठलेही बोलणे आवडले नाही की तिथून निघून जायचा स्वभाव म्हणजे पळपुटेपणा असे त्याला वाटायचे. पण तो पळपुटेपणा सोडणे त्याला कधीही जमले नाही. तो सोडण्यासाठी तो तसाच बसून राहिला. डोळे पेपरमध्ये.

बोलताना माया आज 'पुरुषांसारखे' म्हणायच्या ऐवजी 'तुमच्यासारखे' हे शब्द का म्हणत होती याचा तो विचार करत होता. जुलेखाशी असलेल्या त्याच्या संबंधामागचे मूळ कारण तिला कुठून कळले की काय? जुलेखा त्याच्या डोळ्यात सलणाऱ्या वाळूच्या कणासारखी असली तरी तिच्या बाजूने मायाला बोलण्याचे काही कारण नाही.

उलट 'एका मुसलमान मुलीशी तू जसा वागलास तेच ठीक होते, नंतर तिच्यावर दया करणे वगैरे पूर्णपणे अनुचित आणि अन्याय्य होते,' असेच ती म्हणाली असती. तुझ्यासारखे बदमाश, तुमच्यासारखे लोक – या बोलण्याचा अर्थ काय? म्हणजे सुरंजन बदमाश, त्याच्यासारखे लोक म्हणजे वाईट लोक, मुलींची लालसा धरतात, मुलींचे आयुष्य उद्‌ध्वस्त करतात, त्याच्यासारख्या लोकांपासून जपून राहिले पाहिजे? त्याने कोणत्या मुलीची लालसा धरली होती, कुठल्या मुलीचे आयुष्य उद्‌ध्वस्त केले होते? तो विचार करत होता. त्याच्या आयुष्यात आलेल्या प्रत्येक मुलीबद्दल विचार करत होता, आणि मुलींच्या दृष्टिकोनातून स्वतःकडे पाहण्याचा प्रयत्न करत होता. त्याने मायाची बाजू घेतल्यामुळे जिच्याशी संबंध तुटला त्या सुदेष्णाबद्दल माया बोलत होती का? की जुलेखाबद्दल? सुदेष्णाशी त्याने मुळीच बदमाशी केली नव्हती. शारीरिक आकर्षणातून तसे काही

घडले नव्हते. आणि तिच्या आयुष्यात त्याच्यामुळे फार अडचणी आल्या असेही झाले नव्हते. जुलेखाच्या बाबतीत या गोष्टी घडल्या होत्या. बदमाशी, लालसा, अडचणी, संकटे, या सगळ्याला जुलेखा बळी पडली होती. मायाला इतर कोणाबद्दलही सहानुभूती वाटेल, न वाटेल, जुलेखाबद्दल वाटण्याचा प्रश्नच नाही. ती स्वत:च्या सुरक्षिततेबद्दल आक्रमक होऊन अशीच बोलत होती आणि तिच्या वाग्बाणांचा नेम लागला होता की काय? तिचे बोलणे निश्चितच खूप त्रासातून आलेले होते, त्या त्रासातूनच क्षोभ उद्भवला होता. वर दिसतो तो फक्त क्षोभच, त्रास अदृश्य असतात.

बऱ्याच दिवसांनी त्याला जुलेखाची आठवण झाली होती. कशी आहे, कुणास ठाऊक. काही पत्ताच नाही. अनेक दिवस भेट झाली नाही की ती घरी यायची तशीही आली नव्हती. ह्या घरात आता तिचे येणे असंभवच. आणि तिच्या मामाच्या घरी सुरंजनचे जाणे अशक्य. भेटीसाठी आणखी जागा म्हणजे – घराबाहेर, मैदानात, झाडाखाली, चहाच्या टपरीवर, फुटपाथवर, रस्त्यात. पण भेटायची आतून असोशी कोणालाच नाही. किंवा एकीला होती पण ती रुसून बसली होती.

सुरंजनदेखील नाराज होता, पण सध्या नाराजीपेक्षा आळस जास्त होता. अधूनमधून त्याला निराशा अशी काही घेरायची की त्याला जगात आता कशातच भाग घेणे नको असे वाटायचे. जुलेखा तिच्या नोकरीत व्यग्र होती. असेना का! सुरंजन तर तिच्या आयुष्यात तिला कसलीच मदत करत नव्हता. आयुष्यात जर अन्न, वस्त्र, निवारा या तीन मूलभूत गरजांचीच वानवा असेल तर कदाचित प्रेमाला मनात तितकासा थारा मिळत नाही, जितका प्रेमिकांच्या मनात मिळायला हवा. त्याला कित्येकदा जुलेखाही काहीशी उदासच दिसली होती. काहीही असले तरी ती स्वत:च्या पायावर उभी होती. आता विचार करत होती की एखाद्या मेसमध्ये किंवा नोकरदार महिलांच्या होस्टेलमध्ये राहायला जावे. तिची खूप धावपळ होत होती. तिला वेळच नव्हता. भेटायला वेळ नव्हता की सुरंजनचा कोरडेपणा, काम न करणे याबद्दल ती नाराज होती? प्रेम करायला दुसरे तर कोणी नाही, रिशपमध्ये दोघांनी एकत्र इतका छान वेळ घालवला होता, मग आता जुलेखाच्या बाबतीत त्याची अनिच्छा का?

किती स्वप्ने बघितली होती! कदाचित तो स्वप्नवत काळच होता. आता त्या स्वप्नांचे ओझे होऊन बसले आहे. स्वप्नांचे ओझे फार भीषण. ती स्वप्ने सत्यात आणण्याचा दबाव असतो. समोर कोणतेच स्वप्न नसेल, काहीच योजना, कार्यक्रम नसेल, कोणतीही आशा नसेल, तर किती मजेत, सुखात राहता येईल! दोघे एकत्र राहू, एक घर, अंगण, थोडी बाग, एकत्र बसून चहा पिणे, जेवणे, एक

पलंग, रात्री घरी येणे, झोपणे, प्रणय, मुले, त्यांच्या शाळा, पैशा-अडक्याचे हिशोब, पिकलेले केस, रिकामा वेळ, नातवंडे, मृत्यू – डोळ्यांसमोर जीवनाचा सगळा पट – सुखी समाधानी जीवन. या विचाराने सुरंजनचे अंग शहारले.

रिशपच्या कडाक्याच्या थंडीत दोघे बिलगून झोपले असताना स्वप्नांबद्दल बोलत होते. रात्रभर. आकाशात चंद्र होता, चंद्राच्या प्रकाशात कांचनजंगा इतके सुंदर दिसत होते की बघितल्याशिवाय त्यावर विश्वासच बसला नसता. जुलेखाबरोबर सर्वांत आनंदाचे दिवस त्याने रिशपमधेच घालवले होते. आयुष्यात आणखी काय पाहिजे? त्या स्मृतींवर तो उरलेले आयुष्य सहज काढू शकेल. जुलेखा तिच्या मर्जीप्रमाणे सुखात राहू दे. सुखात राहणेच खरे. ती स्वप्ने नुसती समोर असली तरी सुखात राहता येईल. ती पूर्ण झाली तर मग स्वप्न नावाचे काही राहणारच नाही.

सुख उपभोगण्यापेक्षा सुखाची स्वप्ने बघत असमाधानात जगणेच बरे असे सुरंजनचे मत होते. त्यामुळे उत्तेजन राहते. उत्तेजन नसेल तर मृत्यूसारखे थंड आयुष्य अत्यंत निराशेच्या अंधाराच्या सोबतीने बसून घालवावे लागेल. तो स्वत: तसाच तर बसला होता.

जुलेखा अधूनमधून तिच्या उत्साहाच्या भरतीने त्याच्या मनात तरंग उठवण्याचा प्रयत्न करायची. तसे तरंग उठायचेही, पण ती जवळ नसेल, तर ते पुन्हा विरून जायचे. पुन्हा सारे कसे शांत शांत! बहुधा आता ती त्याच्या बाबतीत कोणतेच स्वप्न बघत नाही. न का बघेना! एकदा फक्त तिने एसएमएस पाठवला होता – कुठे आहेस? त्याने उत्तर पाठवले – घरी. बास. बाकी काही नाही.

सुरंजनने एकदाही 'आय मिस यू' लिहून पाठवले नाही. खरोखर तो तिला मिस करत होता का? तेव्हा जाणवले की नाही, नव्हता मिस करत. उलट एखादे पुस्तक घेऊन आडवे होणे जुलेखाशी प्रेम करण्यापेक्षा बरे असेच त्याला वाटायचे. किंबहुना सोबहानशी गप्पा मारणेदेखील तिच्याशी प्रेम करण्यापेक्षा बरे. सध्या तर मायाच्या मुलांबरोबर वेळ मजेत जात होता. जुलेखाशी त्याचा संबंध बहुधा त्याच्या एकटेपणामुळे जुळला होता. वाईट संगत, आतमध्ये चाललेली खळबळ, तोडफोड, घर बदलणे, पुन्हा पहिल्यापासून सगळे सुरू करणे, पूर्वीचे आयुष्य झाडून टाकून नवीन आयुष्य घडवताना एक पोकळी निर्माण होते. त्या पोकळीत त्याने जुलेखाला आणले होते. प्रायश्चित्त वगैरे सगळे झूठ. कधीच कशानेच प्रायश्चित्त होऊ शकत नाही. जे व्हायचे ते होऊन गेले. जुलेखाला ज्या प्रकारे धरून नेऊन तिच्यावर बलात्कार केला, ते तिच्या आयुष्यातून कधीही पुसले जाऊ शकणार नाही. बलात्कार करणाऱ्यांना जरी अगदी फाशी झाली तरीही जुलेखा जिवंत असेपर्यंत ती बीभत्स आठवण तिच्या मनातून जाणार नाही.

ती तिच्या श्वासाश्वासात रोवली गेली असणार.

हे घर आधीच्या घरापेक्षा दिसायला खूपच चांगले होते. आता मायाच्या स्वप्नातला संसार त्या घरात आकार घेत होता. सासरच्या कोणीही अजूनही तिची विचारपूस केली नव्हती. मायाने रोजच्या दु:सह जगण्यातून स्वत:ची सुटका करून घ्यायचा निर्णय घेतला याबद्दल किरणमयीला खूप बरे वाटत होते. सुटका खरेच होणार होती का? अचानक ती कोणावर रागावेल, कोणाच्या वागण्यामुळे आकांडतांडव करून बाडबिस्तरा बांधून निघून जाईल, याची किरणमयीला धास्ती वाटत होती. सुरंजन ह्या सगळ्याकडे नक्की कशा प्रकारे पाहतो आहे याचा किरणमयीला अंदाज येत नव्हता. तो स्वत:तच मग्न होता. घरी भाचरांबरोबर जरा वेळ घालवतो, बाकी पुस्तके वाचण्यात, शिकवण्या घेण्यात व्यग्र. जुलेखा गायब. दोघांत काही बेबनाव झाला की काय? एकमेकांना सोडले की काय? जरी तसे झाले असले तरी त्याबद्दल किरणमयीला उगीच विचार करून काय मिळणार! देव जे काही करतो ते भल्यासाठीच करतो. मायाच्या येण्यामुळे जर जुलेखाचे येणे बंद झाले असेल, तर मग नक्कीच कुठेतरी काहीतरी भले घडत असेल. माया सुरंजनची बहीण. बहीण कायमची असते. बायको किंवा प्रेयसी आज आहे, उद्या नाही.

सुदेष्णा आणि जुलेखा येतात आणि जातात किंवा जातील. ज्याचा इतक्या वर्षांत संसार होऊ शकला नाही, तो आता होण्याची शक्यता नाही. सुरंजनचे आता संसार मांडायचे वय आहे, किंवा त्याला त्या बाबतीत खरोखर रस आहे, असे किरणमयीला वाटत नव्हते. कितीतरी पुरुष अविवाहित राहतात. सुरंजनच्या नशिबातही तेच असावे. आणि आता त्याची अशी काही संपत्तीही नाही जी नंतर सांभाळण्यासाठी वंशाचा दिवा पाहिजे. कशीतरी ओढाताण करूनच घर चालते आहे. घरात आणखी माणसे वाढवायची काही गरज नाही. कोणाचीच अशी काही कमाई नाही की पुढे उज्ज्वल भविष्य असू शकेल. अशाच शिकवण्या करत, अशीच छोटीमोठी कामे करत, अशाच दोन-तीन साड्या, कपडे विकत शहराच्या मध्यभागी राहण्याच्या नावाखाली मुसलमान राहत असलेल्या अंधाऱ्या वस्तीत राहायचे. त्यातच काही क्षण सुखाचे आनंदाचे कसे घालवता येतील याचा प्रयत्न करायचा. सुरंजनला मूलबाळ नाही, पण जर तो बहिणीच्या मुलांना चांगले वळण लावू शकला तर मूलबाळ नसल्याचे दु:ख कितीतरी कमी होईल. मायादेखील अगदी किरणमयीसारखाच विचार करत होती, सुरंजन विचार करत नव्हता का? त्याचे विचार त्याच्या अवचेतन मनातच रुतून बसले होते.

मायाने कुटुंबातल्या सगळ्यांना एकत्र आणले. कुटुंबात एक नाही दोन दोन सदस्य वाढले होते. जुलेखा या कुटुंबातली सदस्यच नव्हती. मायाचा नवराही

सदस्य नव्हता. सुरंजनला कुठल्याच विचित्र घटनेचे काहीच वाटत नव्हते. उलट त्याला त्यात एका प्रकारे मजाच वाटायची, अशा घटनांनी त्याच्या निरस आयुष्यात थोडे तरी तरंग उठायचे.

दरम्यान मायाने एकदा घरात तिच्या मुलीचा वाढदिवस साजरा केला. छानपैकी स्वयंपाक केला. माया अगदी आनंदात होती. त्या दिवशी सुरंजन त्याच्या एका मित्राला बोलावतो म्हणाला. माया म्हणाली "एकाच कशाला शंभर जणांना बोलाव, पण कोणाही मुसलमानाला मात्र बोलावू नकोस." माया हे वाक्य जुलेखाला मनात ठेवून बोलली हे त्याने ताडले.

"कोणाला बोलावणार आहेस? त्याचे नाव काय?"

"तू त्याला ओळखत नाहीस."

"नसेन ओळखत, पण नाव तर सांगू शकतोस ना!"

"शोभन."

सोबहानला तो शोभन म्हणाला, मुद्दामच.

त्याने फोन करून आपल्या मित्राला नवीन घरी यायचे आमंत्रण दिले. घर म्हणजे तीन मजली इमारतीतला एक मजला. पत्ताही फोनवर सांगितला. या घरात तुझे नाव शोभन — हेही सांगितले. ते ऐकून तिकडून सोबहान म्हणाला, "काय म्हणालास?"

"म्हटले, तुझे नाव शोभन."

"असे होय," सोबहान हसला.

"का हसलास?"

"मला आधीही अनेकदा हिंदू बनावे लागले होते. तेव्हाही याच नावाने व्यवहार करत होतो."

"ते मला माहिती आहे की."

"पण तुझ्या घरी मला याची अपेक्षा नव्हती."

"मलाही नव्हती रे. पण शेवटी याशिवाय पर्याय नाही."

"पण बोलवायचे कारण काय ते तरी सांग."

"घरी एक छोटा कार्यक्रम आहे. म्हणून..."

"बरेच लोक आहेत वाटते?"

"कोणी नाही. कुटुंबाबाहेरचा एकच तू."

"उगीचच बाहेरच्या माणसाला कशाला बोलावतोस? कुटुंबाबरोबरच साजरा कर ना कार्यक्रम."

"अच्छा, तुला लांब पडेल म्हणून म्हणतो आहेस का?"

"नाही नाही, तसे नाही."

“मग काय?”

“जेवायला येऊ? इतक्या लांब येऊ? खायची तर मला तेवढी इच्छा नसते. त्यापेक्षा...”

“एक गोष्ट सांगू?” सुरंजन जरा कठोर स्वरात म्हणाला.

“सांग ना.”

“तुला बघायची मला फार इच्छा आहे म्हणून बोलावतो आहे. खाण्यासाठी नाही.”

सोबहान काही क्षण गप्प राहिला. मग विचारले, “किती वाजता येऊ?”

“पाहिजे तेव्हा ये.”

पार्टीसाठी काही फुगे टांगले होते, हॅपी बर्थडे लिहिलेला कागद टांगला होता. केक कापला. जेवायला मोठ्यांसाठी भात, डाळ, बेगुन भाजा, पार्शे मासे, झिंगे आणि कातला मासे. छोट्यांसाठी फ्राईड राईस आणि चिली चिकन. अगदी साधा-सुधा कार्यक्रम, पण सोबहान पूर्णपणे अवाक. इतके पदार्थ कशाला?

किरणमयी म्हणाली, “शोभन बाबू, आम्ही पूर्व बंगालमधले. तिथे खाण्यापिण्याचे खूप चोचले. जेवणात अनेक पदार्थ. पाहुण्यांना जेवा-खायला घालायचे. पण सुरंजनचे बाबा गेल्यावर पहिल्यासारखे कुठे काय राहिले? कसेतरी जगायचे, आणखी काय! मुलीच्या इच्छेखातर ही सगळी धामधूम.”

अशा आनंदाच्या कौटुंबिक वातावरणात सोबहानला बोलावता आले याचा सुरंजनला खूप आनंद झाला. सोबहान मुलांबरोबर कितीतरी वेळ खेळला. मुलांना नवीन अंकल मिळाले म्हणून मायालाही बरे वाटले. वाढदिवस म्हणून त्याने एका लाल बॅगपॅकमधे रंगीत पेन्सिलींचा बॉक्स, चित्रे काढायची वही, काही बालगीतांची पुस्तके, एक ग्लोब, आणि चित्रे असलेला मोठा एनसायक्लोपीडिया असे सगळे घालून आणले होते. ते पुस्तक मायानेही उलटेपालटे करून बघितले आणि म्हणाली, “थँक यू सो मच शोभनदा. एका वाक्यात सांगायचे तर हे पुस्तक असामान्य आहे.”

नवीन घरातदेखील जेवायचे टेबल नव्हते. पलंगावर बसूनच खायचे. वर्तमानपत्र पसरून त्यावर सगळ्यांनी खाल्ले. एकमेव अतिथी असलेल्या शोभनला मायाने आग्रहाने खाऊ घातले.

“शोभनदा, तुम्ही कुठे राहता?” मायाने विचारले.

“बेलघरीया.”

“बेलघरीयात कुठे? आम्हीही आधी तिथेच राहत होतो.”

“फिडर रोडवर,” सुरंजन म्हणाला.

किरणमयीने मान डोलावली. “असणारच. तिथे खूप श्रीमंत लोक राहतात.”

शोभनच्या घरी कोणकोण असते, तो काय करतो, कुठे नोकरी, कुठे व्यवसाय, हे सगळे किरणमयीने आणि मायाने प्रश्न विचारून विचारून काढून घेतले. सुरंजनच्या सगळ्या मित्रांमध्ये शोभनच सर्वांत चांगला होता. इतका चांगला, सज्जन, भला मित्र याआधी सुरंजनला कधीच मिळाला नव्हता – असे माया किरणमयीला म्हणाली. म्हणाली, "सुरंजनसारख्या बेकार, आळशी, आणि होपलेस मुलाबरोबर शोभन कसा काय संबंध ठेवतो हे माझ्या बुद्धीला समजत नाही."

मायाचे हे बोलणे सुरंजनच्या डोक्यात तीरासारखे घुसले. एक पुरुष म्हणून त्याच्याकडून खूप अपेक्षा आहेत हे त्याला कळत होते. पण म्हणून त्याची या सगळ्या तीरांपासून कधी सुटकाच नाही? त्याला कान किटेपर्यंत सतत हेच ऐकावे लागणार का की तो किती नालायक आहे, कारण लहान वयातल्या मुलामुलींसारख्या शिकवण्या घेत बसतो? कारण त्यात खूप पैसा मिळत नाही? पैसा? सुरंजनने दीर्घ उसासा टाकला.

लहानपणी शिकवले गेले होते की गरिबांच्या देशात खूप पैसेवाले लोक सच्चे नसतात. कमी पैशातही गुजारा होतो, होऊ शकतो. माणूस म्हणून मोठा होणे हीच मोठी गोष्ट. सुरंजनकडे पैसे कमी होते हे मान्य, पण तो माणूस म्हणून मोठा होऊ शकला का? त्याला वाटले – नाही होऊ शकला. जेव्हा अत्यंत गंभीरपणे विचार केला तेव्हा उमजले. सोबहानसमोर उभा राहिला तेव्हा उमजले. त्याच्या नजरेला नजर देतो तेव्हा जाणवले. सोबहानवर त्याचे आतून अतिशय प्रेम होते, पण तिरस्कार ही कमी नव्हता. माया आणि किरणमयी दोघीही जेव्हा त्याची स्तुती करत होत्या, तेव्हा एकीकडे मित्र म्हणून त्याला बरे वाटत होते, पण दुसरीकडे असूयाही वाटत होती. अशी स्तुती त्याची कोणी कधी केली होती? जसा दिसायला छान, जसा शिक्षणात हुशार तसाच कामात एकनिष्ठ, सिन्सियर, नखशिखांत सभ्य मुलगा म्हणून?

सोबहान तसा होता. असा तरुण सुरंजनबरोबर का उठबस करतो? त्याला मित्र का मानतो? सुरंजनने तर्क केला की सोबहानसुद्धा त्याच्यासारखाच एकाकी होता. सुरंजन त्याला म्हणाला, "त्या दिवशी जे जे बोललो ते दारूच्या नशेत बोललो. प्लीज मनावर घेऊ नकोस."

सोबहान म्हणाला, "दारू प्याला नाहीस तर तू असे बोलणार नाहीस का?"

सुरंजन मान हलवून म्हणाला, "नाही बोलणार."

"तुला असे बोलायचे असते म्हणून तू दारू पितोस की दारू पितोस म्हणून असे बोलतोस?" सोबहानने हसत विचारले.

सुरंजनही हसून म्हणाला, "कदाचित दोन्हीही."

"मलाही तसेच वाटते," सोबहान म्हणाला.

"तू का दारू पीत नाहीस?"

"नाही पीत."

"धर्माचे काही बंधन?"

"मुळीच नाही."

"मग का?"

"लहानपणापासून सवयच नाही. आणि ज्यामुळे नशा चढते ते मला प्यायचेच नाही. कधी सिगारेटसुद्धा ओढली नाही."

"चश्मा घालून शाळेत जाणाऱ्या हुशार मुलासारखाच तू. तुला सगळे चांगला म्हणतात. तुझ्यासारखा चांगला दुसरा कोणीच नाही म्हणतात."

"असे फार दिवस म्हणत नाहीत. मी उंच आहे, चश्मा घालतो, केसबीस व्यवस्थित विंचरलेले असतात म्हणून कदाचित म्हणत असतील. मी लहानपणी काही कमी गुंडगिरी केली नाहीये."

"काय सांगतोस? तुला येते गुंडगिरी करता?"

"चांगलीच."

"मग आता सुधारला आहेस का?"

"नाही."

"मग त्या दिवशी अचिंत्यला काही म्हणाला नाहीस?"

"चिचुंद्रीला मारून मी हात घाण करत नाही," सोबहान चहा पिता पिता हसला.

सुरंजनच्या अंगावर शहारा आला. म्हणजे याच्यातही काही गडबड आहे की काय? अचिंत्यसारख्या गुंडाला सहजपणे चिचुंद्री म्हणाला?

त्या दिवशी सोबहान स्वतःची गाडी घेऊन आला होता. तो गेल्यावर सुरंजनच्या मनात त्याच्याबद्दल तरतऱ्हेचे विचार येत होते. सुरंजनशी संबंध ठेवायचा ह्या माणसाचा हेतू तरी काय आहे? नुसतीच मैत्री आहे की त्यामागे काही वाईट हेतू आहे? या संशयाने सुरंजनला सोबहानपासून दूर केले.

रिशपहून परत आल्यावर सुरंजनबाबत जुलेखाने जी स्वप्ने पाहायला सुरुवात केली होती ती काही योग्य नाहीत असे तिला वाटू लागले. कोणाशी ती नाते जोडू पाहत होती? जो तिच्या संकटकाळी तिच्यासोबत नव्हता त्याच्याशी? जेव्हा जुलेखाने स्वतःच्या तोंडाने सांगितले की 'आता तिला मामाच्या घरी राहणे केवळ अशक्य आहे आणि तिला उद्या सकाळीच तिथून बाहेर पडायला पाहिजे,

तिला जरी पार्कमधल्या बाकावर, झाडाखाली, दिवस काढावे लागले तरी ती काढेल, पण दुसरा काहीच उपाय नाही,' तेव्हा ते ऐकूनही सुरंजन अगदी तटस्थ, अलिप्त होता. असला कसला प्रियकर? जुलेखा थक्क होऊन त्याच्याकडे पाहतच राहिली.

"काय झाले? काही बोलत नाहीस!"

"काय बोलू?"

"काहीच बोलण्यासारखे नाही तुझ्याकडे सुरंजन?"

सुरंजन गप्पच. त्याचा चेहरा नेहमीसारखाच, काहीच न घडल्यासारखा. सुरंजन तिचा प्रेमी असूनही इतका अलिप्त कसा राहू शकतो हे तिला समजतच नव्हते. त्याचे मौन तिला अस्वस्थ करत होते. शेवटी तिने विचारलेच, "तुझ्या घरी? तुझ्या घरी मी नाही का राहू शकत?"

तरीही सुरंजनचे ओठ शिवलेलेच. मख्खपणे बसलेल्या सुरंजनकडे ती बराच वेळ पाहत राहिली. अपमान आणि शरमेने तिच्या डोळ्यांत अश्रू आले. तिला खरे म्हणजे डोळ्यांतून पाणी काढायचे नव्हते, पण ते आपसूक आलेच. चहाच्या दुकानात बसून किती वेळ चर्चा करणार, आणि डोळ्यांतले पाणी तरी किती वेळ आवरणार! जुलेखा उठली. सुरंजन फक्त एवढेच म्हणाला, "संध्याकाळपर्यंत तुला राहण्यासाठी एखादी जागा शोधून फोन करतो."

जुलेखाने दोन दिवस वाट पाहिली. त्याचा काही फोन आला नाही. जुलेखाचा एकही फोन सुरंजनने घेतला नाही. त्याचे फक्त तीन एसएमएस आले. तिन्हीमध्ये लिहिले होते 'आय लव्ह यू.' त्या शब्दांनी जुलेखाला सुखापेक्षा दु:खच अधिक दिले. तिच्या कठीण दिवसात ज्याने असा पळ काढला, तो सुरंजन तिच्यावर प्रेम करतो यावर तिने कसा विश्वास ठेवायचा! सरळ सांगून टाकले असते की 'जुलेखा मी तुला काहीही मदत करू शकत नाही. तू बेघर होऊन रस्त्यावर आलीस तरीही माझ्या घरात तुला जागा नाही' तर काय बिघडले असते?

पण सुरंजन पाषाणहृदयी आहे हेही जुलेखा मानायला तयार नव्हती. तिच्यावर सामूहिक बलात्कार झाल्यानंतर तो ज्या प्रकारे तिच्या मागे उभा राहिला ते एखादा पाषाणहृदयी करू शकला नसता. पण परत तिने विचार केला की तेव्हा हृदयाची फारशी गरज नव्हती. पश्चात्ताप किंवा पापाचे प्रायश्चित्त म्हणून तो तिच्या मागे उभा राहिला असेल. पण हृदयच नसेल तर पश्चात्ताप तरी कसा होईल? किती हृदयहीन माणसे माणसांची हत्या करतात, त्यांचे वाटोळे करतात, त्यांना कधी पश्चात्ताप होत नाही. पश्चात्ताप होणे आणि प्रेम असणे या दोन वेगळ्या गोष्टी आहेत असा जुलेखाचा विश्वास होता. हृदय असले तर दोन्ही होऊ शकते. पण पश्चात्ताप झाला तर प्रायश्चित्त घेऊन त्यातून मुक्ती मिळू शकते, पण प्रेम असेल तर प्रेमातच मुक्ती असते. पण कुठे? सुरंजनच्या प्रेमाची तिला कुठेच चाहूल लागत

नव्हती. 'आय लव्ह यू' ह्या तीन शब्दांत जुलेखाला प्रेमापेक्षा प्रायश्चित्ताचा वास अधिक येत होता.

सगळे भोग एकटीने भोगून तिने चार पाच हॉस्टेल्स बघितली. त्यातले एक निवडून तिथे राहायला गेली. सुरंजनला फोन करून खुशखबर दिली की आता त्याला घाबरायचे काही कारण नाही. तिच्या संकटांत तिला आधार देण्याची आता काही गरज नाही. तिने सगळ्या अडचणीतून मार्ग काढला आहे. तिचा आवाज ऐकून सुरंजन आनंदाने, कशात तरी गुंतलेला असल्यासारखा म्हणाला, "घरी कार्यक्रम आहे. वाढदिवसाची पार्टी."

"कुठे?" जुलेखाने विचारले.

"बेगबागान मध्ये," सुरंजन म्हणाला.

"कोणाच्या घरी?"

"ओह, तुला माहितीच नाही नाही का, आम्ही घर बदलले. आता बेग बागानमध्ये राहतो."

"अच्छा, हे मला माहितीच नव्हते."

"सॉरी, तुला कळवले नाही."

"ठीक आहे. तू कसा आहेस."

"मजेत, अगदी मजेत." सुरंजनला फोन ठेवायची घाई होती हे त्याच्या बोलण्यात येऊ पाहत होते. पण सावरून तो म्हणाला – "ओह बाय द वे, एका रियल जंटलमनशी एकदा तुझी ओळख करून देईन."

"काय बोलतो आहेस?"

"शोभन. यू मस्ट मीट शोभन."

जुलेखा म्हणाली, "इकडच्या तिकडच्या गोष्टी बोलतो आहेस. खूपच व्यग्र आहेस वाटते."

"हो ना. खूपच."

"ठीक आहे, मजा कर. मी फोन ठेवते."

जुलेखाने फोन बंद केला. तिला पुन्हा डोळ्यांत पाणी यायला नको होते. डोळ्यांची आग होत होती, छातीत दाह होत होता – अश्रू आलेच. पुन्हा पुन्हा डोळे पुसत राहिली. दुसऱ्या कशात तरी मन रमवायचा प्रयत्न केला. कुठलेतरी एक मासिक घेऊन वाचत बसली. पण काय वाचत होती, काही डोक्यात शिरत नव्हते. अजूनही डोळ्यांना धारा. मग अंघोळ केली. खूप वेळ.

किती प्रचंड स्वप्ने होती तिची! डोंगरावरून एक डोंगराएवढे स्वप्न घेऊन ती आली होती. आणि आल्याआल्या सुरंजनचा थंडपणा बघावा लागला. तिच्या वाईट दिवसांत एकदाही तिच्या बाजूला उभा राहिला नाही! कोणीही प्रियकर,

जगातला अगदी वाईट प्रियकरसुद्धा असे वागेल? शहरात स्वत:चे राहते घर आहे. ज्या पलंगावर तिला घेऊन तिचा प्रियकर कित्येक वेळा झोपला होता, त्याच घरात, त्याच पलंगावर जरी आयुष्यभर स्थान मिळाले नाही तरी सुरंजन तिला काही दिवस तिथे जागा देऊ शकला नसता? अत्यंत अडचणींच्या काळात, प्रियकर म्हणून राहू दे, एक मित्र म्हणून तरी त्याने काही केले? त्याच्याबरोबर जुलेखाने कसा संबंध पुढे चालू ठेवायचा? मोहब्बतचे तिच्यावर प्रेम नव्हते, त्याचे तिच्याशी अश्लील वागणे, अर्वाच्य शिवीगाळी, बेदम मारणे यापेक्षाही सुरंजनचा थंडपणा जुलेखाच्या लेखी अधिक अपमानकारक होता. सुरंजनशी तिचा प्रेमाचा संबंध होता. मोहब्बतशी तसा नव्हता. प्रेमाचा माणूस जर सोबत नसेल, बोलावले तरीही आला नाही, रागावल्यावर जर त्याने समजूत काढली नाही, तिला संकटात घालून स्वत: निर्विकार, अलिप्त राहिला तर त्याच्याबरोबर ती प्रेमाचा खेळ खेळेल का?

रोज सकाळ, दुपार, संध्याकाळ, रात्र तिला वाटायचे की सुरंजन फोन करेल, काय झाले, काय नाही याची विचारपूस करेल. रोज सकाळ, दुपार, संध्याकाळ, रात्र तिला वाटायचे की सुरंजन कदाचित कुठल्यातरी कामात खूप व्यग्र असेल, पण मोकळा झाला की तो धावत येईल. पण हा फक्त आशेचा डोलारा. जुलेखाच्या डोळ्यांतले पाणी अंघोळीच्या पाण्यात मिसळून जायचे. जुलेखा विचार करायची – आता पहिल्यासारखे आयुष्य नाही, पूर्णपणे नवीन आयुष्य तिला सुरू केले पाहिजे.

हाजरा मोडवर बी के बीमध्ये मुलींच्या होस्टेलमध्ये जागा मिळणे तिच्यासाठी स्वर्गप्राप्तीसारखे होते. त्यापेक्षा अधिक तिची काय अपेक्षा होती! लॅन्सडाउनमध्ये गिरिबाला होस्टेल होते, त्यात जागा नव्हती. शेवटी बी के बी.

एका खोलीत दोघी. तिच्याबरोबर मुर्शिदाबादहून आलेली एक मुसलमान स्त्री होती. बँकेत नोकरी करणारी. कोलकात्यात राहायला जागा नाही, कोणी नातलग नाहीत, म्हणून होस्टेल. तिच्याबरोबर किरकोळ बोलणे झाले. ती अविवाहित होती. नाव होते मयूर. नाव ऐकून जुलेखाचे मन प्रसन्न झाले. मयूर नावाचे कोणी तिला आजपर्यंत माहिती नव्हते. मयूरने जुलेखाला विचारले तिचे लग्न झाले आहे की नाही, मुले-बिले आहेत की नाही? ती म्हणाली – नाही.

इतके दिवस सोहाग आपला मुलगा वाटायचा, पण आता तिला कळून चुकले की तो तिचा नाही, मोहब्बतचा मुलगा आहे. तिने फक्त त्याला जन्म दिला – इतकेच. जन्मानंतर त्याला वाढवले, त्याचे हगणे-मुतणे काढले, त्याचे लंगोट-कपडे धुतले. आपले दूध पाजले, रांगायला शिकवले, अंघोळ घातली, जेवण भरवले, पण पोरगा अगदी बापाचा स्वभाव घेऊन वाढत होता. दिसायचाही

मोहब्बतसारखाच. आईला हळूहळू विसरायला त्याला काही अडचण आली नाही. एका आईच्या बदली दुसरी आई मिळाली. आईची उणीव त्याला आता जाणवतच नसेल. आधीची आई जास्त चांगली होती असे त्याला कदाचित वाटत असेल, पण आता याच आईशी जुळवून घेणे शहाणपणाचे आहे हे त्याला या वयातच कळले असेल. त्याच्याशी असलेला नाळेचा सबंध तोडण्यावाचून आता जुलेखाला गत्यंतर नव्हते.

या क्षणाला तिला कोणीही आप्त-स्वकीय, नाही, मित्र नाही – अशी ती होती – एकटी. तिचे कोणीही नव्हते. स्वत:वर बलात्कार करणाऱ्यालाच प्रियकर बनवण्याइतकी ती असहाय होती. पण ही उदारता दाखवूनदेखील काही फायदा झाला नाही. ज्याला प्रियकर मानले तो वास्तविक प्रियकर नव्हताच.

स्वत:च्या परिचित परिघातून बाहेर पडून एकटी, आणखी एकटी व्हावे लागेल याची तिला कल्पना होती. त्या नवीन दुनियेत नवीन कोणी मित्र आले तर येऊ देत. तसे नाही झाले तरी आयुष्य जसे आहे तसेच राहील. या आयुष्यात संकटे आहेत म्हणून आत्महत्या करायची, मरायचे, रडत बसायचे – या सगळ्याला काहीही अर्थ नाही. वाईट लोक वाईट कामे करतात, चोर-बदमाश फसवतात, खोटेपणा करतात, म्हणून तिचे आयुष्य तिने का नष्ट करायचे? जुलेखाने पुन्हा एकदा डोळे कोरडे केले.

गेल्या काही दिवसांत तिचे वजन बरेच कमी झाले होते हे आरशासमोर उभी राहून चेहऱ्याला निविया क्रीम लावता लावता तिच्या लक्षात आले. चेहरा पूर्वीपेक्षा जास्त चांगला दिसत होता. बी के बी मधले जेवण जेवून वजन आणखी कमी होईल. महिना बाराशे रुपयात त्या महिला निवासात राहणे-जेवणे होईल. मामाच्या घरापेक्षा खूप-खूपच चांगले. मामाचे घर म्हणजे जणू नरक होता. त्यांना नातलग म्हणायचे तरी का? रक्त पिणाऱ्या जळवा होत्या. मुलाला भेटायची सोय होती म्हणून ती मामाच्या घरात ठाण मांडून बसली होती. पण ते घर जेव्हा जास्त जास्तच डसायला लागले तेव्हा मुलाचा पाश तोडावासा वाटला. तेव्हाच ती तिथून बाहेर पडली – स्वत:च्या पायावर उभी राहण्यासाठी. कोणीही काही विचारपूस केली नाही.

सगळ्या जगात तिच्यासारखी आप्त-स्वजनहीन आणखी कोणीही नाही असे तिला वाटायचे. कोणीच कधीच तिची खबरबात विचारत नाही. तिला ओळखणाऱ्या लोकांना बहुधा वाटते की जुलेखा मेली. हे आयुष्य आता फक्त तिचे आणि तिचेच. आयुष्य म्हणावे असे खास आयुष्य नाही, पण आता ती त्या आयुष्याला ओझे मानणार नव्हती.

चेहऱ्यावर निविया फासता फासता ती आपले प्रतिबिंब बघत होती. शरीरात

बरेच दोष, नको तिथे डाग, जिथे तीळ चांगला दिसला असता, तिथे नाही, डोळे मोठे, पण पापण्या लांब नाहीत, नाक आणखी थोडे धारदार असते तर बरे झाले असते, केस दाट, पण रेशमी नाहीत. ओठ सुंदर. याच ओठांचे सुरंजन किती वेळा चुंबन घ्यायचा! सडपातळ दंड चांगले दिसतात. जुलेखाच्या दंडांवरच मेद साठायचा. दोषयुक्त शरीरच आज तिला छान वाटत होते. दोष मनात असतो, शरीरात नाही, असेच आज तिला वाटत होते. कशाला दोष म्हणायचे, कशाला नाही हे कोण ठरवणार? ती आरशासमोर असतानाच मयूर म्हणाली, "तुम्ही खूप सुंदर आहात.''

"मी?''

"हो, तुम्ही.''

"बरे, पण तुझे नाव मयूर कसे?''

"माझ्या ताईने ठेवले हे नाव. ताई एकदा अजमेरला गेली होती. तिथून जयपूरला गेली. जयपूरला मोर बघून ताई वेडी झाली. माझा जन्म त्या दरम्यानच झाला. म्हणून माझे नाव ठेवले मयूर. का नाव चांगले नाही का?''

"खूपच सुंदर आहे. मी इतके सुंदर नाव आजपर्यंत कधीच ऐकले नाही.''

मयूरबरोबर राहणे तिला असह्य होणार नाही असे जुलेखाला वाटले. होस्टेलमधले जीवन कोणालाच नको असते. सगळ्यांनाच आपल्या माणसांच्या सहवासात राहायचे असते. मात्र जुलेखाला आता होस्टेल जीवनच हवे होते. सुरंजनसारख्या भित्र्या, द्विधा मनाच्या माणसाबरोबर राहण्यात काहीच फायदा नाही. जुलेखा एकटीच बरी. असल्या गोंधळलेल्या व्यक्तीबरोबर आयुष्य कंठणे कुठल्याच शहाण्या माणसाला शक्य होणार नाही.

तिची नोकरी अगदी बोअरिंग होती. उभे राहायचे. ग्राहक आला की गोड हसून त्याच्याशी बोलायचे, वेळ पडेल तेव्हा इंग्रजी, हिंदी बोलायचे. तीन भाषा येत असल्यामुळे जुलेखाला ती नोकरी सहज मिळाली होती. पगार पाच हजार. याआधी तिने कधीच काम करून पैसे मिळवले नव्हते. हे तिचे पहिलेच काम आणि कमाई. आपल्या आयुष्याचे निर्णय आपणच घ्यायचे. स्वत:च्या पायावर उभे राहायचे. कोणाचाही मार खायचा नाही, कोणाच्याही शिव्या ऐकायच्या नाहीत. कोणाकडूनही अपमान, टोमणे सहन करायचे नाहीत. कोणाच्याही भिक्षेवर, दयेवर जगायचे नाही. हे असे जीवन जर द बेस्ट नसेल, तर मग आणखी कोणते?

नोकरी बोअरिंग, पण वैवाहिक जीवनात काही फार लखलखाट होता का? तिथेही ती बोअरिंग जॉबच करत होती. घराची साफसफाई, स्वयंपाक, जेवायला वाढणे – या सगळ्याचा मोबदला तर काहीच मिळत नव्हता. लोक खाऊन पिऊन मोलकरीण ठेवतात – अगदी तसे. मोहब्बतच्या घरी बिनपगारी मोलकरणीचे

काम होते. सुरंजनने स्वप्ने दाखवली. सगळी बेगडी स्वप्ने. खरोखर, प्रेम लाभण्याचे नशीब घेऊन जुलेखा जन्मली नव्हती. हे कटू सत्य स्वीकारणे खूप अवघड होते, पण स्वीकारणे भागच होते. त्याशिवाय गत्यंतर नाही.

आपल्या उंचीप्रमाणे हेदेखील स्वीकारलेच पाहिजे. हाय-हुई करत बसले तर कायम हाय-हुई करतच बसावे लागेल. उंची तर काही वाढणार नाही. जगात कितीतरी स्त्रियांना कुठूनच प्रेम मिळत नाही, पण आयुष्यभर त्रास सहन करावा लागतो. आज जुलेखाला तिच्या आयुष्यातल्या सगळ्या दुर्घटनांबद्दल कृतज्ञता वाटत होती. तिला धरून नेणे, एकामागून एकाने बलात्कार करणे, स्वत:च्या घरात सुरंजनशी शरीरसंबंध ठेवणे, पतीकडून पकडले जाणे, त्याचा मार, त्याचे दुसरे लग्न, माहेरच्या गावात वडिलांकडून तिरस्कार, नातलगांकडून निंदा, राबिउल आणि सुलतानाकडून अव्हेर, मामाच्या घरातले अत्याचार या सगळ्या घटना तिच्या आयुष्यात अनेक संभावना घेऊन आल्या. आयुष्य जर अगदी कोमल असते, तर ती आज जिथे उभी आहे तिथे नसती. माणसाचे क्रौर्य, हिंस्रता, निष्ठुरता, स्वार्थीपणा, धर्मांधता हे सगळे नसते तर आज जे आयुष्य तिचे स्वत:चे आहे, तिथे ती पोचली नसती.

तिला वाटत होते की दुर्बल, हतबल, परावलंबी जिणे जगण्यावाचून तिला कोणताच पर्याय नाही. जर तिला गचांडी धरून नवऱ्याने घराबाहेर काढले नसते, तर तिच्या आंतरिक शक्तीशी, धाडसाशी तिची कधी ओळखच झाली नसती. सुरंजनने तिला शरीराचा प्रेमाचा स्पर्श शिकवला, तिला त्याने जे प्रेम दिले त्याबद्दल ती त्याची आभारी नव्हती, तर आभारी होती ती त्याने बलात्कार करण्यासाठी तिला धरून नेले त्याबद्दल. त्या घटनेने तिच्या जीवनाला पार बदलून टाकले. दुर्घटना आणि सुरंजनशी या एकाच कारणासाठी ती आयुष्यभर कृतज्ञ राहील.

कामावरून परत आल्यावर होस्टेलमधल्या इतर स्त्रियांशी ओळख होणे, तिथे आधीपासून राहत असलेल्या स्त्रियांकडून इथल्या जीवनाबद्दल जाणून घेणे, टीव्ही बघणे आणि झोपणे असेच तिचे आयुष्य होते. सुरंजनला फोन करण्यासाठी हात शिवशिवायचे, पण या भयाण एकटेपणावर मात करण्यासाठी ती इतर कशात तरी मन रमवायची. हातावर, हाताच्या बोटांवर नियंत्रण ठेवायची.

एक दिवस सुरंजनचा फोन आला, ''संध्याकाळी ये.''

''कुठे?''

''कला मंदिरच्या समोर ये साडे सहा वाजता. तिथून आपण दोघे कुठेतरी जाऊ.

''कुठे जायचे?''

"जाऊ कुठेतरी."

"कुठेतरी म्हणजे?"

"का? तुला यायची इच्छा नाही का?"

"इच्छा असण्याचे काहीतरी कारण आहे का?"

"ये ना. आज काहीतरी नवीन घडणार आहे."

"काय नवीन?"

"बघशीलच. आत्ता सांगणार नाही. सरप्राईज."

या सरप्राईजने जुलेखाच्या हृदयाचे ठोके वाढवले. दिवसभर कामात लक्ष लागेना. कॅश काउंटरवर बसून तिला मशीनची बटने दाबावी लागत होती. मन भलतीकडेच होते. हाताची बोटे पुन्हापुन्हा चुका करत होती. डोळे चुकत होते. तो काय सरप्राईज देऊ शकेल? काय म्हणेल – चल लग्न करू या? की आता एकत्र राहू या? इतके दिवस तुझ्याशिवाय राहिल्यावर मला रोमरोमी जाणवले की माझे तुझ्यावर किती प्रेम आहे? तुझ्याशिवाय मी राहूच शकणार नाही? आणखी काय बोलू शकेल? म्हणेल – चल घरी? जुलेखाचा स्वीकार करण्यात मायाला जी अडचण होती त्यापासून ती आता मुक्त झाली आहे? की सुरंजनला एखादी मोठ्या पगाराची नोकरी लागली आहे? वीस हजार रुपये महिना? की – तू मला रिशपला घेऊन गेलीस, चल मी तुला सिमल्याला नेतो? की दोघे जण दोन दिवस मंदारमणी किंवा अंदमानला जाऊन येऊ? असेच काही? सुरंजनचे सरप्राईज यापेक्षा काय वेगळे असणार? दोन तासांनी परत त्याचा फोन.

"हे बघ, जिमीज किचनला ये. कला मंदिरजवळच आहे."

"ठीक आहे."

सहाच्या सुमारास परत फोन आला, "ऐक, मार्को पोलो चायनामध्ये ये. पार्क स्ट्रीटवर."

जुलेखा मार्को पोलोमध्ये गेली. फार काही नटून गेली नाही. साधी सुती निळी साडी आणि पांढरा ब्लाउज घातला होता. चेहऱ्यावर निविया क्रीमशिवाय काही लावले नव्हते. ओठांवर हलकी लिपस्टिक. ज्याची रोज भेट व्हायची, तो दोन आठवड्यात भेटला नव्हता. जुलेखाचे अस्वस्थ मन सुरंजनला बघून शांत होण्याऐवजी आणखीनच अस्वस्थ झाले.

किती छान दिसत होता! त्यानेही निळा शर्ट घातला होता. जरा विस्कटलेले केस, त्यामुळे जास्तच छान दिसत होता. गालावरचा तीळ तसाच. तिने किती वेळा त्या तिळाचे चुंबन घेतले होते! त्या तिळाला तिला स्पर्श करावासा वाटला. तिला बघून सुरंजनचे डोळे हसले, ओठ हसले. तो एकटक बघत होता. पण काही क्षणच. लगेच त्याने नजर हटवली. जरा लांबच बसली जुलेखा, त्याच्या

समोर.

"वा!" सुरंजन उद्गारला.

"वा कशाबद्दल?"

"फार सुंदर."

"काय?"

"तू दिसते आहेस."

इतर तरुणांपेक्षा सुरंजनचे वेगळेपण हेच, इथेच होते. बाकीचे म्हणाले असते "साडी सुंदर आहे, पण सुरंजन म्हणणार – ही साडी तुला खूप छान दिसते."

जुलेखा म्हणाली, "तूसुद्धा छान दिसतो आहेस."

"हं!"

"म्हणजे?"

"बरीच स्मार्ट झाली आहेस."

"आधी नव्हते?"

"इतकी नव्हतीस."

"तसे असेल तर चांगलेच आहे. प्रगती झाली, अधोगती नाही."

"अधोगती तर होणारच नाही. तुझा आत्मसन्मान नेहमीच अधिक राहिला आहे. माझ्यासारखे नाही."

"एकदम माझी आठवण येण्याचे कारण काय? ज्याला तू विसरतोस, तो पूर्ण विसरूनच जातोस. मग का बोलावलेस? काय सरप्राईज देणार आहेस ते तरी कळू दे."

"बघशील."

"बघेन? की काही ऐकणार आहे?"

"बघशील."

"दाखव."

"थांब. जरा वाट बघ."

असेच आणखी काही वेळ बोलत राहिला. सुरंजनने व्हिस्कीची ऑर्डर दिली. जुलेखाने ब्लडी मेरीची. रिशपला गेले असताना सुरंजनच्या हस्तेच तिची ब्लडी मेरीची तालीम सुरू झाली होती. दोघांनी प्यायला सुरुवात करताच सोबहानचे आगमन झाले.

"हा माझा मित्र शोभन उर्फ सोबहान. मोहम्मद सोबहान."

जुलेखाने एकदा त्याच्याकडे बघून नजर खाली केली आणि ग्लासला ओठ लावले. सोबहान सुरंजनच्या शेजारच्या खुर्चीत बसला. स्वत:साठी त्याने एक स्प्राईट मागवले.

"मी तुला हिच्याबद्दलच सांगितले होते – जुलेखाबद्दल. खूप छान मुलगी आहे. शून्यातून उभी राहिली आहे. आता नोकरी करते. तिची मानसिक ताकद इतकी आहे की मी तुला सांगूच शकत नाही. माझ्या बाबतीत असे होणे शक्यच नाही. आणि हा सोबहान – मोठी व्यक्ती. माझा आदर्श म्हटले तरी चालेल. डोंगराएवढे मनोबल. वेल एस्टॅब्लिश्ड. तुम्हा दोघांचे स्वभाव इतके सारखे आहेत, महत्त्वाकांक्षी, करीयरिस्ट. वाटले तुम्हा दोघांची ओळख करून द्यावी."

त्यानंतर जुलेखा सुरंजनशी थोडेफार बोलली, पण जास्त करून सोबहानशीच गप्पा झाल्या. घर कुठे, काय नोकरी, कोणता व्यवसाय. फिडर रोडवर स्वत:चा फ्लॅट की भाड्याचा? स्वत:चे घर म्हटल्यावर चमकली. सुरंजन हसत हसत म्हणाला "एवढेच नाही, त्याची स्वत:ची गाडीपण आहे. आज गाडी घेऊनच आला आहे. पार्किंग मिळाले का रे?"

सोबहानने मान डोलावली. तो फक्त विचारलेल्या प्रश्नांना उत्तरे देत होता. स्वत:हून काही विचारत नव्हता. सुरंजनकडून जुलेखाबद्दल जे काही ऐकले होते, ते त्याच्या दृष्टीने पुरेसे होते. आणखी प्रश्न विचारून जाणून घेण्यासारखे काही नव्हते.

जुलेखा म्हणाली, "माझी अगदीच फालतू नोकरी आहे. मला नोकरी-बिकरी करायचा विषयच नव्हता. विषय होता फक्त पती आणि मुलाची सेवा करणे. अचानक एका दुर्घटनेमुळे सगळे होत्याचे नव्हते झाले. संकटात जो सोबत करतो तोच खरा मित्र. माझा मित्र म्हणावा असा खरेच कोणी नाही. जो होता तो सुरंजनच. तीन पिढ्यांत ज्यांचे कोणी नसते त्यांचे आयुष्य माझ्यासारखेच. पण समोर जे आहे त्याचा मला स्वीकार करायचा आहे. आयुष्य माझ्या झोळीत जे काही टाकेल ते सगळे ग्रहण करायचे आहे. आणि तुम्ही?"

सोबहान दिसायला सुरंजनपेक्षा कितीतरी चांगला होता. आधुनिक, बुद्धिमान, स्वच्छ. विरुद्ध स्वभावाच्या या माणसाची सुरंजनशी मैत्री काही काय झाली हे कळणे अवघडच. नुसत्या चांगल्या रूपाला काही किंमत नाही हे जुलेखाला चांगले माहिती होते. त्याचे मन कसे आहे, हे महत्त्वाचे. बोलता बोलता तिने दोन ब्लडी मेरी संपवल्या. तिला जाणवले की सोबहानच्या सहवासात तिला छान वाटते आहे. सचोटी आणि सभ्यता हे दोन्ही गुण एकत्र करून सोबहानला घडवले होते. आत्ता तरी तसेच वाटते आहे. खरे काय ते किमान वर्षभर सहवास झाल्यावरच कळते. पण सोबहान कितीही महान असला तरी जुलेखाला त्यामुळे काय फरक पडणार होता? एवढे कळले की सुरंजनचा एक चांगला मित्र आहे. याचा अर्थ असा नाही की त्यामुळे सुरंजनची प्रतिष्ठा वाढली. मित्राचे नशीब चांगले असले म्हणून कोणाचा मान वाढत नसतो. मान वाढेल असे काही काम

स्वत: केले तरच मान वाढतो. जुलेखाच्या डोळ्यांचा पुन्हा दाह व्हायला लागला होता पण तिने सगळ्या स्मृतींना ब्लडी मेरीमध्ये बुडवून टाकले.

"तुम्ही खूपच कमी बोलता."

सोबहान हसला. म्हणाला, "पहिल्या भेटीत फार काही बोलण्यासारखे कोणाकडेच नसते."

"तुमचा प्रेमविवाह झाला आहे का?"

या प्रश्नाने सोबहान जरा गोंधळला. उत्तर द्यायला थोडा वेळ घेतला.

"असू दे. उत्तर नका देऊ. 'प्रेम' शब्दाने तुम्हाला बहुधा जरा अस्वस्थ केले."

"तुम्ही नाही अस्वस्थ होत त्या शब्दाने?"

"मुळीच नाही. माझ्या आयुष्यात प्रेम फक्त एकदाच आले. पुन्हा येईल की नाही कोण जाणे. कुणाकुणाच्या आयुष्यात एकदाच येते."

"का? हृदयाचा दरवाजा तुम्ही बंद करून घेतला आहे की काय?"

"बंद केला नाही, पण बंद करायचा विचार करते आहे. तुमचे काय? दरवाजा बंद?"

आता मात्र सोबहान ओठ मुडपून लाजरे हसला. एखाद्या स्त्रीशी अशा प्रकारच्या गप्पा मारायची त्याला सवय नव्हती. सुरंजनशी त्याच्या छान गप्पा झाल्या असत्या.

"सिनेमात भली माणसे दाखवतात ना, तसे तुम्ही आहात."

"मी कमी बोलतो म्हणून लोक मला भला माणूस म्हणतात."

"मग प्रत्यक्षात तुम्ही भले नाही की काय? तुमच्याकडे पैसा आहे, पण अहंकार नाही. म्हणूनही कदाचित चांगला माणूस म्हणत असतील."

"सुरंजन आणि तुमच्यात बरेच साम्य आहे."

"कसले साम्य? मला तर वाटते आम्हा दोघात फारच कमी साम्य आहे. काय साम्य? दोघेही दारू पितो हे? मी माझ्या आयुष्यात फक्त दुसऱ्यांदा पिते आहे."

"ते नाही."

"मग?"

"तुम्ही दोघेही मला फारसे ओळखत नाही तरीही खूप स्तुती करता."

जुलेखा आणि सोबहानच्या गप्पा सुरंजन अगदी मन लावून ऐकत होता आणि आनंद घेत होता. तोही टेबलावर आहे हे जुलेखाला जाणूनबुजून विसरायचे होते की सोबहानला पाहताक्षणी ती त्याच्या प्रेमात पडली होती, हे नीट कळत नव्हते.

गप्पांमध्ये राजकारण, अर्थकारण, समाजकारण, जात-पात-धर्म काहीही आले

नाही. पहिल्यापासून जे विषय होते – प्रेम, आवेग, आवड, संबंध-विच्छेद – तेच शेवटपर्यंत. सुरंजनला हेच आवडायचे. इतर कोणते विषय आले – विशेषत: राजकारण आणि अर्थकारण – की त्याचे डोके भडकायचे, तिथून उठूनच जायचा. म्हणायचा, हे सगळे अवघड विषय मला समजत नाहीत. मग काय आवडते? खेळांबद्दल बोला. आणखी काय? इतिहास,भूगोल? इतिहास मुळीच नाही, भूगोलाविषयी बोलू शकतो. घर-संसार? हट्! पुस्तके? बोअरिंग. गाणे-बजावणे? हां, ते चालेल. नाटक? दीर्घ उसासा सोडून सुरंजनचे उत्तर – नाही.

का? का काय? इतकी अनिच्छा का? आवडत नाही. मग काय आवडते? आडवे पडणे, विचार करणे, काहीही न करणे, झोपणे. प्रेम? छे, ते माझ्यासाठी नाही. मुलांना शिकवायला आवडते? हो. स्वत:बद्दल काय वाटते? काहीच नाही. सर्वांत जास्त काय आवडते? तमाशा करणे. कोणाबरोबर? स्वत:बरोबर, इतरांबरोबर. मनातल्या मनात स्वत:च्या प्रश्नांची उत्तरे सुरंजन स्वत:च देत होता.

काही बुद्धीचे तेज दाखवणाऱ्या, काही असंबद्ध, काही अर्थपूर्ण, काही निरर्थक गप्पा चालू होत्या, आणि रात्र चढत होती. सोबहानने बिल चुकते केले. सुरंजन खूपच झिंगला होता. जुलेखाला तसे काही झाले नव्हते.

सोबहान चांगला माणूस. पांढऱ्याशुभ्र शर्टावर एकही डाग नाही. व्यवस्थित केस, दाढीमिश्या नाहीत, चेहऱ्यावर डाग, खड्डे नाहीत. शुभ्र दात. पिवळे नाहीत. सहा फूट उंच. मरतुकडा नव्हता की जाड नव्हता. सुरंजनपेक्षा वय जरा लहान. असा तरुणच तर हवाहवासा वाटणारा – विशेषत: जुलेखाला. सोबहानने गाडीतून सुरंजनला बेग बागानमध्ये आणि जुलेखाला हाजऱ्याला सोडले. रात्री जुलेखाला सुरंजनचा फोन. तेव्हा ती कपडे बदलून, हात, तोंड धुऊन, दात घासून, रात्रीचा पोशाख घालून आडवी झाली होती. सुरंजन तिकडून म्हणाला, "काय वाटले?"

"छान."

"खूपच छान ना?"

"हो खूपच."

"मी म्हटलेच होते तुला."

"खरे तर अनेक दिवसांत मी चांगलेचुंगले जेवले नव्हते. मामाच्या घरातले न खाववणारे आणि होस्टेलमधले बेचव अन्न खाल्ल्यावर असे जेवण – मस्तच."

"धत्, मी विचारले सोबहानबद्दल काय वाटले?"

"ओह सोबहान, चांगलाच आहे की."

"किती हँडसम आहे ना?"

"हो."

जुलेखाला रेस्टॉरंटमध्ये बसल्यापासून जे विचारायचे होते ते तिने आता

विचारले, "अच्छा, तू मला काहीतरी सरप्राईज देणार म्हणाला होतास. का दिले नाहीस?"

"सरप्राईजच तर दिले की."

जुलेखा अवाक.

"कधी दिले? दारू पिऊन पिऊन तू खलास होत चालला आहेस. काही आठवत नाही तुला."

"अगं, सोबहानच माझे सरप्राईज होता. मोहम्मद सोबहान. सुरंजन मोठे गुपित सांगितल्याप्रमाणे म्हणाला."

"ते सरप्राईज कसे होईल? तो तर तुझा मित्र आहे."

"तुझ्याशी त्याची भेट करवली."

"फार छान केलेस. तुझ्या रेपिस्ट मित्रांशी तर पहिल्या दिवशी भेट घडवलीस. रेपिस्ट सोडून आणखी कोणी तुझे मित्र आहेत हे मला माहितीच नव्हते. आणि हा सुद्धा रेपिस्ट नाही हे कसे कळणार?"

"काहीतरी बडबडू नकोस. त्या पहिल्या दिवसाबद्दल मी तुझ्याकडे अनेक वेळा क्षमा मागितली आहे. ती गोष्ट तू प्लीज पुन्हापुन्हा काढू नकोस."

"मग काय काय बोलू ते तरी सांग. कुठली गोष्ट तुला ऐकायला आवडेल सांग बघू."

"सोबहान कसा वाटला ते सांग."

"सोबहान मला कसा वाटला याच्याशी तुला काय करायचे आहे?"

"तो स्वत: कॉम्प्युटर इंजिनिअर आहे. नोकरी करत नाही, व्यवसाय करतो. तो बहुधा सॉल्ट लेकमध्ये स्वत:ची कंपनी सुरू करेल."

"फारच छान. तिथे तुला एखादी नोकरी मिळू शकते का बघ. तू मागितलीस तर तो नक्की देईल. तो उदार वाटतो. बिल त्यानेच दिले."

"हो, खूप उदार आहे. माझे बारचे, हॉटेलचे बिल तोच देतो."

"चांगल्या मित्राची गरज कधी कुठे लागेल सांगता येत नाही सुरंजन. आपण नातेवाईक-नातलगांचा धोशा लावत मरतो. मग दिसते की एखादा मित्रच आयुष्यभर आपल्या मदतीला होता. मला जेव्हा मामाच्या घरातून बाहेर पडावे लागले, तेव्हा तू 'मदत करतो' म्हणून गायबच झालास. बरेच दिवस माझ्या एका ओळखीच्या स्त्रीने मला तिच्या घरात राहायला दिले. ती फक्त ओळखीची होती, मैत्रीण नव्हती तेव्हाही. माझी कलीग. तेवढ्या जुजबी ओळखीवर तिने एवढे उपकार केले. एका मित्राचे कर्तव्य तू पार पडले नाहीस. फक्त दीर्घकाळ मैत्री असली तरच तो तुमचा मित्र, असे खरोखर होऊ शकत नाही. दोन दिवसांतसुद्धा एखादा तुमचा जवळचा मित्र होऊ शकतो."

बोलता बोलता जुलेखा डोळे पुसत होती, पण प्रयत्नपूर्वक आवाज कोरडाच ठेवला. रडवेला आवाज ती इतर कोणाला ऐकवेल, न ऐकवेल, सुरंजनला नक्कीच ऐकवणार नव्हती.

"सोबहानबरोबर बघ."

"काय बघू?"

"बघ त्याच्याशी नाते जोडू शकलीस तर..."

"म्हणजे?"

"म्हणजे मला म्हणायचे आहे की माझ्यापेक्षा त्याच्याशी नाते जोडणे चांगले नाही का?"

"काय बोलतोयस तरी काय तू? तुझे काय डोके-बिके फिरले आहे की काय?"

"नाही डोके अगदी ठिकाणावर ठेवून बोलतो आहे."

"आज तुझे डोके ठिकाणावर नाही. उद्या बोलू. आत्ता मी फोन ठेवते."

सुरंजन नाही नाही म्हणाला, "आजच बोल. मला वाटते."

"काय वाटते तुला?" जुलेखा वैतागली.

सुरंजन हळूहळू म्हणाला, "तुझे सोबहानशी नाते जुळावे."

"तुला असे का वाटते?"

"कारण मी तुझ्यायोग्य नाही. सोबहान योग्य आहे."

"कशासाठी योग्य? काय नाते म्हणतो आहेस? नाते, संबंध किती प्रकारचे असतात! भाऊ, मित्र. तुला काय अपेक्षित आहे?"

"त्याला तुझा प्रियकर बनव. त्याच्याशी लग्न कर."

"लग्न?"

"हो. लग्न."

"लग्न तुझे आणि माझे होणार असा विषय होता ना?"

"नाही, ते बरोबर नाही."

"सुरंजन, तू प्रेमी होऊ शकत नाहीस, तर होऊ नकोस, पण मध्यस्थ होण्याची जबाबदारी मी तुझ्यावर टाकलेली नाही."

"तू टाकली नाहीस, मी स्वतःहून घेतली आहे. तुझ्यावर प्रेम करतो म्हणूनच हा सल्ला देतोय. मी लंपट, लोफर, रेपिस्ट, माझ्या आयुष्यात निराशेशिवाय काहीही नाही. तुझ्या बाबतीत जे घडले ते क्षणिक होते. काही काळानंतर पुन्हा जसेच्या तसे. मी वाईट, मी हिंदू."

"म्हणजे? हिंदू-मुसलमान याचा तू केव्हापासून विचार करू लागलास? सोबहान मुसलमान म्हणून त्याला घेऊन आलास?" जुलेखाच्या आश्चर्याला पारावार

उरला नाही.

"त्याच्याशी तुझे जमेल."

"का म्हणून जमेल? तो मुसलमान म्हणून?"

"हो."

"श्शी! सुरंजन, जर माझा धर्मावर विश्वास असता, मुसलमानांबद्दल मला फार पुळका असता तर तू हे बोलू शकला असतास. तू आळशी, दारुडा, वाईट संगत, तुझी उदासीनता, बेजबाबदारपणा, तू नखशिखांत बेजबाबदार माणूस आहेस, तुझा निष्काळजीपणा या सगळ्यांची मी खूप निंदा केली आहे. पण तुझ्या धर्माबद्दल मी कधीच काही बोलले नाही."

"माझा धर्म, माझा धर्म म्हणू नकोस. माझा कोणताच धर्म नाही."

"जर धर्म नाही तर आज तू मला सोबहानला दान करायला निघालास तो सोबहान मुसलमान म्हणूनच ना?"

"तू त्याच्याबरोबर सुखी होशील."

"तुला कसे माहिती?"

"माहिती आहे मला. मला हेही माहिती आहे की इतर कोणाबरोबर होशील की नाही, पण माझ्याबरोबर तू सुखी होणार नाहीस."

"तू ज्योतिषीच लागून गेलास की नाही! तू ज्योतिष विद्येतही लुडबुड केली आहेस वाटते? आणि काय रे, माझ्या लग्नाबद्दल तुला इतकी डोकेदुखी का? मी म्हटले आहे का की मला आत्ताच्याआत्ता लग्न करायचे आहे म्हणून?"

"तुला लग्न करणे आवश्यक आहे."

"ते मी बघेन. पण तुझे आणि माझे नाते तू संपवतो आहेस, हो ना?"

"हो."

"अच्छा," त्रास होत असतानाही जुलेखा हसली, "सोबहान तर विवाहित आहे, त्याला मुलेदेखील आहेत, हे विसरलास वाटते?"

"मग काय झाले?"

"काय झाले म्हणजे? काय बोलतोयस?"

"तुमच्यात तर एका पुरुषाच्या एकापेक्षा जास्त बायका असू शकतात."

"काय म्हणालास? आमच्यात? आमच्यात म्हणजे काय रे? मुसलमानांच्यात?"

"अर्थात, हे तुला माहिती नाही की काय!"

"शी शी, किती खालच्या पातळीवर उतरला आहेस!"

जुलेखा काही वेळ गप्प राहिली. आवाज रुद्ध झाल्यामुळे तिला बोलवत नव्हते. तिला हे लक्षात ठेवायला हवे होते की ती ज्याच्याशी बोलत होती, त्याने तिच्यावर कधीही प्रेम केले नव्हते. तिची कायम फसवणूक करत आला होता,

पहिल्या दिवसापासून. हा विचार करूनच तिने दाटलेला कंठ मोकळा केला आणि बोलायला ओठ विलग केले.

"मला वाटते सुरंजन," जुलेखा सावकाश बोलू लागली, "माझे आयुष्य ही फक्त माझीच डोकेदुखी राहिली तर बरे होईल. त्या जबाबदारीतून मी तुला मुक्त करते आहे. माझ्यावर तू इतरांकडून जो बलात्कार करवलास, त्याचे तुझे प्रायश्चित्त आज पूर्ण झाले. तुझा देव तुला त्याची शिक्षा देणार नाही. तू आता त्या जबाबदारीतून, पापातून मुक्त झाला आहेस. सो गो ऑन. एक चांगली हिंदू मुलगी बघून जे करायचे ते कर. एक तुच्छ मुसलमान मुलगी एक आणखी तुच्छ मुसलमान मुलगा शोधेल. तुला त्याची काळजी करण्याचे कारण नाही."

जुलेखा डाव्या हाताने डोळे पुसत होती. डोळ्यांना धारा लागल्या होत्या.

"असे बोलू नकोस जुलेखा. आत्ताच्या आता तुझ्याकडे यावेसे वाटते आहे. तू रडते आहेस का?"

"नाही नाही, मी कशाला रडेन! रडण्यासारखे असे काय घडले आहे? हिंदू मुसलमानांचे लग्न झाले तर अख्खा समाज त्यांना वाळीत टाकतो. कुटुंब दुरावते. कामाच्या ठिकाणी कुचंबणा होते. नोकरी जाते. आयुष्य उद्ध्वस्त होते. लोक छी थू करतात. अशी छी थू झेलत कसे काय राहायचे? तू एखाद्या मित्राप्रमाणे सल्ला देतो आहेस. रडण्याचे काय कारण? उलट मी तुझे आभार मानते. खूप खूप आभार. आता ठेवते फोन. उद्या सकाळी लवकर उठायचे आहे."

फोन बंद करून जुलेखा झोपेची आराधना करू लागली, पण रात्रभर डोळ्याला डोळा लागला नाही. उठून मोबाईलवर पाठवलेले जुने एस एम एस बघू लागली. ते दिवस डोळ्यांसमोर होते – आता ते कित्येक योजने दूर गेले!

म्हणूनच एक गोष्ट पक्की की इतके दिवस ती एका चुकीच्या माणसावर प्रेम करत होती. तो बलात्कारी आहे, हिंदू आहे हे माहिती असूनही. तिचे आप्त-स्वकीय तिचे तोंड कधीही बघणार नाहीत हे ठाऊक असूनही. एव्हाना मोहब्बतने जुलेखाची जितकी म्हणून माणसे शहरात, गावात होती, त्यांच्यात जुलेखाची बातमी पसरवली होती – की ती वाया गेलेली आहे, जवळजवळ वेश्याच म्हणा ना! तिचा कोणीही शोध घेणार नव्हते – सोनागाच्छीमध्ये विकल्या गेलेल्या स्त्रियांचा जसा कोणीही शोध घेत नाही, तसा. सुरंजनने तिला पाठवलेले, तिने त्याला पाठवलेले सगळे एस एम एस तिने डिलीट करून टाकले. अनेक दिवसांचे नाते आयुष्यातून डिलीट झाले – केवळ एक बटण दाबून. उद्या नवी सकाळ. नवीन जीवनाची ती नवीन सुरुवात करेल.

त्या जीवनात मित्र, प्रियकर, आप्त म्हणावे असे कोणी नाही. तिच्या मनात कोणताच राग, नाराजीही नाही. ती एकटी. एकट्या वृक्षासारखी किंवा एकाकी

झुडुपासारखी. जुलेखाला आता कोणत्याही वादळाने उन्मळून जायचे नव्हते.

दुसऱ्या दिवशी सकाळी कुरकुरणाऱ्या जीवनाकडे बघून तिने एक निर्णय घेतला "शिकायचे, तेसुद्धा बाहेरून एमएची परीक्षा द्यायची, किंवा योगमाया देवी कॉलेजमध्ये नाईट क्लासमधून बीएड् करायचे. मयूर करत होती तसेच. अनेक दिवसांनी जुलेखाने स्वत:कडे नीट पाहिले. पाहताना तिला जाणवले की स्वत:च्या आयुष्याकडे पाहिले, स्वत:चा जरा विचार केला की पुरुषांबद्दलच्या विचारातून मनाची सुटका होते.

बऱ्याच दिवसांत त्यांची काही खबरबात नव्हती. जाननगरमधल्या घरी मी दोन वेळा जाऊन आले होते, तरीही वेड्यासारखी मी शोध घेत होते. सुरंजन फोन घेत नव्हता. अशातच एक दिवस जुलेखाचा फोन आला. तो नंबर ओळखीचा नव्हता. अनोळखी नंबरचा फोन सहसा मी उचलत नाही. पण कधीकधी लक्षात राहत नाही की अनोळखी नंबरवरून आलेला फोन घेणे योग्य नाही.

जुलेखाला एकदा मला भेटायचे होते. अचानक तिला का भेटायचे आहे याचा मला अंदाज येईना. सुरंजनबद्दल विचारले तर म्हणाली की तो बरा आहे. मजेत आहे.

"मजेत आहे?"

"हो, अगदी मजेत."

मजेत आहे म्हणताना जुलेखाच्या आवाजात किंचित राग, नाराजी जाणवली. माझा स्वर शांत होता. त्यात राग, नाराजीचा लवलेशही नव्हता. होती फक्त उत्सुकता.

"तो फोन का उचलत नाही?"

"उचलत नाही कारण त्याने फोन फेकून दिला आहे."

"फेकून दिला? कुठे?"

"तलावात, बालीगंजमधल्या तलावात."

"तलावात? तलावाच्या पाण्यात?"

मी बडबडत राहिले. जुलेखा स्वत:बद्दल सांगत राहिली. तिचे एम ए, तिचे बी एड! तिची सहनिवासी मयूर, मयूरची दिनचर्या. होस्टेलमधले रोजचे कडू-गोड अनुभव. मी एकदम विचारले, "किरणमयी, सुरंजनची आई बरी आहे ना?"

"हो."

"मायाची काही खबरबात?"

"नाही, पण ठीक आहे. ते सगळे आता एकत्र राहतात."

"एकत्र राहतात त्यामागची कहाणी मोठी आहे. फोनवर नाही सांगता येणार." जुलेखा म्हणाली, ती एकदा येईल माझ्याकडे. समोर बसूनच सगळे सांगेल.

सुरंजनशी बोलायचे आहे म्हटल्यावर बेग बागानमधल्या त्याच्या नवीन घराचा पत्ता जुलेखानेच मला दिला. मग पुन्हा म्हणाली की मला भेटायला ती नक्कीच माझ्या घरी कधीतरी येईल. मी तिला कुठल्याही दिवशी संध्याकाळी यायला सांगितले.

ज्या मुलाने इतके दिवस माझी काही विचारपूस केली नाही, त्याला मी उगीचच कशाला शोधते आहे? त्यापेक्षा एखादे दिवशी किरणमयीची भेट झाली तर बरे होईल. तिच्यात मला आईपण दिसते. हे आईपण चुम्बकासारखे असते.

जुलेखा माझ्या घरी आली त्या दिवशी रविवार होता. संध्याकाळ उंबरठ्याशी होती. व्हरांड्यातल्या बागेत दोघी जणी बसलो. जुलेखा आधीपेक्षा वेगळी वाटत होती. अत्यंत नम्रपणे म्हणाली, "तुमचा वेळ घेणे बरोबर वाटत नाही.

ती माझ्यापेक्षा वयाने बरीच लहान असल्यामुळे तिला एकेरी हाक मारत मी म्हटले, "काय घेशील? चहा?"

"ब्लडी मेरी असेल तर अधिक बरे."

मी जरा चमकलेच. दारुड्याच्या संगतीने जुलेखाचे असे झाले वाटते – दारू प्यायला शिकली. माझ्याकडे 'ॲब्सोल्यूट' होती. त्यात लिंबू आणि मिरची घालून चांगली लागते असे एक मित्र म्हणाला होता.

"ब्लडी मेरी नाहीये. हेच प्यावे लागेल."

"तुम्ही काही घेणार नाही?"

"मी चहा घेणार."

"तुम्हीही यासारखा एखादा ग्लास घ्या ना. चहा तर नेहमीच घेता. घरात व्होडका आहे तर घ्या ना थोडी. एकटीने प्यायला बरे वाटत नाही."

"व्होडका, व्हिस्की हे सगळे मी परदेशातून येताना मित्र-मैत्रिणींसाठी आणली होती. कोलकात्यात बहुधा सगळेच पिणारे आहेत. सुरंजनला तर तू चांगलेच पाहिले असशील."

"सगळेच पिणारे नाहीत. सोबहान पीत नाही."

अखेर मी उठून स्वतःसाठी एक ग्लास व्होडका घेतली. कोणी अगदी प्रिय मित्र आला, मस्तपैकी अड्डा जमला, खायला खूप छान असले, खूप छान रेड वाईन असली, तरच मी ड्रिंक घेते, अन्यथा नाही. ही गोष्ट मी जुलेखाला समजावून सांगू शकत नाही. ती माझी प्रिय मैत्रीण नाही, आम्ही अड्डा जमवायला बसलो नाही, हे तिला सांगणे अशोभनीय झाले असते. म्हणून थोड्या व्होडकात

बरेच थंड पाणी घालून गार हवेत येऊन बसले आणि एक घोट घेतला. जुलेखाचे तोपर्यंत बरेच घोट घेऊन झाले होते.

"बोल, कशी आहेस?"

"छान."

"अचानक मला भेटण्याची इच्छा कशी झाली?"

"फार काही मोठे कारण आहे असे नाही, बऱ्याच दिवसांपासून खूप मनात होते. मला वाटले, की सध्या मी काय परिस्थितीतून जात आहे ते कदाचित तुम्ही समजून घ्याल."

"बोल ना."

"सुरंजनला यापुढे माझ्याशी संबंध ठेवायचा नाही."

"का?"

जुलेखा गप्प बसली. ग्लास हलवत राहिली. दोघी जणी वेताच्या दोन खुर्च्यांत बसलो होतो. अगदी समोरासमोर नव्हतो. माझी नजर समोर आकाशाकडे होती. पक्ष्यांचे थवे घरट्याकडे परतत होते. त्यांच्यावरून माझी नजर हटत नव्हती. इतके पक्षी! सगळ्यांचे घरटे एकच होते का?

"सुरंजनशी संबंध का तुटला? काय कारण?"

"कारण त्याचे त्यालाच माहीत. माझ्या बाजूने काहीच झाले नाही. हा पूर्णपणे त्याचा निर्णय."

"अचानक हा असा निर्णय? तो तर म्हणाला – त्या दिवशीच म्हणाला – तुम्ही रिशपहून आलात त्या दिवशी म्हणाला की त्याला तुझ्याबरोबर एकत्र राहायचे आहे."

"हो, लग्नाचा विषयदेखील त्यानेच काढला होता. वास्तविक हे एकतर्फी नव्हतेच. आम्हा दोघांनाही ते हवे होते."

"मग?"

"मग अचानक तो ऑफ झाला. मला भेटला नाही, संपर्क केला नाही, तेव्हा फोन नंबरही बदलला. शक्यतो त्याला फोनचा वापर करायचाच नसतो. फोन त्याच्या आईला दिला असे म्हणाला. सगळेच विचित्र."

"पण हे सगळे तू मला का सांगते आहेस? मी तुझ्यासाठी काय करू शकते?"

"तुम्ही काहीच करू शकणार नाही. तो माझी एका तरुणाशी – तेही एका विवाहित तरुणाशी – गाठ घालू पाहतो आहे. म्हणतो की तो मुसलमान आहे म्हणून मी त्याच्याशी लग्न करावे."

आता मात्र मी थक्क झाले. एकदम रॉकिंग चेअरमधून उठायला गेले, तर

बरीच व्होडका सांडली. पण माझे तिकडे लक्ष नव्हते, लक्ष होते जुलेखाच्या बोलण्याकडे.

"आता तर मला वाटते की मुसलमान मुलावर प्रेम करून सुरंजनला दाखवूनच द्यावे. धार्मिक म्हणतात तशी मी कधीच नव्हते. वाटले होते की तोही तसा नाही. कधीच त्याने पूजा-अर्चा केलेली नाही. कधीही देवाला नमस्कार केलेला बघितला नाही. त्याबद्दल कधी बोलायचाही नाही, उलट माया देवळात आणि असल्या-तसल्या साधू-बाबांकडे जाते म्हणून तिची खूप निंदा करायचा. पण तो इतका भित्रा, कोत्या मनाचा आहे हे बघून खूप दुःख झाले."

"तू आतल्याआत रागाने धुमसते आहेस. जरा थंड डोक्याने कदाचित वेगळा विचार करशील."

"इतक्या थंडपणेच सगळ्या गोष्टी का करायच्या? मी प्रेम करावे असे त्याला वाटते ना, मग करेन."

"तुला सतत प्रेमच करत राहायचे आहे का जुलेखा? एक जण गेला की त्याच क्षणी दुसरा कोणी पाहिजेच का?"

जुलेखा जरा गोंधळली. काय बोलावे ते न सुचून मान हलवून म्हणाली, "नाही."

"तर मग तुला या क्षणी कुठलाच निर्णय घेण्याची गरज नाही. आणखी वेळ घे, आणखी विचार कर."

जुलेखा हसली. हसत हसत म्हणाली, "फार विचार केला तर सगळी गडबड होते. आयुष्यातले सगळे चांगले निर्णय मी चुटकीसरशी घेतले आहेत."

"ते कसे काय? तुझ्या मते कुठला चांगला निर्णय होता आणि कुठला वाईट?"

"लग्न करण्याविषयी खूप विचार केला, तो वाईट निर्णय. सुरंजनशी नाते जोडू की नको याबद्दल खूप विचार केला, तो तर अर्थातच वाईट निर्णय होता. चांगले निर्णय म्हणजे – नोकरी करणे, होस्टेलमध्ये राहणे, कॉलेजमध्ये जाऊन शिकणे. हे सगळे निर्णय एका झटक्यात घेतले."

"जुलेखा तू खूपच शिस्तशीर आहेस. सुरंजन बहुधा अगदी उलट. "

"वरवर तसेच वाटते. आतून तो माझ्यापेक्षाही जास्त शिस्तीचा आहे."

"काय सांगतेस! अर्थात तुझी त्याच्याशी माझ्यापेक्षा खूपच जास्ती जवळीक आहे. तुलाच जास्त माहिती असणार."

"तुम्ही 'लज्जा'मध्ये त्याचे पात्र जसे रंगवले आहे, तसाच तो नाही. तो राजकारणात खूप रमला होता असे तुम्ही लिहिले आहे, पण मला तसे वाटत नाही."

"आता कदाचित नसेल, मी ज्या काळातली गोष्ट लिहिली आहे, तेव्हा

होता.''

''वास्तविक माझ्या त्याच्याबरोबरच्या सगळ्या गोष्टी हा केवळ अपघात होता. त्याच्याबद्दल मला काही वाटते. आणि का नाही वाटणार? पण आता ते टिकवण्यासाठी मला कोणतेच कारण दिसत नाही.''

''असे झटक्यात कोणाला विसरू म्हटले तर विसरता येते? मनात हुरहुर राहतेच.''

जुलेखाला आणखी व्होडका हवी होती. ती देता देता मी म्हटले, ''पण तू मात्र आता त्याच्यासारखी होऊ नकोस. आणखी दारू पिऊ नकोस.''

''नाही दीदी, मी सुरंजनसारखी होणार नाही, वचन देते.''

''सुरंजनची काहीच चांगली बाजू नाही?''

प्रश्नाचे काहीच उत्तर नाही. जुलेखाला माझ्या घरात सोबहानला बोलावून भेटायचे होते. मी सांगून टाकले ''मी त्याला ओळखत नाही, मी त्याला कशी बोलावणार?

ती अत्यंत उत्साहाने ती म्हणाली, ''मीच बोलावते त्याला.''

मला आश्चर्यच वाटले. जुलेखाचे वागणे विचित्रच होते. माझ्या घरात बसून, माझी परवानगी न घेता ती सोबहानला फोन करून माझ्या घरी येण्याचा आग्रह करत होती. माझा पत्ता सांगत होती. मला भयंकर राग आला. ह्या अचानक आलेल्या पीडेला बराच वेळ बसून दिले गेले.

एकीकडे मला लिखाणाचे खूप काम होते. सुमारे एक वर्षापासून मी घरात अड्डा जमवणे बंद केले होते. फालतू अड्डे जमवून वेळ घालवण्यापेक्षा एखादे पुस्तक वाचणे किंवा एकटे बसणे कितीतरी चांगले. मिनूशी खेळायला मी थोडाही वेळ देऊ शकत नाही. फुटबॉल समोर घेऊन ती अगदी करुण नजरेने माझ्याकडे पाहत असते. हल्ली तिला एकटीला खेळायला नको असते. दोघी खेळलो नाही तर ती खेळत नाही.

व्हरांड्यात उभी राहून ती इतक्या मोठमोठ्याने 'सोबहान प्लीज, सोबहान प्लीज' म्हणत होती, की ते सगळे फारच विचित्र होऊन बसले होते. हे बघून मी स्वस्थ बसू शकले नाही. म्हटले, ''ऐक, जबरदस्ती इथे कोणालाही बोलावू नकोस. आणि मी त्याला ओळखतही नाही. तू त्याला इथे का बोलावते आहेस? त्यापेक्षा...''

''त्यापेक्षा काय?''

''त्यापेक्षा तू त्याला दुसरीकडे कुठेतरी भेट. मला आता पुष्कळ लिहायचे वगैरे काम आहे. उगीचच इथे गर्दी करण्याची गरज नाही. आणि कोणाला बोलावते आहेस तेही मला कळत नाहीये. कोण आहे तो?''

"माझा मित्र."

"तुझा मित्र?" संशयाने माझ्या भिवया उंचावल्या.

"हो."

"की तो सुरंजनचा मित्र? ज्याच्याशी तो तुझे जुळवायला बघत होता तोच? तोच ना? मला तर वाटते की त्याच्याशी जुळावे अशी तुझीही इच्छा आहे."

जुलेखा मान खाली घालून म्हणाली, "तुमचा माझ्याबद्दल गैरसमज होतो आहे."

"मग काय समजू सांग ना. एखाद्याला यायचे नाही, तर तू त्याला पुन्हापुन्हा आग्रह करते आहेस! हे सगळे सुरंजनला माहिती आहे?"

"त्यालाच तर हवे आहे हे सगळे."

"माझ्या मते तुलाही ते हवे आहे."

"मला?"

"तुला म्हणायचे आहे की तुला हे नकोय?"

जुलेखा दीर्घ नि:श्वास टाकून म्हणाली, "लोक काहीही म्हणोत, पण मी तुम्हाला पुरुषद्वेष्टी मानत नाही."

मला हे उत्तर अत्यंत चलाख किंवा बुद्धिमान व्यक्तीचे वाटले. जुलेखा मला खूपच असभ्य आणि अप्रगल्भ वाटली. अगदी घाईघाईने आधुनिक होण्याचा प्रयत्न करणारी. तिची साडी सुद्धा भडक गुलाबी रंगाची होती. कानात लांब झुमके. कपाळावर मोठी टिकली. मला अनेकदा तिला सांगावेसे वाटले की ती टिकली आणि झुमके काढून टाक, पण बोलले नाही. बोलले नाही कारण ते जर तिला आवडत असेल, तर विरोध करणारी मी कोण? विरोध न करता सुद्धा स्वत:चे मत मांडता येतेच.

मत व्यक्त करत, किंबहुना राग व्यक्त करत मी म्हटले, "तू तर खूपच नटली आहेस."

"नटले आहे?"

"हो ना. अच्छा, एक गोष्ट तुझ्या लक्षात आली आहे का – की मी बोललेले तू रिपीट करतेस?"

"हो का?"

"हो. खूपसे सुरंजनसारखेच."

"तोही असे करतो का? माझ्या कधी लक्षात आले नाही."

"हो, करतो."

अचानक जुलेखा उठून म्हणाली, "मला जरा बाथरूमला जायचे आहे." असे म्हणून तरातरा माझ्या स्टडीकडे गेली. अनोळखी लोकांची मजल माझ्या

दिवाणखान्यापर्यंतच मला बरी वाटते. असे एकदम आत जाणे मला आवडत नाही. हे वागणे अगदीच असभ्य होते. मी स्वत: तिला बाथरूम दाखवू शकले असते. घरात तीन बाथरूम्स आहेत. माझ्या खासगी बाथरूममध्ये पाहुण्यांना मज्जाव. दुसरे म्हणजे तिथे कोणी पाहुणा गेला की माझी तिथली शॅनेल फाईवची बाटली गायब होते. ज्यांना मी आपले, जवळचे मानते, तेच मला न सांगता माझे शॅनेल फाईव त्यांचेच असल्यासारखे खिशात किंवा पिशवीत घालून घेऊन गेले.

एक दोन वाईट लोक असल्या गोष्टी करतात आणि सगळ्यांवरच संशय घेतला जातो. त्यामुळे त्या खोलीत कोणी गेलेले मला आवडत नाही. माझ्या शॅनेलसाठी नाही, तर माझे मन संशयरहित राहण्यासाठी.

जुलेखा बाथरूममधून आल्यावर पुन्हा बैठक मारून मायाची यथेच्छ निंदा करू लागली. मायामुळेच सुरंजनची पत्नी त्याला सोडून गेली. जुलेखालाही त्याने मायामुळेच सोडले. ही भांडकुदळ बहीण आहे तोपर्यंत सुरंजनला शांती लाभणार नाही. जुलेखाच्या बोलण्याची पद्धत मला आवडली नाही. तिच्याशी असलेले सुरंजनचे नाते मी कधीच उदार मनाने स्वीकारू शकले नाही. मला सारखे वाटायचे की हे नाते ज्या पायावर उभे आहे तो फारसा मजबूत नाही. जरी त्या दोघांनी मला काहीच सांगितले नव्हते की तो पाया काय होता. मी सहज तर्क करू शकत होते, पण नक्की अंदाज बांधण्यासाठी जी चिकाटी लागते ती खरेच माझ्यात नाही.

एकदा मी जुलेखाला म्हटलेदेखील, ''हे बघ, जुनी नाती तुटतात, नवी सुरू होतात. पण म्हणून तू एखाद्याची इतकी निंदा का करावीस?''

''का ते सांगू? कारण मी तुमच्याइतकी उदार होऊ शकत नाही.''

''यात उदारतेचा काय संबंध? हा स्वभाव आहे. प्रत्येकाचा स्वभाव वेगवेगळा असतो.''

''म्हणजे तुम्हाला नक्कीच म्हणायचे आहे की दुसऱ्यांची निंदा करणे माझ्या स्वभावातच आहे.''

जुलेखा सुरंजनची बदनामी करण्यासाठी माझ्याकडे आली होती का? की होस्टेलमधल्या मुलींना प्रियकराला भेटायला जागा मिळत नाही म्हणून माझ्या घराच्या भरवशावर होती? आणखी काय कारण असू शकते? सुरंजनबद्दल मला सहानुभूती वाटू लागली. निश्चितच जुलेखाने असे काही उद्योग केले असले पाहिजेत की ज्यामुळे त्याला हे नाते टिकवणे अशक्य झाले असेल.

माणूस जेव्हा इतक्या राजकीय, सामाजिक, कौटुंबिक अस्थिरतेत दिवस काढतो, तेव्हा प्रेम ही गोष्ट त्याच्या लेखी अगदी तुच्छ बनते. की त्याउलट होते? जुलेखाच्या डोळ्यात चेहऱ्यावर काकुळतीचे भाव होते – तिला आणखी

व्होडका हवी होती. मला नाही म्हणावेसे वाटले. या असभ्य मुलीला घराबाहेर काढावे असे वाटत होते. म्हणावेसे वाटले – तुझ्या त्या नव्या प्रियकराला घेऊन दुसरीकडे कुठेतरी जा. माझे घर हे काही पब्लिक मीटिंग प्लेस नाही. पण तसे बोलू शकले नाही. मात्र माझ्या वागण्यात अलिप्तता आली.

एक देखणा पुरुष दारात येऊन उभा राहिला. सोबहान. जुलेखासाठी आला होता. त्याचे स्वागत करून त्या दोघांना बैठकीच्या खोलीत बोलायला सोडून मी स्टडीत गेले. सुजाताने त्यांना चहा-बिस्किटे दिली. थोड्या वेळात जुलेखा थेट स्टडीतच घुसली.

''तुम्ही बाहेरच बसा ना दीदी. त्याच्याशी माझी फारशी ओळख नाही.''

''तुम्हाला काहीतरी बोलायचे असेल ना? ते आधी उरका.''

''आणखी काय बोलायचे? फोनवर बोलणे झालेच होते. तो खूप लांबून इथे – तुमच्या घरी आला आहे. जर तुम्ही बोलला नाहीत तर त्याला काय वाटेल सांगा बरे! तुम्ही इतक्या प्रसिद्ध, ख्यातनाम! अशा प्रकारचे वागणे शोभते का तुम्हाला?''

''कमालच आहे. मी अशी काय वागले? तुला त्याच्याशी एकांतात बोलायचे आहे म्हणून मी आत आले. आणि तू माझ्या वागण्याला नावे ठेवतेस?''

''तुम्हाला मी मुळीच आवडत नाही – जरी...''

''जरी काय?''

''जरी मला तुम्ही खूप आवडता.''

जुलेखाने माझा हात धरून मला बाहेर आणले. तिचे वागणे मुळीच स्वाभाविक वाटत नव्हते. आम्ही दोघीही समोरासमोर बसलो. माझ्या घरात मुसलमानांचे जाणे-येणे मन मानेल तसे नसते. कोणाच्या मनात काय असेल सांगता येत नाही. दोन पोलीस बसलेले होते आणि एक अनोळखी मुसलमान खुशाल घरात घुसला. हे फारच झाले, माझ्या घरी कोण येणार, कोण नाही यावर नियंत्रण ठेवायचा माझा अधिकार अचानक हिरावला गेला की काय? मला हतबल झाल्यासारखे वाटले. जुलेखाची आणि माझी अशी कितीशी ओळख होती, की तिने खुशाल तिच्या मनाप्रमाणे कोणालाही माझ्या घरी बोलवावे?

''सोबहानसारखी माणसे भेटत नाहीत दीदी.''

''तुला काय माहीत? तू अशी किती वेळा भेटली आहेस त्याला?''

''दोनदा.'' असे म्हणून ती सोबहानकडे बघून गोड हसली. हे हसणे लाडाचे होते की सौजन्याचे हा मी विचार करत राहिले.

सोबहान म्हणाला, ''सुरंजनकडून मी तुमच्याबद्दल ऐकले आहे.''

''सुरंजन कसा आहे?''

"छान आहे."

"काय करतो?"

"नेहमीप्रमाणे शिकवण्या. ते करायला त्याला आवडतेच. त्याचे जे विद्यार्थी मी बघितले ते त्याचे अगदी चाहते आहेत. त्यादिवशी त्याच्या घरी बघितले, दोन मुली शिकायला आल्या होत्या. बहुधा सहावीत शिकणाऱ्या होत्या. तो त्यांच्याशी बुद्धिबळ खेळत होता."

" तो खूप लहरी आहे बहुधा. मला कित्येक दिवसांत भेटला नाही."

"त्या दिवशी तुमच्याबद्दल बोलला. पार्क स्ट्रीटमधल्या एका हॉटेलमध्ये आम्ही जेवत होतो. तेव्हा बराच वेळ तुमच्याविषयी बोलत होता."

"काय म्हणाला?"

"म्हणाला तुम्ही खूप चांगल्या आहात, खूप उदार. तुमच्याकडे जाणार आहे म्हणाला."

सोबहानच्या चेहऱ्याकडे बघताना वाटले की तो हे सगळे रचून सांगतो आहे. क्लीन शेव्हन, क्लीन माणूस – चहा घेता घेता म्हणाला, "आजकाल त्याला पाण्याचा नाद लागला आहे. रोज संध्याकाळी तळ्याच्या काठी जातो."

"जॉगिंग करायला का?" मी विचारले.

"छे, जॉगिंग करायची त्याला सवय नाही," सोबहान म्हणाला, "आणि नव्याने तो ती सवय लावूनही घेणार नाही."

माझे मन तळ्याच्या काठी गेले. तिथे सुरंजन काय करायला जातो?

"बरे, त्याचे वडील कसे गेले?" मी अचानक विचारले. दोघांनाही.

सोबहान म्हणाला, "मी ऐकले की शंकर घोष नावाच्या त्यांच्या एका नातलगाने त्यांना धक्का देऊन पाण्यात पाडले."

"कारण काय?

"खूप कर्ज झाले होते."

जुलेखा म्हणाली, "मला वाटते काहीतरी वेगळे कारण असावे. वास्तविक ही बातमी त्याला अगदी गुप्त ठेवायची होती. पण मला जे कळले ते असे की अमावास्येच्या रात्री घराजवळच्या तळ्यात त्यांनी आत्महत्या केली. बहुधा मायाच्या बाबतीत काही घडले होते."

" काय घडले होते?" मी उतावीळपणे विचारले.

"सुरंजन एकदा असेच म्हणाला होता की मायामुळे आम्हांला सगळ्यांनाच खूप भोगायला लागते आहे. देश सोडायला लागला, स्वतःच्या वडिलांना गमवावे लागले."

जुलेखाच्या या आठवणी सांगण्यामुळे मी अतिशय गंभीर विचारांत चूर

झाले. सुधामयांच्या मृत्यूबद्दल मला जितकी काळजी होती, तितकी त्या दोघांना नव्हती हे मला जाणवले. त्यांच्यासाठी ती इतर कोणाच्या मृत्यूच्या बातमीसारखीच बातमी होती. ते दोघेही त्यांना ओळखत नव्हते. त्यांच्या स्वप्नांबद्दल त्यांना काही माहिती नव्हते. त्यांचे कष्ट त्यांनी स्वत:च्या डोळ्यांनी भर उजेडात पाहिले नव्हते. डांबराच्या गोळ्यांच्या वासाबरोबर गेलेले त्यांचे बालपण, किशोरावस्था प्रत्यक्ष पाहणारे तिथे कोणीही नव्हते.

"सोबहान, तुमचे लग्न झाले आहे का?"

जुलेखा त्याला जरा खेटूनच बसली होती. माझा प्रश्न ऐकून भले ती शरीराने त्याच्यापासून दूर झाली नसेल, पण मनाने गेली असणार. सोबहानने मान डोलावली. "हो. झाले आहे."

"मुले?"

"हो. एक मुलगी आहे."

"केवढी आहे?"

"तीन वर्षांची."

"नाव काय?"

"मन."

"मन? वा, सुंदर नाव आहे. पूर्ण नाव काय?"

"दिलरुबा परवीन."

"तुमची पत्नी काही करते – नोकरी वगैरे?"

सोबहान म्लान हसून म्हणाला, "नाही."

"का? बायकोला घरी बसवणाऱ्या मताचे आहात तुम्ही? शिकलेली नाही?"

"शिकली आहे. पण तिला बाहेर जाऊन काम करायचे आहे असे मला वाटत नाही."

"हे फक्त वाटणे झाले," माझा स्वर ज़रा उपरोधिक झाला.

जुलेखाला वाटत होते की सुरंजनने तिला सोबहानच्या मागे लावून दिले. सुरंजनवर सूड उगवण्याची इच्छा तिला प्रकाश दाखवत होती, सोबहानबद्दलची मुग्धता तिला पायाखाली जमीन देत होती, त्यामुळे त्या मार्गावर ती आनंदाने चालत होती. आणि या बंगाली समाजात विवाहबाह्य संबंध नॉर्मल मानले जातात. जुलेखा आणि सोबहान मुसलमान असले म्हणून काय झाले, होते तर याच समाजाचे घटक. भले पूजा करत नसतील, भांगात सिंदूर घालत नसतील, पण पुरुषप्रधान समाजातच जन्मले, वाढले होते ना! त्यांची मानसिकता या समाजानेच घडवली आहे. मी बघितले आहे की सगळे पुरुष, जेव्हा एखाद्या स्त्रीवर प्रेम करतात, तेव्हा तिची ओळख प्रेयसी अशी करून देतात, पण एकदा लग्न झाले

की मग मात्र ती त्यांना प्रेयसी वाटत नाही. आता ती पत्नी. दुसरी कोणीही स्त्री प्रेयसी असू शकते. प्रेयसी एकाच वेळी पत्नी आणि प्रेयसी दोन्ही असू शकते हे मी माझ्या अनेक मित्रांना समजवायचा प्रयत्न केला, पण ते मान्यच करत नाहीत.

सोबहानने मला एकही प्रश्न विचारला नाही. तो फक्त विचारलेल्या प्रश्नांची उत्तरे देत होता. ह्याला काही जाणून घेण्याची इच्छा नाही का? एखाद्यावर विश्वास ठेवून फसवणूक झाल्यावरही पुन्हा त्याच्यावरच विश्वास ठेवायचा माझा स्वभाव. सोबहानला बघितल्यावर त्याला दहापैकी दहा मार्क द्यावेसे मला वाटले नाही. आत्ता तरी तो अत्यंत आनंदात दिसत होता. बरेचसे स्त्री-पुरुष त्याला मान देत होते. मानाचे स्थान कोणाला आवडत नाही? पण सुरंजनशी ह्याची मैत्री कशी झाली हे माझ्यासाठी एक कोडेच होते. जे बघितले त्यावरून तरी वाटले की सोबहान नवीन मित्र असूनही सुरंजनचा घनिष्ट मित्र बनला आहे. मी सुरंजनला म्हटले होते की तू आता कट्टर हिंदू बनला आहेस, म्हणून त्याला मला दाखवून द्यायचे होते का की त्याचा जिवलग मित्र मुसलमान आहे? सुरंजन माझ्याशी खेळ करतो आहे का? की स्वत:शीच खेळतो आहे?

एके दिवशी सकाळी उठून थेट बेग बागानमध्ये गेले. सहा वाजले होते. दुकाने अर्थातच बंद होती. काही जण कचऱ्याचे ढीग साफ करत होते. जवळच कचऱ्याचा एक ट्रक उभा. फुटपाथवर अंगाला काळे फासलेला एक उघडा-नागडा वेडा झोपला होता. दोघे जण गांजा पीत होते. एका हाताने नाक दाबून दुसऱ्या हाताने मी गाडी चालवत होते. जुलेखाकडून मला पत्ता मिळाला होता. दाराची कडी वाजवली, तेवढ्यात आतून एका पुरुषाचा कर्कश्श आवाज आला. दार उघडले नसते तर तो आवाज सुरंजनचा आहे हे मी ओळखू शकले नसते. त्याने लुंगी नेसली होती. वर उघडा. आत कोंदट गरम हवा. वरती पंखा फिरत होता. एका कॅम्प कॉटवर एक लहान मुलगा झोपला होता. दोन्ही पलंगांवर मच्छरदाणी बांधलेली. सुरंजनने डोळे चोळत बघितले. जणू तो मला ओळखत नव्हता.

“चल.”

“चल म्हणजे?” सुरंजनच्या आवाजात नाराजी.

“शर्ट पँट घाल आणि चल.”

“का?”

“आधी बाहेर तर पड, मग सांगते.”

सुरंजनने बाहेर पडायला जितका वेळ घेतला त्याच्या अर्ध्याच्या अर्ध्या वेळात मी तयार होऊन बाहेर पडू शकले असते. सुरंजनला गाडीत शेजारी बसवून मी व्हिक्टोरिया मेमोरियलजवळून, विद्यासागर पुलावरून शहराच्या बाहेर पडले. सुरंजन म्हणाला, "कुठे जाताय?"

मी गाडीत रमा मंडलचे (बंगालमधली एक प्रसिद्ध गायिका आणि रवींद्र संगीत) गाणे लावले. कुठलीही साथ संगत नाही, फक्त तिचा सुरेल आवाज. रमा मंडलची 'नमि नमि चरण'च्या सीडीतली एकामागून एक असामान्य गाणी लागत होती. रविन्द्रनाथांची पूजागीते मला पूजागीते वाटतच नाहीत. ती सगळी प्रेमगीते म्हणूनच माझ्या अंतरात ठसली आहेत.

'कुठे जाताय' या प्रश्नाच्या उत्तरादाखल मी म्हटले, "जिथपर्यंत नजर जाते आहे."

सुरंजन म्हणाला, "पण मला नजर जाईल तिथपर्यंत जायचे नाही."

"मग कुठे जायचे आहे? तू म्हणणार 'कुठेच नाही. ह्याच बेग बागानच्या घरात बसून राहायचे आहे, किंवा संध्याकाळी कुठे तरी बसून दारू प्यायची आहे,' हो ना?"

"मला जर तेच आवडत असेल तर?"

"आवडत नाही असे मी म्हणतच नाहीये. आज मला तुझ्याबरोबर नजर जाईल तिथपर्यंत जायला आवडते आहे."

"तुम्हाला वेड लागले आहे."

मी हसून म्हटले, "मी तर पहिल्यापासूनच वेडी आहे."

सुरंजनने फिकट रंगाचा कुर्ता आणि काळी पँट घातली होती. पायात काळ्या चपला. गाडीत एसी चालू होता. त्याने एखादा परफ्यूम लावला होता का? तसे वाटले नाही. कदाचित एखाद्या सुगंधी साबणाने तोंड धुतले असेल, त्याचा सुगंध दरवळत होता.

"काही बोलणार आहात की नाही?"

"काही नाही."

आता सुरंजन हसत म्हणाला, "अशा प्रकारे माझे अपहरण करून नेता आहात, म्हणजे फक्त पुरुषच नव्हे, तर स्त्रियादेखील असे करतात म्हणायचे."

मीही हसून म्हटले, "समानतेच्या गप्पा काय उगीच मारते की काय!"

दोघांच्या हसण्यामुळे वातावरण निवळले, ताण हलका झाला. सुरंजनने मोकळा श्वास घेतला.

"किती सुंदर सकाळ! अप्रतिम गाणी! कित्येक दिवसांत सकाळ बघितली नव्हती, गाणी ऐकली नव्हती."

"का बरे? काय झाले आहे तुला?"

"माहिती नाही," सुरंजन ओठ बाहेर काढून म्हणाला.

'चिरसखा हे, छेडो ना मोरे' 'माझ्या जन्मजन्मांतरीच्या सख्या, मला कधीही अंतर देऊ नकोस' ह्या गाण्याने मला काहीसे स्तब्ध केले. हे गाणे कणिकानेही गायले आहे. रमानेही कमी सुंदर गायले नाही.

सुरंजनला बाहेर घेऊन जाण्यामागे बरीच कारणे होती. तो तळ्याच्या काठी जाऊन बसून राहतो, या बातमीने मी बेचैन झाले होते. त्याच्याही मनात सुधामयांप्रमाणे काही करायचे आहे की काय! जो मुलगा प्रेमात बुडालेला होता, प्रेयसीबरोबर आनंदाचे क्षण जगत होता, जेव्हा त्यांची अनेक स्वप्ने होती, तेव्हा तो अत्यंत अलिप्ततेने अचानक तिला निरोप देतो, याचा अर्थ तो डिप्रेशनसारख्या कुठल्या तरी मानसिक रोगाने ग्रस्त आहे, आणि कुठल्याही क्षणी आत्महत्या करू शकतो. काही भरवसा नाही. तळ्याच्या काठी बसून राहणे हे काही फार चांगले लक्षण नाही. त्याचा आणि जुलेखाचा संबंध चालू राहावा हा माझा उद्देश नव्हता. तसा चालू राहिल्याने तो डिप्रेशनमधून बाहेर येईल असेही मला वाटत नव्हते. माझा उद्देश, त्याच्या एकसुरी आयुष्यातून त्याला चार क्षण मुक्त करावे – एवढाच होता. कुठेतरी दूर, दूर जायला कोणाला आवडत नाही? डिप्रेशनमधून आता बाहेर ये, असे नुसते म्हणण्याने कोणी बाहेर येऊ शकत नाही. कोंदट, दमट आयुष्यात जरा स्वच्छ ऊन पाहिजे असते. जे आवडते ते करायला पाहिजे असते. कोणीतरी आपली काळजी घ्यावी, निःस्वार्थी प्रेम करावे, कुठलेही बंधन न घालता – अगदी प्रेमाचे बंधनही नाही, असे वाटत असते. असे एखादे नाते असू शकते? मुक्तीचे? तसेच काहीतरी आज सुरंजनला द्यायची माझी इच्छा होती. अवकाश द्यायचे होते. नजर जाईल तिथपर्यंत. सगळे विसरून, सगळे सोडून, हरवून जायचे, जाऊ द्यायचे होते. माझी इच्छा माझ्या वागण्यातून कितीशी प्रकट होत होती, मुळात प्रकटच होत होती की नाही कोण जाणे.

आठच्या सुमारास एका चहाच्या टपरीपाशी थांबून आम्ही दोघांनी चहा घेतला. समोर विस्तीर्ण हिरवेगार शेत. या बाजूला ताडाची भरपूर झाडे. नारळाची झाडे तर होतीच. ग्रामीण भाग मला नेहमीच आकर्षित करतो. जेव्हा जेव्हा मी घनदाट हिरव्या आणि निर्जन वातावरणात असते, तेव्हा वाटते की इथे मी पुन्हापुन्हा येत राहीन, पण नेहमी येणे होत नाही. 'होत नाही', 'होत नाही' – असे कितीतरी 'होत नाही' घेऊन जगावे लागते! करायचे असेल तर ते अशा प्रकारेच करावे लागते. चुटकीसरशी – चल, जाते. जिथवर नजर जाते. जिथे नजर जाईल तिथे जायचे हे लहानपणापासूनच माझ्या रक्तात आहे. कॉलेजमधून आल्यावर यास्मिनला रिक्षात घालून मी बाहेर पडायची.

रिक्षावाला विचारायचा, ''कुठे जायचे?''

''चला,'' मी म्हणायची.

''पण कुठे?''

''तुमची इच्छा असेल तिथे.''

रिक्षावाला अवाक. म्हणायचा, ''म्हणजे?''

तेव्हा मी खुलासा करायची, ''जिथे नजर जाईल तिथे.''

मग तो पायांनी पॅडल मारायचा. ही गोष्ट रिक्षावाल्यालाही आवडायची. स्वत:च्या आवडीच्या जागी जायचे म्हटल्यावर त्यालाही उत्साह यायचा.

'बिदाय दाओ खेलार साथी, गॅलो जे खेलार बेला (निरोप दे रे आता खेळगड्या, खेळाची संपली वेळ) हे गाणे जेव्हा लागले, तेव्हा समोर अनंत रस्ता आणि दोन्ही बाजूला हिरवाई. बराच वेळ कोणीच काही बोलत नव्हते. एकदा मी सुरंजनला म्हटले ''बोल ना काहीतरी.''

''काय बोलू?''

''जे आवडेल ते. जे पाहिजे ते.''

सुरंजन काहीच बोलला नाही.

''काय बोलावेसे वाटते? राजकारणाबद्दल?''

सुरंजन हा हा करून हसला. हसत हसत म्हणाला, ''नाही.''

''अर्थकारण?''

''नाही.''

''अल्पसंख्याक, बहुसंख्याक संबंध?''

''नाही.''

''हिंदू-मुसलमान?''

''अजिबात नाही.'' जोरात मान हलवत तो म्हणाला.

''तुझे आई-वडील-बहीण, बहिणीची मुले?''

''नाही.''

''मित्र-मैत्रिणी?''

''नाही.''

''जुलेखा?''

पुन्हा मान हलवत सुरंजन म्हणाला, ''नाही.''

''नवीन मित्र सोबहान?''

सुरंजन डोळे बारीक करून हसला. म्हणाला, ''नाही.''

''बेग बागान? बेलघरीया? शिकवण्या? विद्यार्थी?''

''नाही.''

"बांगलादेश?"

"नाही."

"अरे बापरे! मग तर तू काहीच बोलणार नाहीस सुरंजन."

सगळ्याच गोष्टींबाबत अनिच्छा म्हणून तो काहीच बोलत नव्हता. मला बोलावे लागले सीट बेल्टबद्दल. त्याला सीटबेल्ट बांधायची इच्छा नसताना मी त्याला बांधायला लावला. मलाही त्याने दर अर्ध्या तासाने गाडी थांबवायला भाग पाडले. त्याला सिगारेटची तल्लफ यायची. गाडीच्या आत सिगारेट ओढायला मनाई होती. म्हणून थांबवा गाडी.

एका पंजाबी ढाब्यावर सकाळी नाश्ता झाला. दुपारच्या जेवणाला वर्धमानकडे गेलो. नाही, त्याबद्दल आमचे काहीच बोलणे झाले नाही. आम्ही जे बघत होतो, खात होतो, जे ऐकत होतो, त्याबद्दलच बोलत होतो. भूतकाळ नाही, भविष्यकाळ नाही, आम्ही तेव्हा फक्त वर्तमानात होतो. आम्हा दोन माणसांचा सकाळी सहा वाजता जन्म झाला. त्यानंतरचे जीवन जगत होतो. हे असे बाहेर पडणे केवळ सुरंजनसाठीच आवश्यक होते, माझ्यासाठी नव्हते का? होते.

उगीचच रस्ता चुकून, पुन्हा रस्ता ओळखून आम्ही शांतिनिकेतनात आलो. आम्ही दोघे कोपाईच्या किनाऱ्याने चालत होतो – बराच वेळ. एखादे झुकलेले झाड, नदीचा तुटलेला किनारा दिसला की थांबून बघायचो. बराच वेळ उभे राहून सूर्यास्त बघितला. मन तृप्त झाले. त्यानंतर मग लाल मातीच्या वाटेने गाणी गात जोडीने निघालो. गाणी आमच्या आत होतीच, स्त्रोतासारखी जणू बाहेर आली. संथाळांच्या वस्तीत आम्ही फिरत होतो. मातीच्या घरांत शिरून आम्ही त्यांचे आयुष्य बघितले.

सुरंजन कधी संथाळ वस्तीत गेला नव्हता. ते सगळे बघून तो थक्क झाला. सोनाझुरी वनात फिरता फिरता आम्ही इकडच्या तिकडच्या गप्पा मारत होतो. बराच वेळ फिरलो, बसलो, आडवे होऊन आकाश बघितले, न बोलता. नि:शब्दता देखील किती सुंदर असू शकते! दोघांनी बसून फक्त पाखरांचे आवाज ऐकले. हळूहळू जसा अंधार आम्हाला वेढू लागला, तसा उजेडही. हे काय? आकाश आमच्याकडे अगदी मायेने बघत होते. संपूर्ण आकाशच चंद्र झाले असावे असा मोठ्ठा चंद्र. आज पौर्णिमा, हे कुठे माहिती होते? सोनाझुरी जंगलात संथाळ तरुणी शेकोटी पेटवून हाडिया पिऊन नाचत होत्या. त्यांच्याकडून हाडिया मागून घेऊन सुरंजन ती प्याला. त्यांच्याबरोबर नाचलासुद्धा. हाडिया पिऊन सुरंजनने मला हात धरून शेकोटीपाशी उभे केले आणि म्हणाला, "तूही नाच."

हा सुरंजन नाही, हाडिया बोलते आहे. सुरंजन मला एकेरी हाक मारत नाही.

"काय रे? तू मला 'अगं-जागं' का करतो आहेस?"

त्या तरुणींच्या तालावर नाचत नाचत म्हणाला, "तू मला 'अरे-जारे' का करतेस?

"बदला घेतो आहेस?"

"हो. बदला घेतोय."

सुरंजन हा हा करून मोकळेपणाने मोठ्याने हसला. आताही हाडियाच हसते आहे का? सुरंजन नाही? मला खात्री वाटू लागली की हा मोकळेपणी हसणारा तरुण सुरंजनच.

मला खूप छान वाटू लागले. सोनाझुरी वन पौर्णिमेच्या चांदण्यात दिवस असल्यासारखे दिसत होते. चंद्राकडे बघत राहिले की आपण या दुनियेत नाहीच, कुणाचे तरी पंख लावून दुसऱ्याच कुठल्या अद्भुत जगात उडत आलो आहोत, असे भासत होते. सुरंजन एका संथाळ तरुणीच्या दिशेला वाकला होता. त्याला तिचे चुंबन घ्यायचे होते का? असो, आजच्या या असामान्य चांदण्यात जे पाहिजे ते करावे. रात्री एकच्या सुमारास ते संपले. सगळे घराकडे गेले.

मी आणि सुरंजन पिठूर चांदण्यात पांढऱ्या वाळूवर पडून राहिलो. चहूकडे फक्त पाझरणारा चंद्र आणि सूं सूं वारा. घरी परतायचा विषय कोणीच काढला नाही. जणू या आयुष्यापलीकडे आमचे दुसरे आयुष्यच नव्हते. डोळे उघडले तेव्हा सकाळ ओठंगून उभी होती. तेव्हाच गाडी स्टार्ट केली. सोनाझुरी वनातून लाल मातीच्या रस्त्यावरून कोलकत्याच्या दिशेने निघालो. वाटेत सूर्योदय झाला. हिरव्या रंगावर आरक्त किरणांची उधळण होणाऱ्या क्षणांचे आम्ही साक्षी होतो. वाटेत सुरंजनने एकदाही विचारले नाही की मी त्याला बाहेर का घेऊन आले? काही महत्त्वाचे काम होते का?

"चल, चहा घ्यायला थांबू या."

"त्या बाजूला किती हिरवेगार दिसते आहे, चल, जरा बघू या."

अशा प्रकारे आम्ही कोलकात्याच्या बाहेर, प्रदूषणापासून दूर, अरुंद गल्लीतल्या कुबट आयुष्यापासून दूर, मरगळलेल्या एकसुरी जीवनाच्या बाहेर पडून जरा मोकळा श्वास घेऊन आलो. याचा अर्थ असा नाही की आमचे आयुष्य पूर्णपणे बदलून गेले, पण आमच्या आयुष्यात जरा हवा मात्र खेळली. सुरंजनला सुख देण्यात, मोकळी हवा देण्यात, माझा काय फायदा असा प्रत्येकाला प्रश्न पडू शकतो. मी स्वत:लाही हेच विचारू शकते – का? ह्या 'का'चे उत्तर फार अवघड आहे का? सुरंजन मला खूप आपलासा वाटतो. आपलासा का वाटतो? सुरंजन म्हणजे फक्त मी निर्माण केलेले पात्र नाही. त्याचे वेगळे अस्तित्व आहे. त्याचे हिंडणे-फिरणे, बोलणे, विचार या कशावरच मी नियंत्रण ठेवू शकत नाही. तरीही माझा त्याच्यावर अधिकार आहे असे मला वाटते. कदाचित, मी कादंबरी लिहिल्यामुळे

तो जन्मला असावा. आणि सुरंजनबद्दल मला जे प्रेम होते, पक्षपातीपणा होता, त्याला पूर्णपणे जाणून घ्यायची इच्छा होती, त्या सगळ्याला एकदम मूठमाती देता येणार नाही.

कोलकात्यात शिरणे म्हणजे शहरातल्या प्रदूषणात, वायुप्रदूषण, ध्वनिप्रदूषण, आणि बीभत्स ट्रॅफिकमध्ये शिरणे, जिथे हवा शिरायला मुळीच जागा नाही. सुरंजनला बेगबागानमध्ये सोडताना मी म्हटले, "ए, ऐक ना, एकदा बालीगंज लेकला जाऊया तू आणि मी. ठीक आहे?

"अचानक लेक?"

"हो. लेक. तिथे पोहता येते ना? आपण पोहू या."

"पोहू या?"

"हो."

सुरंजनने मान हलवली. त्याचा अर्थ हो किंवा नाही काहीही असू शकला असता. मला जाणून घ्यायचे नव्हते. मी गाडी वळवली.

जीवन किती सुंदर आहे! चल जगूया. तलावाच्या काठी कशाला जातोस? मरायला? असे काहीतरी बोलून कुठलीच समस्या सुटणार नाही. कधीकधी मलाही मरावेसे वाटायचे. आयुष्य म्हणजे माझ्या लेखी एक क्षुद्र गोष्ट बनली होती. आत्महत्या करावीशी वाटायची. तेव्हा कोणीतरी – फार आपला कोणी होता असे नाही – त्याने माझ्या खांद्यावर प्रेमाने, स्नेहाने हात ठेवला होता. त्या आधाराने मला अत्यंत भावनाविवश केले होते. जीवन किती सुंदर आहे, हे – कदाचित तो स्पर्श झाला नसता तर मला कधी कळलेच नसते.

त्यानंतर कित्येक दिवस सुरंजनशी माझे बोलणे झाले नाही. भेटही नाही. सुरंजन आता मोबाईल फोन वापरत नव्हता. जो होता तो मायाला दिला, असे मी ऐकले. एकदा ऐकले होते की फोन किरणमयीला दिला होता. इतके धुके दूर करणे माझ्याच्याने शक्य नव्हते. एका चारित्र्यात इतकी मलिनता असून कसे चालेल?

एकदा जुलेखाला सुरंजनबद्दल विचारले तेव्हा कळले की तो बांगलादेशात गेला आहे. बसने. कोणाची तरी दोन्ही मूत्रपिंडे खराब झाली होती, तो हॉस्पिटलमध्ये होता. ही बातमी सुरंजनला कशी कळली हे जुलेखाला माहिती नव्हते.

"कोण आहे तो? नाव काय?" माझा आवाज कापत होता.

जुलेखाशी त्याबद्दल काही बोलणे झाले नव्हते. तिने सोबहानकडून ऐकले होते.

"कोण मित्र? पुलक?"

"नाही."

"काजल?"

"नाही, असे नाव नाही."

"रत्ना?"

"अंहं.

"मग कोण? अंजन? सुभाष?"

जुलेखा तिकडून म्हणाली,

"मी सोबहानला विचारून तुम्हाला कळवते." दहा मिनिटांनी तिचा फोन आला.

"त्याच्या मित्राचे नाव हैदर."

"हैदर?

जुलेखा शांत स्वरात म्हणाली, "हो, हैदर."

फोन ठेवल्यावर बराच वेळ मी व्हरांड्यात जिथे बसले होते तिथेच बसून राहिले. समोर विस्तीर्ण आकाशाव्यातिरिक्त काहीही नव्हते.

सोबहान समजून चुकला होता की सुरंजन त्याला जुलेखाशी जोडू पाहत होता, पण खरोखरच असे कोणाला कोणाशी जोडून देता येते का? सोबहानला सुरंजनचे वागणे कळायचे, कधी कळायचेही नाही. सोबहान त्याचा स्वभाव जितका ओळखायला जायचा तितका तो अगम्य होत जायचा. आणि जितका अगम्य तितके त्याचे आकर्षण वाढत जायचे. तो सुरंजनच्या घरी गेला की त्याला तिथून परत यावेसे वाटायचे नाही. यायचे तरी कुठे? आई वडिलांनी त्याचे लग्न त्याच्या आतेबहिणीशी लावून दिले होते. नायला त्याच्यापेक्षा वीस वर्षांनी लहान होती. वय लहान म्हणून मैत्री, प्रेम होऊ शकत नाही, असे नाही, पण नायलाबरोबर त्याचे धागे कधी जुळले नाहीत. दोघे जणू दोन वेगळ्या जगात वावरत होते. वेगवेगळ्या जगात राहणाऱ्या लोकांचा संवाद होऊ शकत नाही असे सोबहानचे मत नव्हते. उलट एकाच जगात शेवटचा श्वास न घेता सुद्धा दोन्ही जगांतल्या अनुभवांत दोघांना सहभागी होता येते. पण नायलाशी त्याचे किरकोळ गोष्टींशिवाय बाकी काही बोलणे होत नसे. त्याचे नायलाला काही सोयरसुतक असायचे असेही नाही. पती, मुलगी, सासूसासरे या सगळ्यांची सेवा हाच तिने परम धर्म मानला होता. सोबहान अनेकदा म्हणायचा चल सिनेमाला जाऊ, हॉटेलात जाऊ. पण या सगळ्यांत तिला रस नव्हता. त्या सगळ्या पुरुषांनी करायच्या गोष्टी. तसेच बाहेर पडताना तिला बुरखा घालायचा असायचा. बुरखा घातलेल्या स्त्रीला घेऊन जायला

सोबहान राजी नसायचा. बुरखा ही गोष्टच त्याला फार त्रासदायक वाटायची. घरी सोबहान जितका वेळ घालवायचा, तेव्हा त्याला करण्यासारखे काही नसायचे. नायला मुलीच्यात गुंतलेली असायची. तिला जराही वेळ नसायचा. आणि जरी सोबहानसाठी तिला वेळ असता तरी त्या वेळचे सोबहान काय करणार? साड्या, कपडे, प्रसाधन यांचा भलता शौक. सोबहान म्हणायचा ''इतक्या साड्या घेतेस, दागिने घालतेस, मेकअप करतेस आणि ते सगळे बुरख्यात झाकून टाकतेस! काय फायदा!''

नायला म्हणायची, ''मी हे सगळे काय लोकांना दाखवण्यासाठी करते का?''

''मग?''

''तुम्ही पाहिलेत की झाले.''

आणि सोबहान तरी किती बघणार? आणि बघून तरी काय फायदा? एक स्त्री भरपूर दागिने घालून नटते हे बघून काय होणार? मुलीचा प्रेमाने गालगुच्चा घ्यायचा, नायलाबरोबर घडणारी चांगली गोष्ट म्हणजे भांडण. बाहेर काय झाले, काय नाही याबद्दल तिला काही उत्साह नसायचा त्यामुळे सोबहानला तिला काही सांगावेसे वाटायचे नाही. नाइलाजाने त्याला कॉम्प्युटर घेऊन बसावे लागायचे. दिवसभर ऑफिसमध्ये कॉम्प्युटर, घरी आल्यावरही कॉम्प्युटर. त्यामुळे सुरंजन त्याला जेव्हा बोलवायचा तेव्हा तो धावत जायचा. त्याचे फारसे मित्र नव्हते. त्याचे त्याला दु:खही नव्हते. सोबहानचे असे मत होते की शंभर वाईट मित्र असण्यापेक्षा एक चांगला मित्र असणे बरे. सुरंजन त्याला आपला जिवलग मित्र मानायचा.

सोबहान नेहमीच कुटुंबातला अत्यंत चांगला मुलगा होता. लहानपणापासून त्याला एकाच गोष्टीचे व्यसन – पुस्तकांचे. चश्मा घातलेला, पहिल्या बाकावर बसणारा गुड बॉय. कुठल्याही मुलीकडे न बघणारा. प्रेमात पडायला संधी आणि वेळ दोन्ही नाही. खरकपूर आयआयटीतून पास झाला. घराबाहेरचे लोक त्याला शोभन म्हणून ओळखायचे. शोभन उर्फ चिखलातले कमळ. सोबहानचे आजोबा मिदनापूरहून आले होते. हिंदू स्त्रीशी विवाह केला म्हणून मिदनापूरमध्ये ते राहू शकले नाहीत. बेलघरीयामध्ये फतुल्लापूर येथे येऊन त्यांनी संसार थाटला. सोबहानचे आजोबा आणि वडील दोघे कपड्यांचे दुकान चालवायचे. फक्त सोबहान शिकला. बाकी सगळ्या बहिणी होत्या. सतरा-अठरा वर्षांच्या झाल्याझाल्या याच्या-त्याच्याशी त्यांची पटापट लग्ने झाली. आता आईवडिलांबरोबर फक्त सोबहानच होता. सॉल्ट लेकमध्ये एका कॉम्प्युटर कंपनीत त्याला मोठ्या पगाराची नोकरी लागली. फिडर रोडवर एक फ्लॅट विकत घेतला. त्याच्याच खालच्या मजल्यावर

कॉम्प्युटरचे दुकान सुरू केले. सॉल्ट लेकमध्येच स्वत:ची कंपनी काढण्याचे काम चालू होते.

सोबहानने लग्न केले होते म्हणण्यापेक्षा त्याचे लग्न करून दिले गेले होते – असे म्हणणे अधिक योग्य ठरेल. नायलाला मिदनापूरहून आणून घरात काही दिवस ठेवले, आणि मग धूमधाम न करता एकदम लग्न करून टाकले. 'माझे आई माफ कर' म्हटल्यासारखे सोबहानने 'कबूल' म्हटले होते. याआधी त्याने नायलाला फक्त तीन वेळा पाहिले होते. फिरायला म्हणून ती त्यांच्या घरी आली होती.

तेव्हाच त्याच्या आईवडिलांनी लग्नासाठी तिला ठेवून घेतले – ही गोष्ट सोबहानला लग्नाच्या पंधरा दिवस आधी कळली. मुलीलादेखील जबरदस्ती करूनच लग्न करायला भाग पडले होते. 'माझ्या भावाशीच माझे लग्न का लावता' असे म्हणून तीपण हात-पाय आपटून रडली होती असे त्याच्या कानावर आले. शरमेने ती डोळे उघडू शकली नव्हती. चोवीस तासातले वीस तास सोबहान आपल्या कामात गर्क असायचा. आईवडिलांच्या इच्छेविरुद्ध तो गेला नाही. आयुष्यात जर लग्न करावेच लागणार आहे, जर लग्नाचे वय झालेलेच आहे, तर लग्न करून टाकणेच बरे.

अशा रीतीने एक दिवस सोबहानसारख्या वर्कोहॉलिक माणसाचे लग्न नायला खातूनबरोबर झाले. एका पलंगावर रात्र घालवली. शेजारी रसरशीत देहाचा गंध – शरीर शरीराकडे ओढले गेले – एक दिवस मूल जन्मले.

घरातला सोबहान, बाहेरचा शोभन, शोभनदा, शोभनबाबू याचे जुलेखाबरोबर जुळवायला गेले तरी ते होणार नाही. जुलेखाबद्दल सोबहानला सहानुभूती होती. त्याने जितके ऐकले होते, पाहिले होते, त्यावरून ती प्रचंड आत्मविश्वास असलेली एक स्त्री आहे हे त्याला जाणवले होते. तिचे खरे प्रेम सुरंजनवरच आहे, तिला तोच आवडतो, याची त्याला पूर्ण खात्री होती. प्रेम गाढ असल्यामुळे तिला आघात सहन झाला नाही. अभिमानही प्रखर होता, तिकडे आता सुरंजन ढुंकून पाहत नव्हता. तो पाषाणहृदयी होता, पण विरघळला तर नदीसारखा.

लवकर घरी जाण्याऐवजी सोबहान मित्राबरोबर वेळ घालवणे पसंत करायचा. त्याच्या एकसुरी आयुष्यातून सुटका झाल्यासारखे वाटायचे. सुटका, मुक्ती – ही धारणा त्याच्यासाठी नवीन होती. इतकी वर्षे सतत तेच ते नीरस काम करत होता हे यापूर्वी त्याला जाणवलेच नव्हते. सुरंजनचा जीवनाबद्दलचा दृष्टिकोन वेगळाच होता. एकसुरी आयुष्य तर त्याचेही होतेच. सोबहान ही त्याच्यासाठी मुक्ती होती. बाहेरच्या जगाबद्दल सोबहानला विलक्षण कुतूहल तर सुरंजन सगळ्याच बाबतीत उदासीन. सोबहान हळूहळू बहिर्मुखी होत होता, फुलत होता, तर सुरंजन दिवसेंदिवस

आत्मकेंद्रित होत चालला होता. दोघांची मैत्री होण्याचे काही कारण नव्हते, पण झाली. बहुधा दोघांनाही आपापला भूतकाळ डोळ्यांसमोर दिसत असल्यामुळे असेल. त्यात दोघांनाही एका प्रकारे सुरक्षित वाटत होते. जणू कोणा अनोळखी माणसाच्या नव्हे, तर स्वतःच्याच संगतीत असावे तसे.

त्या दिवशी जुलेखाने जेव्हा त्याला तसलिमाच्या घरी बोलावले, तेव्हा पहिल्यांदा दुविधा, शरम, भीती यांमुळे तो जाऊ इच्छित नव्हता. मुसलमान नाव असलेल्या तरुणाकडे तसलिमा कोणत्या दृष्टीने बघेल याचा त्याला अंदाज नव्हता. त्याव्यतिरिक्त लेखक-लेखिकांसमोर जाऊन बोलण्याची त्याला कधीच सवय नव्हती. पण जुलेखाने त्याची ही भीती दूर केली. तसलिमाला पाहिल्यावर ती कोणी उग्रवादी असेल असे वाटलेच नाही. सामान्य माणसाप्रमाणे चहा दिला, बोलली. ती अतिशय संवेदनशील वाटली, विशेषतः जेव्हा तिने सुरंजनबद्दल विचारले. ती सुरंजनची किती काळजी करते हे सुरंजनला माहितीच नाही असे सोबहानला वाटले. आणि काळजी करणे, काळजी घेणे यालाच मूर्ख लोक प्रेम समजतात. सुरंजन तर माणसांना ओळखण्यात चूक करण्यात उस्तादच.

जी स्त्री किंवा पुरुष खूप संघर्ष करून मोठे होतात, स्वतःच्या पायावर उभे राहण्यासाठी, आत्मसन्मानाने जगण्यासाठी कटिबद्ध असतात, त्यांच्याबद्दल सोबहानच्या मनात खूप आदर निर्माण व्हायचा. त्याच्या नजरेसमोर बहिणींची लग्ने कुणा सोम्यागोम्यांशी झाली, तो विरोध करू शकला नाही. कुठल्याही बहिणीला मुलगी झाली की तिचा पती तिलाच दूषण द्यायचा, दुसरे लग्न करेन अशी धमकी द्यायचा. कोणी म्हणायचा हुंड्याचे पैसे घेऊन ये, तुझा भाऊ तर बडा माणूस आहे. त्याची एक बहीण तर रोज रात्री नवऱ्याचा मार खायची. सगळ्या बहिणी परावलंबी. अधूनमधून तो म्हणायचा की सगळ्या जणी इथे निघून या. पण पतीला सोडून त्यांनी यावे हे आईवडिलांनाच मान्य नव्हते. उलट स्त्रियांनी तोंड मिटून सगळे सहन करणेच उचित अशी त्यांची धारणा. सोबहानने जेव्हा मायाला बघितले, तेव्हा त्याला वाटले की मनात आणले तर त्याच्या बहिणीदेखील मायासारख्या होऊ शकल्या असत्या. माया तिच्या नवऱ्याचे घर सोडून आली होती. तसे येणे ही काही निष्ठुरता नव्हती, माया निष्ठुर नव्हती. जेव्हा सोबहान सुरंजनला भेटायला जायचा तेव्हा एकदाही असे झाले नाही की तिने 'शोभनदा जेवूनच जा' असा आग्रह केला नाही.

सोबहान म्हणायचा, "इतके दिवस माहिती होते की बांगाली (बांगलादेशी लोक) लोकांना इतरांना खाऊपिऊ घालण्यात खूप आनंद मिळतो. खाण्याच्या, खाऊ घालण्याच्या गोष्टी फक्त ऐकल्या होत्या, आता प्रत्यक्ष बघतो आहे. मी स्वतःच व्हिक्टिम आहे."

"व्हिक्टिम?" माया डोळे मोठे करत म्हणाली.

सोबहान हात जोडून म्हणाला, "क्षमा करा, मला लकी म्हणायचे होते."

"असे म्हणा," माया हसली.

बरेच दिवस तो मायाच्या हातचे जेवत होता. तिचा शोभनदा हिंदू नाही हे अजूनही मायाला माहिती नव्हते. एकदा तर पंचाईतच झाली. माया म्हणाली "शोभनबाबू, तुम्हाला पुढच्या रविवारी मांसाहारी जेवण करून घालेन. काय खायला आवडेल तुम्हाला?"

सोबहान म्हणाला, "मला सगळे आवडते, चिकन, मटण, बीफ ..."

"बीफ?" दचकून माया मागे सरली.

तेवढ्यात सुरंजन म्हणाला, "हे बघ, हल्ली सगळे जण बीफ खातात. तुझ्यासारखे कितीसे धर्मांध 'बीफ खाणार नाही' म्हणून बसलेत? मी नाही का खात? बाबा खायचे नाहीत? आपल्या देशात असताना तूही खायचीस की. घरात शिजवले जायचे. मा खायची नाही बहुतेक, पण आपण सगळे खायचो."

मायाने थोड्या वेळाने मान्य केले, "हो, व्हायचे खरे तसे."

शोभन नावामुळे अनेक ठिकाणी अनेक प्रकारे सोय होते हे सोबहानला माहिती होते. शोभन! शोभनदा! शोभनबाबू! पण सुरंजनसारख्या जवळच्या मित्राच्या घरी हिंदू म्हणून जाणे त्याला मान्य नव्हते. खरी ओळख सांग असे जेव्हा त्याने सुरंजनला सांगितले, तेव्हा तो म्हणाला, "मग यापुढे माझ्या घरी तुझे येणे होणार नाही. मायाच बंद करेल. माया मुसलमानांना सहन करू शकत नाही."

मुसलमानाची हिंदू म्हणून किंवा हिंदूची मुसलमान म्हणून ओळख करून देणे जसे सुरंजनला पसंत नव्हते, तसे सोबहानलाही. त्यांची बाहेर भेट होऊ शकत होती, अड्डा जमू शकत होता, पण बाहेर कुठल्यातरी बार किंवा रेस्टॉरंटमध्ये बसावे लागायचे. तिथे जाऊन बिल द्यायची सुरंजनची कुवत नव्हती. सोबहानच्या पैशातून पाच-सहा दिवस तो खाऊ शकायचा पण रोज खाणे त्याला शक्य नव्हते. नीती नावाची जी एक जीर्ण गोष्ट अजूनही त्याच्यापाशी शिल्लक होती, तिच्यावर भयंकर ओरखडे निघायचे.

पूर्वी सुरंजन सोबहानला बोलावून आणायचा, आता तो आपणहूनच यायचा. एवढेच काय, पण तो म्हणायचा की फिडर रोडवरचे कॉम्प्युटरचे दुकान पार्क सर्कस भागात घेऊन येईन. या गोष्टीला सुरंजनदेखील दुजोरा द्यायचा.

सोबहानची सुरंजनशी भेट तर व्हायचीच, पण मायाशीही व्हायची. घरीच नव्हे तर बाहेरसुद्धा. एकदा माया ऑफिसच्या कामासाठी सॉल्टलेकमध्ये गेली होती. तिथूनच तिने सोबहानला फोन केला.

"शोभनदा, मी सॉल्टलेकमध्ये आले आहे. तुझे ऑफिस कुठे आहे?"

"तू कुठे आहेस सांग."

"रिता स्किन फौंडेशनसमोर. डॉ सुव्रत मालाकारांचा दवाखाना."

"ठीक आहे. तिथेच थांब. मी दहा मिनिटांत पोचतो."

मायाचा प्रिय शोभनदा बरोबर वेळेवर पोचला, तिला गाडीत घालून सिटी सेंटरमध्ये घेऊन गेला. मायाने सिटी सेंटरचे नाव ऐकले होते, पण कधी गेली नव्हती. ती एखाद्या लहान मुलीसारखी उत्साहात होती. काही खरेदी करायची नव्हती. तिला फक्त कुठेतरी बसून गप्पा मारायच्या होत्या. सोबहानला ऑफिसमध्ये काम होते, पण त्याने फोन करून उशीर होईल असे सांगितले.

मायाच्या आयुष्याबद्दल त्याने जे काही ऐकले होते त्याचा त्याला खूप त्रास झाला होता. त्याच्या बहिणींसारखेच बरेचसे तिचे आयुष्य. मायाला तिचा नवरा रोज रात्री मारायचा, दारू पिऊन रस्त्यात पडायचा, घराबाहेर दुसऱ्या स्त्रीबरोबर राहायचा हे सगळे त्याने बसून ऐकले.

माया घर सोडून निघून गेली, पण नवरा नावाच्या नालायक माणसाने तिचा शोधदेखील घेतला नाही. मी परत कधीच येणार नाही असे तिने त्याला कळवले होते.

"तुझ्या दोन्ही मुलांना त्या घरी पाठवून दे."

"शक्य नाही. ते लोक त्यांना मारून टाकतील. कोणी बघायला असते तर कदाचित मुलांना तिथेच ठेवले असते."

"तू घटस्फोट का घेत नाहीस?"

मायाने यावर काहीच उत्तर दिले नाही.

"तू इतकी स्ट्राँग आहेस. कोणताही अन्याय सहन करत नाहीस, मग शांखा-सिंदूर यांच्यासमोर शरणागती का? असा नवरा आयुष्यात असण्याला काय अर्थ आहे? माझ्या बहिणी तुझ्यापेक्षाही भित्र्या आहेत. मी त्यांना कित्येकदा सांगतो की फोर नाइंटी केस करा म्हणून, पण त्या ऐकत नाहीत."

मायाचे डोळे भरून आले. सोबहानला खूप अवघडल्यासारखे झाले. कदाचित त्याने काही गोष्टी बोलायला नको होत्या. काय बोलावे, काय नाही त्याला कळत नव्हते. सोबहान वारंवार क्षमा मागत राहिला, "माझे काही चुकले असेल तर माफ कर."

त्याने इतक्या नरम स्वरात, इतके मनापासून कोणाला बोलताना ऐकले नव्हते. मायाचे बाह्यरूप रागीट, असमाधानी होते हे त्याला माहिती होते. पण आतल्या आत, रात्रीच्या रात्री उशीत तोंड खुपसून ती तिच्या आईसाठी, दादासाठी, तिच्या अभागी मुलांसाठी रडायची. स्वत:साठी पुष्कळ रडली होती, आता नाही.

सोबहान मायाला बरेच प्रश्न विचारत होता, "तू ऑफिसला कशी जातेस,

तिथे काय काम करतेस?'' हे प्रश्न कधी तिच्या दादाने-सुरंजननेही विचारले नव्हते.

"बंडेलगेटहून रैनबैक्सी. बालीगंज फाँडीपासून ऑटो करून कुष्टीयाला उतरते, मग रिक्षा करून जाते. तिथे मी असिस्टंट डेपो मॅनेजर म्हणून काम करते. गोडाऊन सांभाळायचे काम आहे. कोणता माल आला, कोणता गेला. अधूनमधून मार्केटिंगही बघावे लागते.''

"अरे वा! बरेच काम आहे. अवघड असेल ना?''

माया हसून म्हणाली, "छे! मुळीच अवघड नाही. खरे तर माझी खूप अवघड काम करायची इच्छा आहे.''

"हे सगळे एकटीने सांभाळावे लागते म्हणून कधी रडायला येते? हे जमेल की नाही, काही चुकेल का, याची कधी भीती वाटते? एकटी असतीस तर निभावले असते, पण दोन मुलांची जबाबदारी तर तुलाच घ्यावी लागते ना! जेव्हा स्वतःचे आयुष्य एन्जॉय करायचे, हिंडायचे-फिरायचे, मजेत राहायचे, तेव्हा पैसे कमवावे लागतात, अनेक जबाबदाऱ्या उचलाव्या लागतात म्हणून कधी डोळ्यात पाणी येते? मनात निराशा दाटत नाही?''

माया भारावल्या नजरेने सोबहानकडे पाहत राहिली. इतक्या प्रेमाने कधी कोणी तिची विचारपूस केली नव्हती. मायाला सोबहानबद्दल खूप आपलेपणा वाटला.

खाता खाता सोबहानने विचारले, "यावर्षी पूजेला काय करणार?''

"मुलांना नवीन कपडे, बूट घेणार, आणखी काय!''

"आणि स्वतःसाठी?''

"माझ्यासाठी?''

"हो, तुझ्यासाठी.''

माया हसून म्हणाली, "छे, माझ्यासाठी काही नाही.''

"काही का नाही? स्वतःसाठी काहीतरी कर माया.''

सोबहानच्या बोलण्यात इतका मायेचा ओलावा होता, की मायाचे डोळे पुन्हा भरून आले. डोळे पुसत पुसत म्हणाली, "स्वतःबद्दल विचार करायला मी विसरून गेले आहे शोभनदा.''

सोबहान म्हणाला, "मुलांना आजीजवळ ठेवून चल आपण समुद्रावर जाऊ. मंदारमणी खूप सुंदर जागा आहे. तिथे दूरवर आकाश आणि समुद्राचे मीलन बघायला मिळते. जवळच आहे. गाडीतून जाऊ. तीन-चार तासांत पोचू.''

मायाच्या मनाचा दक्षिण दरवाजा झटक्यात उघडला. हृदयात आनंदध्वनी निनादू लागला.

"शोभनदा, इतके दिवस झाले मला घरी येऊन पण माझा सख्खा दादा कधीही म्हणाला नाही – माया तू बरी आहेस का. त्याला कधी जाणून घ्यावेसे वाटले नाही. मी एखाद्या रोबोसारखी चालते-फिरते-काम करते. तेच ते सकाळी ऑफिसला जाणे, संध्याकाळ उलटल्यावर घरी येणे. कधी एकदा तरी म्हणाला? – चल, तुला कुठेतरी घेऊन जातो? वास्तविक लहानपणी त्याचे माझ्यावर इतके प्रेम होते – कुणास ठाऊक मुळात प्रेम होते की नाही!"

जुलेखाचा विषय मनात येऊनही सोबहानने काढला नाही. मायाला जुलेखा मुळीच आवडत नाही असे त्याने ऐकले होते. इतक्या सरळ, सुंदर, संवेदनशील स्त्रीच्या मनात मुसलमानांबद्दल इतका तिरस्कार का निर्माण झाला?

जगातले सगळे लोक समान आहेत, त्यांच्या आवडी-निवडी, सुख-दुःखे सारखीच आहेत हे मायाला का समजत नाही? त्या सर्वांनाच प्रेम हवे असते हे तिला कळत कसे नाही? यात न समजण्यासारखे काहीच नाही. पण कोणीच प्रेमाने समजावत नाही. शिवीगाळी, हिंसा, राग, बीभत्सपणा, या मार्गांनी समजावले तर शेवटपर्यंत कोणाला तरी समजेल, पटेल का? कायद्याच्या मार्गानेही नीट समजावता येत नाही. त्या भेटीतच सोबहानने मायाला सांगून टाकले की तो हिंदू नाही, त्याचे नाव शोभन चक्रवर्ती नाही. तो सोबहान आहे, मोहम्मद सोबहान.

दिवसेंदिवस ह्या शहराचा मला जास्तजास्तच त्रास होऊ लागला आहे. घरातून निघाले की वाहतूक कोंडीत अडकावे लागते. चार नंबर ब्रिज किंवा बायपासवरच दोनेक तास जातात. या शहराचे दिवसेंदिवस काय होत चालले आहे हे कळणे माझ्या आकलनशक्तीच्या पलीकडचे आहे. लोकांच्या हातात पैसा आहे. पैसा आला की गाडी आली. गाडी आली की रस्त्याची गरज पडते. पण कोलकाता शहरात पुरेसे रस्तेच नाहीत. इतक्या कमी रस्त्यांवर इतक्या जास्त गाड्या चालणे शक्यच नाही. त्यामुळे मग सगळे ठप्प होऊन राहते. इतके दोष आहेत कोलकात्यात, पण तरीही तेच शहर मला प्रिय आहे. प्रदूषणयुक्त कोलकाता शहरच मला प्रिय. प्रचंड उकाडा असणारे हेच शहर मला प्रिय. या शहरात मी माझ्या भाषेत बोलू शकते ही माझ्या लेखी खूप मोठी गोष्ट आहे. युरोप सोडून इथे मरायला कशाला आले ते इथल्या लोकांना समजत नाही, आणि ते समजावून देणे फार अवघड आहे. त्यांना वाटते की युरोपमध्ये माझी फारच भयंकर अवस्था होती म्हणून मी इथे आले. तिथे अगदी चांगली परिस्थिती असूनही कोणी कोणी इथे येतात, येऊ शकतात हे कोणाच्या डोक्यात शिरत नाही. युरोप अमेरिकेत कोणाचीही वाईट परिस्थिती नसते अशी बहुतेक लोकांची खात्रीच असते. तिथे सगळेच जणू श्रीमंत, सुखी असतात. आप्तस्वकीय नाहीत, भाषा परकी, संस्कृती

नाही, मी कशी राहू परक्या देशात, परक्या भूमीवर? या सगळ्या बाबतीत मी किती कंगाल आहे हे अनेक जणांना माहितीच नाही. कंगाल म्हटले की माझ्याबद्दल लोकांचे फार काही उच्च मत होत नाही.

माझ्या आयुष्यात माझे मित्रच माझे नातलग. माझ्यावर जे लोक प्रेम करतात तेच माझे नातलग. या क्षणाला किरणमयी माझ्या आईसारखी, सुरंजन मित्र किंवा भावासारखा, माया बहिणीसारखी. नातलगांविना जीवन जगता जगता कोणाकोणाला माझ्या अवचेतन मनातच नातलग बनवते. ज्यांना मी नातलग मानते, त्यांना कदाचित त्याची गंधवार्ताही नसते.

सुरंजन बांगलादेशात गेला आहे ही बातमी मला कळवायची त्याला एकदाही गरज वाटली नाही! माणूस इतका अलिप्त कसा होऊ शकतो, मला कळतच नाही. तो देश जसा सुरंजनचा तसाच माझाही नाही का! त्या देशात सुरंजन जाऊ शकतो, मी नाही. त्या देशाशी नाते तोडल्यावरही, तिथले नागरिकत्व सोडल्यावरही, भारताचे नागरिकत्व घेतल्यावरही सुरंजनला तिथे जायची परवानगी मिळते. आणि मी – त्या देशाची नागरिक, त्या देशात परतण्याची किती काळ वाट पाहूनसुद्धा तिथे पाऊल टाकू शकत नाही. सुरंजनला माझ्याबद्दल काहीच सहानुभूती वाटत नाही? तो किमान मला सांगूदेखील शकला नाही की तो बांगलादेशात जातो आहे?

मला माहिती आहे की माझ्याबद्दल लोकांना दुरून आदर वाटतो, पण प्रेम नाही. जे तिरस्कार करतात ते दुरूनही करतात, जवळूनही करतात. मला कोणाकडून प्रेम मिळण्याची शक्यताच नाही. सगळ्यांच्या नशिबात सगळेच असत नाही. जश्या मला इतर बऱ्याच गोष्टी मिळाल्या, फक्त प्रेम मिळाले नाही. मिळाले असते तर कळले असते की सुरंजन बांगलादेशातून परत आला आहे. ही बातमीही मला जुलेखाकडूनच मिळाली. सुरंजन मला का टाळतो आहे त्याचे कारणही मला जुलेखानेच सांगितले. त्याला म्हणे अशी शंका येते आहे की मला त्याच्याबद्दल आणखी एक कादंबरी लिहायची आहे. म्हणूनच म्हणे मी त्याची बित्तंबातमी ठेवते. त्या कारणासाठीच मला त्याची इतकी गरज आहे. हे ऐकून मी खूप दुखावली गेले. लिहायच्या खोलीच्या खिडकीतून इतर घरांच्या वरचे जेवढे आकाश दिसते, तेवढेच आकाश बहुधा माझे मुक्तिस्थान आहे. त्याच आकाशाच्या विशालतेसमोर आणि अनंततेसमोर उभी राहून स्वत:चे क्षुद्र अस्तित्व पंखांसारखे उडवून देते, आता कोणतीच तुच्छ गोष्ट मला स्पर्श करू शकत नाही. सुरंजनबद्दल मी जे लिहिले आहे, ते काही वाईट लिहिले आहे का? त्याच्या भल्यासाठीच लिहिले ना? फक्त त्याच्याच नव्हे, तर सगळ्यांच्याच भल्यासाठी. जेणेकरून माणूस माणसाला माणूस वाटेल, माणसाची ओळख हिंदू, मुसलमान, बौद्ध,

ख्रिश्चन अशी न होता फक्त माणूस म्हणूनच राहील. जे काही लिहिले ते सगळे मानवतेसाठीच, मानवाधिकारांसाठीच. जे काही केले ते सुरंजनचे भले व्हावे याच इच्छेने, जेणेकरून आणखी एखाद्या सुरंजनला असुरक्षिततेमुळे दबून राहावे लागू नये, वेडे व्हावे लागू नये, देश सोडणे भाग पडू नये. इतक्या समजुतदार मुलाला हे कळू नये? त्याच्यावर समजा मी आणखी एक कादंबरी लिहिली तर त्याला काय अडचण आहे? त्याला माझ्या कादंबरीतले पात्र बनवायचा मला अधिकार नाही? अर्थात आपण कादंबरीतले पात्र होऊ नये म्हणून प्रयत्न करण्याचा त्यालाही नक्कीच अधिकार आहे. त्यालाही अधिकार आहे मला विसरून जाण्याचा.

त्यानंतर माझा कोणाशीच कसलाच संपर्क राहिला नाही. इच्छा होती तरी ठेवला नाही. मला स्वाभिमान नाही का! त्यांना मी इतके जे प्रेम दिले! असे प्रेम काय उगीच कोणी कोणाला देते? मी कुठे राहते, माझे घर, माझा फोन नंबर किरणमयीलाही माहिती आहेच की, पण तिने कधी विचारपूस केली नाही. वारंवार त्यांचे दार वाजवून ते बरे आहेत की नाही हे विचारायची काय माझीच जबाबदारी आहे? ते बघून बघून मीच व्यथित होते. स्वत:च्या परिस्थितीशी त्यांच्या परिस्थितीची तुलना करून रडत बसते. मला वाटते त्यांची अवस्था वाईट आहे, पण खरे म्हणजे वाईट नाही. कसेही करून, आहे त्या परिस्थितीशी त्यांनी जुळवून घेतले होते. माझीही परिस्थिती चांगली नाही की काय! मीही जुळवून घेतेच. मला बघून लोक म्हणतातच, 'ओह, ही किती त्रासात राहते, परक्या भूमीवर, एकटी!' त्यांना मी जितकी त्रासात आहे असे वाटते, तितकी मी नाही. अडचणी, संकटांचा मी एक प्रकारे स्वीकारच केला आहे. प्रेम केले की सुद्धा हे दु:ख असतेच. दुसऱ्याच्या दु:खाने दु:खी होण्याचा स्वभाव असा किती जणांचा असतो! तुमची कोणाची काहीच जबाबदारी नाही, मग मी एकटीच कशाला जबाबदारी घेऊ विचारपूस करायची – असा विचार करून बरेच महिने काढले.

या दरम्यान युरोपमध्ये फिरून आले. सुरंजन एखाद्या तळ्याच्या काठाशी बसून बसून एक दिवस उडी मारून मेला तर नसेल – या कल्पनेने अनेक वेळा मनाचा थरकाप झाला. का कोणास ठाऊक, पण मला आत्महत्या संसर्गजन्य वाटते. आत्महत्या बघितली की आत्महत्या करावीशी वाटते. सुरंजन जिवंत आहे की नाही हे जाणून घेण्यासाठी, सुरंजनचा जुना फोन माया वापरत असल्यामुळे आणि माया माझा तिरस्कार करत असल्यामुळे आगीत तेल न ओतता मी जुलेखाला फोन केला. जुलेखाला माझा फोन आला म्हणून खूप आनंद झाला. म्हणाली, ती आधीच्या ठिकाणीच अजून नोकरी करते. त्याच होस्टेलमध्ये राहते. आयुष्य पहिल्यापेक्षा छान आहे. बाहेरून एमएची परीक्षा देण्याची तयारी चालू आहे.

"तुझा मुलगा?"

"तो त्याच्या वडिलांकडेच आहे. मजेत आहे. मजेत आहे ते चांगलेच आहे. मोठा झाल्यावर जर कधी त्याला आईकडे यावेसे वाटले तर येईल."

"आणि तिकडची काय खबरबात?"

"तिकडची?" जुलेखा हसून म्हणाली, "सुरंजन पूर्वीसारखाच आहे. होपलेस अवस्थेत. त्याच्याशी संपर्क आहे – बराचसा मित्रासारखा."

"का बरे? प्रेम-बीम गायब झाले वाटते?"

जुलेखा हसून म्हणाली, "झाले ते ठीकच झाले. मला तरी कुठे झेपले असते!"

"हल्ली मला वाटते की प्रेमसुद्धा झेपेल, न झेपेल हा विचार करूनच केले जाते का?" मी हसत हसतच विचारले.

"खरे म्हणजे ते सगळ्याच बाबतीत असते. रिलेशनशिपच्या वेळी ते आतल्या आत असते, पण असते."

"हं. आणि सोबहान? त्याच्याशी तुझे जुळले की नाही?"

जुलेखा हसतच म्हणाली, "तो अजूनही मला आणि सुरंजनला घेऊन रेस्टॉरंटमध्ये जातो. त्याच्याकडे आता आणखी वेळ कुठला? तो मायामध्ये गुंतला आहे."

"म्हणजे?" मी जणू आकाशातूनच पडले.

"माया आणि सोबहानचे लग्न आहे पुढच्या महिन्यात सहा तारखेला."

जुलेखा म्हणाली तिची आणि मायाची आता प्रत्यक्ष भेट होऊ लागली आहे. माया स्वतःच म्हणाली की ती मला लग्नाचे आमंत्रण देण्यासाठी माझ्या घरी येणार आहे.

"काय सांगते आहेस? खरे बोलते आहेस का?"

जुलेखा शांत स्वरात म्हणाली, "हो. उगीच काहीतरी कशाला सांगेन!"

"माया आणि सोबहानचे लग्न होणे कसे शक्य आहे? माया तर–"

"माया तर काय?"

"माया तर किती बदलून गेली होती ना? तुला माहिती नाही?"

जुलेखा म्हणाली की माया बदलली आहे की नाही याबाबत तिला काहीही माहिती नाही. जुलेखाने तिला जे काही बघितले होते ते एक सरळ, साधी, खूप हसून खेळून राहणारी, सहज, उदार मुलगी म्हणूनच – खूप स्वावलंबी, आत्मविश्वास असलेली, मन लावून काम करणारी, उत्स्फूर्त.

"खरे सांगते आहेस?"

"होय."

"ती आतून वेगळीच आहे असे तुला वाटत नाही?"

"वेगळी म्हणजे?"

"मुस्लीमद्वेष्टी?"

"मुस्लीमद्वेष्टी? त्याचा तर प्रश्नच नाही. असे का बोलता आहात?"

"खरे म्हणजे तिच्यावर जे अत्याचार झाले..."

"हो, हे सगळे तुम्ही लिहिले आहे हे मला माहिती आहे. पण एखाद्या मुलीबद्दल तुमचे अशा प्रकारे लिहिणे उचित नाही."

" का? त्यात अनुचित काय आहे? मी काही खोटे लिहिले नाही."

"सगळे सत्य प्रकाशात आणण्यासारखे असते असे नाही."

"ती याबाबत काही बोलली का?"

"नाही. ती काही बोलली नाही. हे मीच बोलते आहे. समजा तुम्ही लिहिलेत की माझ्यावर कोणीतरी कधीतरी बलात्कार केला, तर ते मला आवडणार आहे का? सतत मनात हेच येत राहील की प्रत्येक जण माझ्याकडे बघतो आहे, तोच एक विचार करतो आहे. एक बलात्कारिता – याशिवाय माझी दुसरी ओळखच राहणार नाही."

"मग मी सत्य काय ते लिहायचे नाही का?"

"सत्य लिहिण्यासारखा हा समाज आहे का?"

"मग आपण समाजापुढे मान तुकवून चालायचे की आपण समाज घडवायचा?"

"तुम्ही एकट्या समाज घडवू शकणार नाही. तुमच्याबरोबर आणखी असे किती जण आहेत? आणि 'समाज घडवायचा, समाज घडवायचा' ही घोषणा 'आय ॲम सॉरी टू से' पण हा सगळा खूप रोमँटिक, स्वप्नरंजनाचा मामला आहे. असे सगळे बोलून खरेच काहीही होत नाही."

मी अवाक होऊन बसून राहिले. जुलेखा मायाच्या बाजूने समर्थन करत होती. तिकडे माया एका मुसलमान मुलाशी लग्न करायला निघाली होती. सगळेच अस्पष्ट, संदिग्ध. सगळ्याच गोष्टी आमूलाग्र बदलून गेल्या आहेत, किंवा मला तरी वेड लागले आहे.

"ते दोघे लग्न करत आहेत – का कुणास ठाऊक, पण विश्वास बसत नाही आहे."

"हो. ते अगदी धामधूम करून लग्न करत आहेत. तुम्हाला लग्नाला यावेच लागेल."

"जुलेखा, तू खरे बोलते आहेस का?"

उत्तरादाखल ती मोठ्याने हसली. "खोटे कशाला सांगू?"

तेच तर. जुलेखा खोटे कशाला बोलेल?

मी म्हटले, "ठीक आहे. तुझ्याकडूनच त्या सगळ्या गोष्टी ऐकेन. ये एकदा

घरी.''

''नक्की येईन.''

''तुझ्यासाठी परदेशातून व्होडका आणली आहे.''

''अरे वा!''

माझे आमंत्रण ऐकून जुलेखा आनंदाने उड्याच मारायला लागली. म्हणाली उद्याच येते – येतेच.

सोबहान आणि माया यांनी लग्न केले आणि ते सुखासमाधानाने राहू लागले – ही अशी काही बाब नव्हती. हे अशा पद्धतीने घडेल यावर निदान माझा तरी विश्वास नाही. अगदी दोघांचे गाढ प्रेम बसले, त्यांनी लग्न करायचा निर्णय घेतला, घेऊ शकतातच, पण सोबहानच्या बायको-मुलीचे काय? नायला जर एखादी स्वावलंबी स्त्री असती, तर नवऱ्याचे प्रताप पाहून कदाचित तिने त्याला सोडून दिले असते. नायला काही जुलेखा नाही. सगळ्या जुलेखासारख्या होऊ शकत नाहीत.

दिवसभर माझे कशातच मन लागेना. सुरंजनला भेटायची इच्छा अधिकाधिक तीव्र होत होती. स्वाभिमान, राग कधी गळून गेला कोण जाणे! सुरंजनने माझा जितका, जसा अपमान केला, तसा आजवर कोणीही केलेला नाही. दिवसेंदिवस तो माझ्याकडे दुर्लक्ष करण्याचा, मला तुच्छ लेखण्याचा उद्धटपणा करत चालला आहे. हाच एकमेव माणूस, ज्याला मी सोडू शकत नाही, पण त्याच्याबरोबर फार काळ टिकून राहणेही शक्य नाही. सुरंजन खूप बदलला आहे. एक माणूस भिन्न भिन्न वातावरणात कशा प्रकारे बदलू शकतो – याच त्याच्या बदलण्याच्या स्वभावामुळे मी त्याच्याकडे विशेष करून आकृष्ट झाले होते. खरे सांगायचे तर त्यामुळेच मी त्याच्यावर 'लज्जा' ही कादंबरी लिहिली. कादंबरीतल्या प्रत्येक पात्राची व्याख्या करता येते, पण सुरंजनची तशी स्पष्ट व्याख्या करू शकले नाही म्हणूनच त्याच्याविषयीचे माझे कुतूहल आजही कमी झाले नाही. सुरंजन आज ज्याप्रकारे आयुष्य घालवतो आहे तसेच तो कायम घालवेल की नाही हे मला नक्की सांगता येत नाही. जुलेखाशी त्याचे प्रेमाचे नाते शेवटपर्यंत टिकणार नाही याचा तर मी विचारही करू शकत नाही.

मुसलमानद्वेष्टी माया एका मुसलमान तरुणाशी लग्नाची गाठ बांधते आहे – ही एक थक्क करणारी बाब आहे. बरीचशी – एका कम्युनिस्टाने कट्टरपंथीय व्हावे – तशी. एका ध्रुवावरून दुसऱ्या ध्रुवावर उडी मारण्यासारखी. पण सुरंजन अशी कोणतीच धक्कादायक गोष्ट करत नाही. तो एकटाच आतल्या आत कोसळत जातो. सुरंजन एक असा तरुण आहे ज्याला अगदी सामान्य म्हणता येत नाही, पण फार असामान्यदेखील नाही.

व्यक्तिगत आयुष्यात तो अगदी उदासीन आहेही आणि नाहीही. अशा स्वभावाची माणसे माझ्या बघण्यात फारशी आलेली नाहीत. मला जी अधूनमधून भीती वाटते की सुरंजन कधीतरी तळ्यात उडी मारून आत्महत्या करेल, ती भीती कदाचित अगदीच बिनबुडाची असेल. इतर कोणी आत्महत्या करेल का? कदाचित करेल कोणीतरी. मला वाटते की आत्महत्या काहीशी संसर्गजन्य असते. डॉक्टर सुधामयांनी केली, त्यामुळे त्या आत्महत्येचे जे साक्षी आहेत, त्यांच्या मनात – एखाद्या एकाकी, उदास संध्याकाळी, चहूकडे कोणी नाही, काही नाही, सुन्न करणारा एकटेपणा जेव्हा हृदय विदीर्ण करतो, तेव्हा एकदाही येत नसेल की जगून काय करायचे आहे? तेव्हा तळ्याचे पाणी फार दूर नसेल. सुधामयांचा मृत्यू आजही मला हादरवून टाकतो. त्यांनी कोणत्या कारणासाठी आत्महत्या केली हे आजही मला निश्चितपणे माहिती नाही. बरेच काही बोलले जाते, पण त्यातले काय खरे, काय नाही, हे त्या स्वत:चा जीव घेतलेल्या माणसाव्यतिरिक्त कोणाला माहिती असणार?

सुरंजनला भेटण्याच्या इच्छेला कसा लगाम घालायचा ते मला समजत नव्हते. एखाद्याची एखादी इच्छा कायमची मनात राहते का? एके दिवशी – कोणास ठाऊक तो दिवस कोणता असेल – ज्या दिवशी मला जाणून घ्यायची इच्छा नसेल की सुरंजन कसा आहे, जिवंत आहे की नाही, माया आणि किरणमयी बऱ्या आहेत की नाही – तेव्हाही माझी हीच सदिच्छा असेल की ते ज्या परिस्थितीत जगत आहेत त्यात बरे असावेत, सुखी असावेत. त्यांच्याबद्दल मला एक प्रकारची जबाबदारी वाटते. जणू ते माझे नातलग आहेत, किंवा नातलगांपेक्षाही अधिक. असा विचार करणे योग्य नाही, पण तरीही कधी कधी मनात विचार येतो, की ती सगळी मीच निर्माण केलेली पात्रे आहेत. त्यामुळे माझा सुरंजन कधीही पाण्यात बुडून मरू नये. माझी किरणमयी तिच्या मुलां-नातवंडांबरोबर सुखात राहावी. माझ्या मायाला आणखी कोणताही त्रास भोगावा लागू नये.सगळे सुखासमाधानात असावेत. ते जिथे कुठे असतील – फूलबागान, बाबूबागान किंवा बेगबागान – तिथे सुरक्षित राहावेत.

माझी त्या कोणाशी, कधीच भेट होणार नाही, या विचारानेसुद्धा मला त्रास होतो. एका शहरात राहत असताना कधीतरी नक्कीच मैदानात, सिनेमा थिएटरमध्ये, गल्ली-बोळात अचानक भेट होईलच. बाकी काही झाले नाही तरी ख्यालीखुशाली विचारली जाईलच.

आयुष्य कोणाची भेट होणे अथवा न होणे यापुरते सीमित नसते. ते त्यापेक्षा खूप मोठे, विशाल असते – मग ते आयुष्य कसेही असो. एकाच विचारात जर आयुष्य चालले तर ते संपायच्या कितीतरी आधीच ते थांबेल. मायाने कधीच कोणावरच प्रेम केले नव्हते. बांगलादेशात एक-दोन मुले तिला आवडायची. त्यांच्यापैकी एकाशी लग्न करायची इच्छा होती. पण ती मुले तिच्याशी मित्र म्हणूनच वागायची. प्रेम वगैरे त्यांना करायचे नव्हते. त्या देशात हिंदू-मुसलमानांची लग्ने होत नव्हती असे नाही. बरीच व्हायची. पण तिच्या नशिबात ते नव्हते. सुरंजनचे जे मित्र तिला आवडायचे, ते सगळे मुसलमान होते. मायाला हैदर खूप आवडायचा. पण तिने कोणाला ते कळू दिले नव्हते, अगदी हैदरलादेखील नाही. पण हैदर मायाकडे स्वतःची धाकटी बहिण असल्यासारखाच पाहायचा – शेवटपर्यंत. कधीकधी म्हणायचा 'काय ग, चिमणे, तू इतकी मोठी का होते आहेस गं?' हे ऐकायला तिला आवडायचे नाही. मायाने जे हिंदू लोक पाहिले होते ते घाबरलेले असायचे, चेहऱ्यावर चिंतेचे ढग असायचे. फार मोकळा, धीट असा कोणी हिंदू तिने बघितला नव्हता. भारावून टाकणारे व्यक्तिमत्त्व असे कोणाचेच दिसले नाही. कदाचित योग्य माणसाशी योग्य वेळी तिची भेट झाली नाही. काजल देवनाथ आवडायचा पण तो विवाहित होता. मायाने बघितले – जे खूप आवडायचे त्यांच्या बाबतीत काही ना काहीतरी समस्या होतीच – विवाहित होते, किंवा आधीच प्रेमात पडलेले होते, किंवा शिकलेले नव्हते, किंवा समलिंगी संबंध ठेवणारे होते – असे काहीतरी असायचेच.

अगदी देखण्या, स्वच्छ चारित्र्याच्या अशा कुठल्याच तरुणाशी तिची कधी भेट झाली नव्हती. एकही दोष नसलेला एखादा पुरुष जगात असू शकतो यावर मायाचा विश्वासच नव्हता.

मायाला शोभन आवडला, तेव्हा तो शोभन की सोबहान, हिंदू की मुसलमान हे तिने पाहिले नव्हते, याचे एकमेव कारण म्हणजे तिला आतून जाणवले की हे बघण्याची काही गरज नाही. माणूस म्हणून एखादा चांगला असू शकतो, एखादा वाईट. ते तो कोणत्या धर्माचे आचरण करतो यावर अवलंबून नसते. ती स्वतः पूजा-अर्चा करणे सोडत नव्हती. सोबहान तिला एकदाही म्हणाला नाही की पूजा कशाला करतेस! सोबहान स्वतः धर्म वगैरे मानतो असे तिला वाटत नव्हते. जरी मानत असता तरी बहुधा मायाची काही हरकत असली नसती.

सध्या तरी मायाला वाटत होते की जर तो खरोखरच धर्म मानत असता तर काय झाले असते याचा आत्ता मायाला अंदाज येत नव्हता. धर्म मानणारे मुसलमान ही गोष्ट इतर कोणासाठी नसली तरी मायासाठी नक्कीच विस्मयकारक नव्हती. बांगलादेशात माया त्यांच्यातच वाढली होती. तिच्या बहुतेक जिवलग मैत्रिणी धर्म

मानणाऱ्या होत्या. धर्म मानणे म्हणजे तिने पाहिले होते की वर्षात दोन वेळा ईदला नवीन कपडे घालून मजा करायची, चांगले खायचे-प्यायचे, एकमेकांच्या घरी जायचे. आवड म्हणून एक दोन रोजे ठेवायचे (उपास करायचे) – बास. मायाच्या मैत्रिणींचे धर्मपालन हेच – इतकेच. त्यापैकी कोणालाच तिने नमाज पढताना पाहिले नव्हते, बुरखा तर राहोच, पण डोक्यावर ओढणी घेतलेलीही पाहिली नव्हती. एवढे धर्मपालन करून त्या स्वत:ला मुसलमान म्हणवायच्या. ह्याच मैत्रिणी हिंदू, मुसलमान, बौद्ध, ख्रिश्चन सगळ्यांच्यात मिळूनमिसळून राहायच्या. माया स्वत:ही तेच करायची. कधीच तिने भेदभाव केला नाही. भेदभाव करण्याची मानसिकता घेऊन ती वाढलीच नव्हती.

घरातले वातावरणही समानतेचेच होते, जिथे धर्म हा विषयच नव्हता. माणसासारखा माणूस होणे हीच सर्वांत मोठी गोष्ट होती. माया माणसासारखी माणूस बनलीच होती. पण त्याचा मोबदला तिला काय मिळाला? बबलू, रतन, बादल, कबीर, सुमन, ईमन आणि आजादच्या गटाने – त्या मुसलमानांच्या औलादांनी तिला काय दिले? ते सगळे मायाच्या ओळखीचे होते. गल्लीतलीच मुले होती सगळी. नाही, तिच्या जिवंत राहण्याबाबतची गोष्ट नव्हती. तिच्या शरीराशी त्यांनी वाटेल ते चाळे केले होते. एक शरीरभर मांस तरसांच्या झुंडीच्या तावडीत सापडले होते. लज्जेने, घृणेने माया आक्रसून, मिटून गेली होती. मिटूनच गेली.

कशाला ती जिवंत राहिली? जिवंत राहिल्यावर तिची इच्छा होती, अजूनही मायाची इच्छा आहे की एक एक करून त्या सगळ्यांचा खून करावा. बलात्कार, सामूहिक बलात्कार रोजच होत असतात, जगात सर्वत्र होतात. जसे बांगलादेशात होतात, तसे भारतातही होतात. पुरुष बदमाश, बलवान, आणि स्त्री निष्पाप, दुर्बल – हेच बलात्काराचे कारण आहे. पण मायावर मुसलमानांनी जो बलात्कार केला त्यात सबलता-दुर्बलतेची घटना नव्हती. ती हिंदू-मुसलमानांमधली घटना होती. मायाच्या जागी जर एखादी दुर्बल रोबेया किंवा रोकेया असती तर तिच्यावर बलात्कार झाला नसता.

त्यांनी एका मुलीवर नव्हे तर एका हिंदूवर बलात्कार केला. हिंदू – जो शब्द कधी मायाच्या शब्दकोशातच नव्हता तो शब्द त्यांनी तिच्या शरीरावर कोरला होता. तो शब्द मायाच्या लेखी फक्त शब्द राहिला नाही. तो आता क्षोभ, अपमान, लज्जा, घृणा, मृत्यू, बलात्कार, विषाद आणि हाहाकार बनला होता. माया माणूस होती, तिला काही मुसलमान मुलांनी आपादमस्तक हिंदू बनवले. तेव्हापासून जगात हिंदुत्वाविषयी जे काही होते त्याचा तिने मान झुकवून स्वीकार केला होता. मायाने हिंदू म्हणून जन्म घेतला नव्हता. ती हिंदू नव्हती, पण ज्या

दिवशी बलात्कार झाला त्या दिवशी ती हिंदू झाली – नखशिखांत हिंदू. देश, शैशव, किशोरावस्था या सगळ्यांच्या स्मृती लाथाडून निघून जाताना जिची यत्किंचितही द्विधा मन:स्थिती झाली नाही. तिला वाटू लागले की तिचे चांगले मुसलमान मित्रही सगळे बलात्कारी, फसवणारे, हिंदुद्वेष्टे आहेत.

तिचा देश आता तिला आपला देश वाटत नव्हता, मुसलमानांचा वाटत होता. माया आणखी करू तरी काय शकणार होती? आपल्या जखमांवर इतर कुठले मलम लावणे तिला शक्य नव्हते. त्या जखमा भरणाऱ्या नव्हत्या. मन जर शंभर टक्के जळून गेले तर त्यावर काही उपाय नसतो. जे मन जळून राख होते, ती राख उडवून दिली पाहिजे. बांगलादेशाच्या आकाशात मायाच्या शरीराची नव्हे, तर मनाची राख उडाली होती. तिची जन्मभूमी सोडून ती बाहेर पडली. जाता जाता प्रतिज्ञा केली की या नरकात परत कधीही येणार नाही. तिचे आयुष्य दोन तुकड्यात विभागले होते. त्या दिवशी तिने नव्याने जन्म घेतला. हिंदूंच्या देशात, तिच्या देशात जाण्यासाठी ती उतावीळ होती. हे म्हणजे नकली आईला इतके दिवस खरी आई समजण्यासारखे होते. भान आल्यावर कळले की तिची खरी आई दुसरीकडे कुठेतरी होती.

इतक्या दिवसांच्या सगळ्या नकली गोष्टी लाथाडून माया आता त्याच खऱ्या आईच्या कुशीत आली होती. भारताच्या भूमीवर प्रथम पाऊल टाकले तेव्हा तिने शांत मनाने डोळे मिटून घेतले.

अनेक वर्षे लोटली. तीच माया आता कुठे आहे? डोळ्यांसमोर सोबहान उभा होता. भारतात सोबहानपेक्षा चांगल्या एकाही तरुणाशी तिची भेट झाली नव्हती. नाही, भेट झाली नाही हा हिंदू तरुणांचा दोष नव्हता, आणि तिचाही नव्हता. सर्वथा योग्य जोडीदार न मिळण्याचा दोष कोणालाच देता येत नाही. माया नशीब वगैरे मानत नव्हती, पण कधीकधी तिच्या मनात यायचे की नशिबावर विश्वास असेल तर अनेक प्रकारच्या निराशांमधून मुक्ती मिळते. दैव, नशीब यांच्यावर जबाबदारी टाकून निश्चिंत होता येते. सोबहान तिला आवडायचा. जर तिला पहिल्यापासूनच माहिती असते की शोभन हा खरा शोभन नाही तर कदाचित तिने स्वत:ला तो इतका आवडू दिला नसता. आवडू दिला नसता तर तिचे काय कल्याण झाले असते कोण जाणे! तिच्या आयुष्यात दुसरे आहे तरी काय!

स्त्रीच्या आयुष्यात पती आणि संसार हेच परम धन! तेच धन तिला स्वेच्छेने त्यागावे लागले होते. कारण त्या धनाला तिचे मन पूर्णपणे विटले होते. कोणीही शहाणा माणूस हे धन घेऊन आयुष्य काढू शकत नाही. मानसिक संतुलन ढळण्याआधीच माया तिथून बाहेर पडली. ती बहुधा तिच्यासमोर ठाकलेली आयुष्यातली अखेरची परीक्षा होती. आपली मुले, शांखा, सिंदूर घेऊन ती माहेरी आली होती

ती फिरायला नव्हे, तर चंबूगबाळे घेऊन राहायला आली होती. वरवर तिने कितीही दाखवले की तिच्या आईच्या, भावाच्या घरी पाहिजे तितके दिवस राहायचा तिला अधिकार आहे, तरी मनातल्यामनात तिला ही जाणीव होती की हा अधिकार समाज तिला देणार नाही. मायाने कुठे राहावे, कुठल्या घरात राहणे तिला शोभते हे जणू समाज तिला डोळ्यात बोट घालून रोज दाखवून देत होता. पण नाही, कोणीही काहीही बोलले तरी आता ती ते मानणार नव्हती. तिला घटस्फोट हवा होता. भयावह मृत्यूपासून सुटका होण्यासाठी घटस्फोट हवा होता, शोभन किंवा सोबहानशी नाते जोडण्यासाठी नाही.

सोबहानला एका फुंकरीसरशी ती हिंदू बनवू शकली असती तर! खरोखरच शोभन बनवू शकली असती तर! तिच्या अंतरातला क्षोभ काही अंशी तरी कमी झाला असता. सोबहानशी तिचा संबंध आणखी पुढे गेल्यावर माया कोणत्या गर्तेत जाणार आहे हे तिला नक्की कळत नव्हते. सोबहान जरा कमी सज्जन, कमी चांगला असता तर! त्याच्यापासून दूर जाण्यासाठी तिने त्याचा काही कमी अपमान केला नव्हता. त्या दिवशीचा प्रसंग तिला आठवला.

"तू लग्न तर करतो आहेस. पत्नीवर प्रेम करतोस, करतोस ना?"

सोबहान गप्प.

"रोज रात्री बायकोकडे जाणारच. जर मी म्हटले जाऊ नकोस तर? न जाणे जमेल?"

सोबहान गप्पच.

"आज तू बायकोला सोडून माझ्याबरोबर बसतोस. मला एक दिवस भेटला नाहीस तर म्हणे बेचैन होतोस. माझ्याशी लग्न झाल्यानंतरही तू तेच करशील. इतर कोणाला तरी भेटला नाहीस तर बेचैन होशील."

सोबहान गप्प बसून ऐकत होता. त्याला धक्का मारून ती म्हणाली, "तुझी बायको माझ्यापेक्षा वयाने लहान आहे. तिला सोडून वयाने मोठ्या असलेल्या स्त्रीकडे कसा काय आकर्षित झालास? पुरुष तर कमी वयाच्या बायकांच्या शोधात असतात. त्यांच्याकडून जास्त शरीरसुख मिळते."

आता मात्र सोबहान आवाज चढवून म्हणाला, "तू गप्प बसशील का?"

"का, गप्प का बसू?"

"गप्प बस, कारण तू भलतेच बोलते आहेस."

"भलतेच असेल, पण खरे बोलते आहे."

"नाही, हे सगळे खरे नाही."

"मग खरे काय ते तरी ऐकू दे."

"का?"

"कारण खरे बोलणे मी कधीच ऐकले नाही. कोणी खरे बोलतच नाही."

"तू बोलतेस?"

"हो. मी बोलते."

"कसे खरे बोलतेस, ऐकव बघू."

"ऐकणार आहेस?"

"का नाही ऐकणार?"

"मी माया."

"तू माया आहेस हे माहिती आहे."

"पाच मुसलमान मुलांनी माझ्यावर बलात्कार केला. तुझ्या जातीच्या-धर्माच्या पाच मुलांनी. मी जवळजवळ मेलेच होते. मला त्यांनी तळ्यात फेकून दिले होते. त्यातून का वाचले कोण जाणे! त्या दिवसापासून जगातल्या यच्चयावत मुसलमानांचा तिरस्कार करते. आय हेट देम. ही आहे खरी गोष्ट."

"माझाही तिरस्कार करतेस?" सोबहानने शांत स्वरात विचारले.

माया म्हणाली, "ज्या दिवशी मला कळले की तू मुसलमान आहेस, त्या दिवसापासून तुझा तिरस्कार करण्याचा प्रयत्न करते आहे; पण नाही करू शकत."

"का?"

"कोणास ठाऊक! आणखी एक. आणखी खरे एक. सत्य म्हणजे अप्रिय असे वाटत असेल तर ऐक. आमचा देश सोडून इथे आल्यावर ज्या घरात आम्ही सुरुवातीला राहत होतो, त्या घरातला एक माणूस रोज रात्री माझ्यावर चढायचा."

"काय?"

"हो. आणखी एक. मी त्याला विरोध केला नाही."

"का?"

"घाबरून. मी खूप भित्री आहे. अतिशय घाबरट. माझे मन भंगले होते, शरीर भंगले होते. एखाद्या मोडून पडलेल्या, भग्न, दुर्बल माणसाला कोणाला विरोध करणे शक्य नसते."

सोबहान मान खाली घालून ऐकत होता.

"आणखी ऐकायचे आहे?"

मायाचा आवाज तार सप्तकात पोचला होता, कापत होता. श्वासोच्छ्वास जलद होत होता. डोळ्यांना धारा लागल्या होत्या. छातीत असह्य वेदना होत होत्या. त्या शरीरभर पसरत होत्या. हातपाय थरथरत होते.

"आणखी एक. वेश्या जशा नटून थटून रत्यावर उभ्या राहतात तशी मी पण उभी राहिलेली आहे. हो, तशीच. हे शरीर पुरुषांनी, बदमाशांनी, सैतानांनी लुटून ओरबाडण्यासाठीच आहे, आणि विरोध करायची ताकद जर माझ्यात नाही,

शरीर विकण्याची प्रथा आहे, तर मग मी का विकू नये? पैशाच्या अभावी सगळे कुटुंब हाल काढत होते. मा, बाबा हतबल, दादा असून नसून सारखाच. अगदी नालायक. त्यामुळे शरीर विकणे भाग पडले. का करायचे नाही? शरीर पावन, पवित्र ठेवायचे कोणासाठी? आणि पावित्र्याची व्याख्या तरी काय? तुम्हीच त्यावर तुटून पडणार, स्पर्श करणार आणि तुम्हीच अस्पर्श शरीर पाहिजे म्हणणार, हा कुठला न्याय? हा कसला हट्ट? बोल, मोहम्मद सोबहान, आहे या प्रश्नाचे उत्तर तुझ्याकडे?''

सोबहान मान खाली घालून बसून राहिला – बोटांनी कपाळावरच्या शिरा दाबत – किंकर्तव्यमूढ.

''काय रे? डोके दुखायला लागले वाटते? तुझी डोकेदुखी आत्ता कुठे सुरू झाली आहे. माझ्यापासून दूरच राहा, नाहीतर डोके दुखता दुखता एक दिवस फुटून जाईल. जगायचे वाचायचे असेल तर ह्या बलात्कारितेपासून, या वेश्येपासून, या मुस्लीमद्वेष्ट्या, माथेफिरू हिंदू स्त्रीपासून दूरच राहा. स्वतःला वाचव सोबहान. त्या रेपिस्टवर सूड उगवण्यासाठी एखादे दिवशी कदाचित मी तुझाच खून करेन. तुमच्यात मुस्लीम ब्रदरहुडची संकल्पना असते, असते ना? मग एका ब्रदरच्या दुष्कृत्याचे शासन दुसऱ्या ब्रदरने भोगावे. बाबरी मशीद इथल्या हिंदूंनी पाडली, त्यांच्या पापाचे प्रायश्चित्त आम्ही बांगलादेशात घेतले नाही का? बलात्कार सोसून, मरून, पळून जाऊन, जीव वाचवून, याला जीव वाचवणे तरी कसे म्हणायचे, पळून जाऊन मरून!

सोबहानचा खाली घातलेला चेहरा मायाने दोन्ही हातांनी वर केला. वर उचलून त्याच्या ओठांचे चुंबन घेऊन म्हणाली, ''तू का एका हिंदू मुलीच्या प्रेमात पडलास सांग! खरे म्हणजे तू प्रेमात पडलाच नाही आहेस. तू अशीच मजा मारतो आहेस, कारण तुझ्या आयुष्यात अशी मजा तू केली नाहीस. तू बुरखा घातलेल्या स्त्रियाच पाहत आला आहेस. शिक्षण-बिक्षण काही नाही. असले तरी रूढीवादीच. म्हणून सुरंजनच्या माध्यमातून हिंदू समाजात शिरकाव केलास. एक स्वावलंबी स्त्री बघितलीस, पुरुषांच्या बरोबरीने चालणारी, स्वतःचे निर्णय स्वतः घेणारी. चुटकीसरशी आपल्या नवऱ्याला सोडणारी. ती तुला एकदम स्मार्ट वाटली. बावळट, बुरसटलेल्या मुसलमान स्त्रियांच्या सान्निध्यापेक्षा हिची संगत अगदी वेगळी, म्हणून. पुन्हा इथे सेवा-सत्कार आहे, ही स्त्री चांगले रांधते-वाढते देखील, विज्ञानावर चर्चा करू शकते, इतिहास-भूगोलाचेही ज्ञान आहे, म्हणूनच ना? म्हणूनच तुला मजा येते आहे. माझ्यावर प्रेम करत नाहीस. प्रेम तर तू तुझ्या जातीधर्मातल्या स्त्रीवरच करणार. माझ्यासारखेच. मी जशी माझ्या धर्मातल्या सोडून इतर कोणालाही माणूस मानतच नाही. पण मी बरोबर बोलत नाही आहे.

का ते सांग बघू. कारण ज्या बदमाश माणसाशी लग्न केले त्याचा मी – माझ्यावर बलात्कार करणाऱ्या मुस्लीम रेपिस्टचा करते तेवढाच – तिरस्कार करते. पण हे मी सांगत नाही, कारण तो हिंदू आहे. कोणत्या ना कोणत्या प्रकारे मी हिंदूंना प्रोटेक्ट करते, मला हिंदूंना प्रोटेक्ट करायचे आहे.

सोबहानचे डोळे लाल झाले होते. तो अवाक होऊन मायाकडे बघत होता.

माया बोलतच होती, "मुसलमान ह्या देशात राहतातच का? कशाला आम्हाला जाळून राख करायला इथे राहतात? त्यांच्यासाठी वेगळा देश दिला आहे ना? दोन दोन देश दिले आहेत. सगळ्या मुसलमानांनी तिथे जाऊन राहावे ना! हिंदुबहुल देशात अल्पसंख्याक म्हणून राहण्यात काय मजा? पण मजा असणार, नाहीतर कशाला राहिले असते? त्यांची मजा मला सहन होत नाही. पण खरी गोष्ट तुला माहिती आहे का? पुरुष हिंदू असो की मुसलमान, सगळे सारखेच. एकजात सगळे सैतान. स्त्रियांना ते भोगायला लावणारच. तुझी बायको मुसलमानाची बायको म्हणून भोगते आहे – मी हिंदूची बायको म्हणून. भोगायला लागत नाही ते तुला, माझ्या दादाला – सुरंजनला. तो तर हिंदू पत्नीला सोडून देऊन एका मुसलमान स्त्रीबरोबर लीला करतो आहे. तूही त्याच्याच पावलावर पाऊल टाकून मुसलमान पत्नीला फसवून माझ्याबरोबर लीला करतो आहेस. माझ्या दादालाही मजा येते आहे. दादाची सेक्युलर म्हणून प्रतिमा बनते आहे, तुझीही होते आहे. इथले तरुण तर सेक्युलर म्हणून मुखवटा घालून हिंदू मुलींशी लग्ने करतात.

"एखाद्याचे नाव अब्दुर रहमान असले तर तो स्वत:चे नाव सांगायच्या आधी म्हणतो 'माझ्या पत्नीचे नाव मौसुमी मित्र आहे.' समाजात उंची वाढण्यासाठी बायकोचा उपयोग करतात. एकदा का उच्च स्थान मिळाले की मग इतर पुरुष जसे त्यांच्या बायकांना वागवतात तसाच तोही वागवायला लागतो. काहीही झाले तरी शेवटी पुरुष आहे ना! तुला तुझ्या समाजात आणखी उच्च स्थानाची काय गरज आहे? तुला तर तुझे शिक्षण, विद्या, बुद्धी, चांगली नोकरी, चांगला व्यवसाय यामुळे तुझ्या समाजात मान मिळतोच आहे. तुला हिंदू मुलीशी लग्न करायची काय गरज पडली? मी मुसलमानाशी लग्न करणार नाही. दहशतवाद्यांच्या धर्मात विवाह करून मला मरायचे आहे का? त्यापेक्षा वेश्या होणे बरे. त्यापेक्षा मरून जाणे तर फारच चांगले."

हे ऐकून सोबहान लगेच उठून बाहेर गेला. आतल्या खोलीच्या खिडकीतून किरणमयीने सोबहानला गेलेले बघितले. ती मायाजवळ येऊन म्हणाली, "काय झाले? शोभन एकदम निघून का गेला? चहा घेऊन गेला ना?"

"नाही."

"का? चहा -बिहा तरी द्यायचास ना त्याला."

"नाही मा, तो आता ह्या घरात कधीही खाणार पिणार नाही. हे त्याचे येणे शेवटचे होते. तो आता परत इथे येणार नाही."

"का?"

"ही गोष्ट तू विचारू नकोस," किरणमयीला मायाने जोरात दटावून गप्प केले.

रात्री दोन वाजून तेरा मिनिटांनी एक एस एम एस आला. उशीपाशी ठेवलेल्या मोबाईलवर मेसेज आल्याचा आवाज ऐकून मायाला जग आली. तिने मेसेज वाचला. सोबहानने पाठवला होता. 'मी तुझ्यावर प्रेम करतो, प्रेम करतो, प्रेम करतो.'

मोबाईल छातीवर ठेवून मायाने डोळे मिटले. डोळ्यांच्या कोपऱ्यातून अश्रू वाहत होते.

लग्नाचा विषय का निघतो आहे? जुलेखा तर लग्नाचा विषय काढत नाही. ती तर मजेत आहे. मायाला कशाला लग्न करायचे आहे? लग्न वास्तविक कोणाला करायचे आहे? सोबहानला की मायाला? पुन्हा एकदा गावाबाहेर जाताना माझे सुरंजनशी बोलणे झाले.

सुरंजन उत्तरला, "माया."

"काय सांगतो आहेस? माया तर मुसलमानाच्या डोळ्याला डोळा भिडवत नाही.

"हट, ती माझ्यासारखीच आहे. माझीच बहीण! तो सगळा राग वरवरचा."

"असे आहे का?"

मी एकदम गाडी थांबवून सुरंजनकडे एकटक पाहत म्हटले, "काय म्हणालास? तुझे सगळे वरवरचे आहे?"

नदी आणि समुद्राच्या ह्या खाडीपाशी मी एकदा तरी येऊन थांबतेच. फुटपाथवरच्या चहाच्या टपरीवरून चहा घेऊन गाडीला टेकून चहा पीत होतो. दूध साखर घालून मातीच्या भांड्यातला चहा. दूध साखरेचा चहा मी सहसा घेत नाही, पण तो घ्यायला मी खळखळ केली नाही.

पाण्यावर ऊन झगमगत होते. त्या चमचमणाऱ्या पाण्याकडे बघून माझ्या मनाला उभारी आली. सुरंजन आज मला खूप जवळचा माणूस वाटत होता. वरवरचा राग असला तरी आतून तो माणुसकी असलेली एक व्यक्ती आहे हे आज त्याने स्वतःच्या तोंडाने कबूल केले होते. पण तरी थोडा संशय होताच. तो

संशय दूर करण्यासाठी मी विचारले, ''मग जुलेखाशी असलेले नाते तोडून का टाकलेस?''

''ते सांप्रदायिक कारणामुळे नाही.''

''मग कोणत्या कारणामुळे?''

''एका माणसाशी दुसऱ्या माणसाचे ज्या कारणामुळे जमत नाही, त्या कारणामुळे.''

''तू खरे सांगत नाही आहेस.''

सुरंजन गप्प राहिला.

''जुलेखाशी तुझे असे काही झाले नाही की ज्यामुळे तू संबंध तोडून टाकावास.''

''मी तिच्यायोग्य नाही.''

''काहीतरीच. असा तू आतमध्ये विचार करत नाहीस.''

''मग काय विचार करतो सांग.''

''ते तू सांगायला हवेस. तू काय विचार करत नाहीस तेवढेच मी सांगू शकते.''

''ते सांगू शकतेस तर काय विचार करतो हेही सांगता येईलच.''

''असे काही नाही.''

''असे आहे. कुठल्याही मुलीशी संबंध तुटू शकतो – मग ती जुलिया असो, जुलेखा असो की जया. खरे म्हणजे मुलीच कशाला, मुलांशीही असलेला संबंधही तुटू शकतो, बेलघरीयामध्ये माझे जे मित्र होते, ते आता कुठे माझे मित्र आहेत?''

''तुम्ही दोघे एकत्र फिरायला गेला होतात.''

''हो गेलो, त्याचे काय?''

''असे काय आहे, ज्यामुळे हा संबंध तुटू शकतो?''

''ती माझी खासगी बाब आहे,'' सुरंजन उदासीन स्वरात म्हणाला.

''हो तेच तर. नक्कीच खासगी बाब आहे. मला जाणून घ्यायची खूप इच्छा आहे.''

''उफ!''

उफ नंतर आम्ही आणखी दोन कप चहा घेतला. गाडीला पाठ टेकून चमचमणाऱ्या पाण्याकडे बघत आम्ही बोलत होतो. त्या गप्पा कुठल्या का असेनात – कटू, गंभीर – होत होत्या सुरंजनशीच, जो मला या क्षणाला जवळचा वाटत होता. सुरंजन आधीपेक्षा मला नक्कीच जवळचा वाटत होता. तो आपणहूनच 'तुम्ही' वरून 'तू' वर आला होता. आता सुरंजनने सुरू केले.

''तुझे मुस्लीम प्रेम जरा जास्तच आहे.''

मी चमकून त्याच्याकडे पाहिले, ''म्हणजे?''

"म्हणजे तुला चांगले माहिती आहे.''

"नाही, मला कळत नाहीये.''

"कळते आहे, पण तुला जाणून घ्यायचे आहे की मी काय विचार करतो, काय नाही. मला वाटते की इथे भारतात आल्यावर तुझे मुस्लीम-प्रेम खूप वाढले आहे.''

अवाक होऊन त्याच्याकडे पाहत मी म्हटले, "मुस्लीमप्रेम? हा काय शब्द आहे? तुला असे म्हणायचे आहे का की भारतात येण्यापूर्वी माझे हिंदुप्रेम जास्त होते?''

"हो, मला तेच म्हणायचे होते.''

"का? 'लज्जा' लिहिली म्हणून?''

"हो. म्हणूनच.

"अखेर तूपण, सुरंजन?

काही क्षण थांबून एक दीर्घ उसासा टाकून मी म्हटले, "मला काय वाटते सांगू? तू मुद्दाम, जाणूनबुजून हे बोलतो आहेस, जेणेकरून मला त्रास होईल. मला त्रास देण्यात तुला आनंद मिळतो.''

"काहीतरीच.''

"काहीतरी नाही. तू माझा सतत अपमान करतो आहेस.''

"अपमान करतो?''

"हो. करत नाहीस? सगळा संपर्क बंद करून बसून राहतोस. ते का? हे असे वारंवार घडते. तुला काही फिकीर नाही हे तुला मला जाणवून द्यायचे आहे. तुझ्याबद्दल ज्या व्यक्तीला आस्था, काळजी आहे, जी तुझ्या एका फोनची वाट बघत असते, तिला तुला जाणवून द्यायचे आहे की तू तिची मुळीच पर्वा करत नाहीस, महत्त्व देत नाहीस. तुला काही फरक पडत नाही. तू सॅडिस्ट आहेस. दुसऱ्याला त्रास देणे तुला आवडते.''

"दुसऱ्याला त्रास द्यायला आवडतो?'' सुरंजन मोठ्याने हसला. त्याच्या त्या विचित्र हसण्याकडे मी बघतच राहिले. तो म्हणाला, "तुलाही त्रास होतो?''

"तू मला काय समजतोस? मी माणूस नाही का?''

"जुलेखालादेखील माझी एवढी ओढ नाही जेवढी तुला आहे.''

"बोल, आणखी बोल. बोल 'तुझ्या प्रेमात मी इतकी बुडलेली आहे की तू जर मिळाला नाहीस तर मी या खाडीत उडी मारून आत्महत्या करू शकते.''

सुरंजन नजर झुकवत म्हणाला, "ते तर तू करू शकतेसच, पण हसू नकोस.''

"समज, मला तुझ्यावर प्रेम करायचे असले, तर तू करणार नाहीस?''

सुरंजन मान हलवत म्हणाला, ''नाही.''

''का? अहंकार? तुझ्याकडे असे काय आहे ज्यामुळे मला नकार देशील?''

''काही नाही म्हणूनच.''

''हे 'काही' म्हणजे काय ते तरी कळू दे. तू कोणाकोणाला 'काही' समजतोस?''

''ज्याच्याकडे काही नाही त्यालाच या 'काही'चा अर्थ समजू शकतो. ज्याच्याकडे पुष्कळ आहे त्याला समजणार नाही.''

''ऑब्सेशन! परत तेच ऑब्सेशन! पैसा,पैसा, पैसा. धन-दौलत. याशिवाय तुला दुसरे काही दिसतच नाही का सुरंजन? किती पुंजीप्रिय माणूस आहेस तू! मला कळतच नाही.''

''मी पैशाबद्दल काही बोललोच नाही.''

''तर मग तुला काय म्हणायचे होते? माझ्याकडे असे काय आहे जे तुझ्याकडे नाही?''

''हार्ट – हृदय – काळीज.''

''तुला नाही?''

सुरंजनने ओठ बाहेर काढून मान हलवली. एक दीर्घ उसासा टाकून क्षितिजापर्यंत पसरलेल्या पाण्याकडे उदासपणे बघत म्हणाला, ''जुलेखा माझ्यावर ज्या प्रकारे प्रेम करते तसे मी करू शकत नाही. आणि तिच्याबरोबरचा संबंधसुद्धा, माझ्या लक्षात आले की – फक्त शारीरिक संबंधच राहिला आहे. मन दूर जात आहे.''

''तुझे मन की तिचे?''

''दोघांचेही किंवा फक्त माझे.''

''मग असे कोणी मिळाले आहे का की जिच्यापासून मन दूर होणार नाही?''

''मी शोधलेच नाही.''

''का?''

''सतत कोणाशी तरी जोडलेले कशाला राहायला पाहिजे? प्रेम, सेक्स, याशिवाय जगता येत नाही का? मी मजेत आहे की! मला मुळीच बोअर झाल्यासारखे वाटत नाही. तुझ्या आयुष्यातही हे सगळे आत्ता नाहीच आहे. नाही ना?''

मी मान हलवून म्हटले, ''नाही.''

''म्हणून काय तू हाय खाऊन मरते आहेस का? भावना तर तुलाही काही कमी नाहीत, पण तरीही तू मरत नाही आहेस ना!''

''तशी आपल्याला बऱ्याच गोष्टींची गरज असते तरीही आपण अनेक गोष्टींशिवाय जगतच असतो.''

''खरे म्हणजे अन्न सोडून आपल्याला कशाचीच गरज नसते. वस्त्र, निवाऱ्याचीही

नाही. अन्न खाल्ले नाही तर मरू, म्हणून जिवंत राहण्यासाठी खावेच लागते. कपडे-बिपडे घातले नाहीत तरी ह्या उष्ण प्रदेशात आपण मरणार नाही. या भागात थंडीच्या दिवसांत शेकोटी पेटवून थंडी आरामात घालवता येते. आणि आकाशाखाली मजेत राहता येते. घराची आवश्यकताच नाही.''

''फळे, कंदमुळे खाऊनदेखील जिवंत राहता येतेच की! स्वयंपाक वगैरेची काय गरज?''

माझे हे बोलणे उपरोधिक आहे की काय हे जाणून घेण्यासाठी सुरंजनने डोळे बारीक करून माझ्याकडे पाहिले.

''झाडाची साल गुंडाळून आपण पुन्हा आदिकाळात जाऊ या, जंगलात राहणाऱ्या आदिमानवाप्रमाणे राहू या, असेच ना?''

आता बहुधा सुरंजनने ताडले की मी त्याच्या बोलण्याला पाठिंबा देत नाही आहे.

''तू काय म्हणालास मगाशी? मी भावनाप्रधान आहे तरीही प्रेमाशिवाय मी जगते आहे. तुला भावना नाहीत, पण तू तर जास्तच मजेत जगतो आहेस.''

''बरोबर.''

''राईट.''

दोघे जण गाडीत बसलो. आणखी पुढे न जाता गाडी वळवून रायचकच्या दिशेने जाऊ लागलो. तिथे रॅडिसन हॉटेलच्या रेस्टॉरंटमध्ये बसून खाणार होतो. जास्त काही नसेल तर चहा-बिहा. तिथे उतरल्यावर सुरंजन म्हणाला, ''तुला पैसे उधळण्याचे व्यसन आहे. सोडून दे हे सगळे.''

''प्रिय व्यक्ती बरोबर असेल तर मी इमोशनल होते. तेव्हा मग पैसा वगैरे तुच्छ वाटतो. तुझ्याबरोबर एखाद्या चांगल्या जागी बसण्यात पैसे गेले तर गेले, पण आनंद किती मिळाला.''

''बडी माणसे असेच बोलतात. भरपूर पैसे देऊन त्यांना वातावरण विकत घ्यायचे असते.''

''छे! यात बड्या लोकांचा काही संबंध नाही. याचा संबंध आहे प्रेमाशी.''

''प्रेम असेल तर त्या फुटपाथवरच्या चहाच्या टपरीत बसायलाही छान वाटते. तुझे माझ्यावर प्रेम आहे, किंवा तुला माझी पर्वा आहे, हे दाखवण्यासाठी पैसा खर्च करण्याची काही गरज नाही. जाणणारा बरोबर जाणतो.''

''मग तू काय जाणलेस ते तरी कळू दे.''

''की तू माझ्यावर खूप प्रेम करतेस.''

क्षणार्धात मी आतल्याआत थिजलेच.

सुरंजन पुढे असे म्हणाला, ''जुलेखापेक्षाही तू माझ्यावर जास्त प्रेम करतेस.''

"हे बरोबर नाही. ऐक, जुलेखा तुला खूप मिस करते. तुम्हा दोघांचे नाते पुन्हा पूर्ववत व्हावे, हीच माझी इच्छा आहे.''

"हे तुझे मुस्लीम प्रेम सोडून दे, पुन्हा सांगतो आहे.''

"काहीतरी बडबडू नकोस. याला मनुष्यप्रेम म्हण. मी हिंदू-मुसलमान हे काही बघत नाही, कोणताही धर्म मानत नाही. मी धर्ममुक्त आहे, धर्मापासून संपूर्णपणे मुक्त. मला मुसलमानांबद्दल प्रेम नाही, असा माझ्याविरुद्ध फतवा काढला आहे. आणि तू बरोब्बर त्याच्या उलटा फतवा काढतो आहेस. मी त्या मुलींचा विचार करते आहे सुरंजन. जुलेखा एक पीडित स्त्री आहे, मायाही तशीच.''

"जुलेखा आणि मायाला मी वेगळे मानते का? हे सगळे कधी माझ्या कल्पनेत देखील येत नाही. तुझ्या डोक्यात हे येते म्हणून तू तसा विचार करतोस. अजूनही ९९ टक्के लोकांना धर्ममुक्त होणे म्हणजे नक्की काय हे समजत नाही. मला जितक्या वेळा वाटते की तू धर्ममुक्त आहेस, तितक्यांदा मला दिसते की तू तसा नाहीस.''

"या शहरात इतर अनेक धर्ममुक्त माणसे आहेत. त्यांच्याबरोबर वेळ घालव ना! माझ्यासारख्या कःपदार्थ, अयोग्य माणसाबरोबर कशाला वाया घालवतेस?''

"तुझे बरोबर आहे सुरंजन. अधूनमधून माझ्याही मनात हेच येते. हे मी का करते? बहुधा एवढ्यासाठी करते की एखादा धर्ममुक्त आहे म्हणून मला त्याचे सगळेच आवडेल असे नाही. धर्ममुक्त असूनही माणूस प्रचंड पुरुषवादी असू शकतो. हो की नाही?''

"मीपण आहेच की. मीही घोर पुरुषवादी आहे. तरीही तुझ्याबरोबर मला छान वाटते,'' चहा पिता पिता सुरंजन पलीकडे गंगेकडे पाहत म्हणाला.

"मला पुष्कळ उपदेश देऊ शकतेस म्हणून तुला माझी संगत आवडते. माझी तत्त्वे तुझ्या तत्त्वांशी मिळतीजुळती असती, तर उपदेश देणे शक्य झाले नसते.''

आता कदाचित तो मला उपदेश करेल आणि तसे झाले तर माझा अहंकार दुखावेल, कारण दुसऱ्याचा उपदेश सहन करण्याची उदारता माझ्यात नाही.

"राईट?''

"राईट.''

आम्ही दोघे जरा हसलो. सुरंजनच्या हास्याने उजळलेल्या डोळ्यांकडे मी पाहत राहिले. माझ्या डोळ्यात कोमल भाव येण्याआधीच सुरंजन म्हणाला, "हे बघ, पुन्हा प्रेमात-बिमात पडू नकोस.''

मी मोठ्याने हसून म्हटले, "का? काय होईल प्रेमात पडले तर?''

"एकटीच पडशील. मी बुवा तुझ्या प्रेमात पडणार नाही."

"का? तू अयोग्य म्हणून?"

"तो माझा विनय आहे."

"मग?"

"तू आपल्या देशात होतीस तेव्हा किती सुंदर होतीस! एक डॉक्टर, वर एक लोकप्रिय लेखिका, त्याउपर एक सुंदरी. सगळे पुरुष आ वासून तुझ्याकडे बघत राहायचे. त्यांच्या स्वप्नांची तू राणी होतीस. आता किती विद्रूप झाली आहेस! तीच तू आहेस ही कल्पना सुद्धा करवत नाही. खरीखुरी स्त्रीवादी झाली आहेस. स्त्रीवादी स्त्रिया स्वतःच्या शरीराकडे लक्ष देत नाहीत. विद्रूप असले की पुरुषांकडून महत्त्व मिळत नाही, आणि मग स्त्रिया जास्तजास्तच स्त्रीवादी होत जातात."

"तू स्त्रीद्वेष्टा आहेस. स्त्रियांचा इतका तिरस्कार करणारा माणूस मी आयुष्यात पाहिला नाही. माझ्याशी काही संबंध ठेवू नये असे जे तुला वाटते ना, ते तू जातीयवादी आहेस म्हणूनच. मीही अधूनमधून तू कम्युनल आहेस म्हणूनच तुझ्याशी संबंध न ठेवण्याचा विचार करते."

"कम्युनल का म्हणतेस? तू कुठल्या कम्युनिटीची आहेस?"

"तू हिंदू कम्युनिटीचा आहेस एवढे माहिती आहे."

"आणि तू?"

"तुला कदाचित असे वाटते आहे की मी स्वतःला मुस्लीम समाजातली मानते. नाही, मुळीच नाही. माझा समाज निधर्मी मानवतावादी समाज आहे. तिथे धर्माला स्थान नाही. तिथे स्थान आहे फक्त धर्ममुक्त मानवतेला."

सुरंजनने मान हलवली. त्याला समजले की नाही कोणास ठाऊक.

अचानक मला आश्चर्याचा धक्का देत म्हणाला, "चल, आजची रात्र या हॉटेलमध्येच काढू या. इथल्या रूम्स मस्त असतील असे वाटते."

"गाडी आहे. आपण सहज घरी जाऊ शकतो. हे काही जंगल नाही की आपण अडकून पडलो आहोत म्हणून इथे रात्र काढावी लागेल!"

"का? मित्र म्हणून प्रेमाने रात्र घालवता येत नाही का? दोघे जण व्हरांड्यात बसून व्होडका पिऊ या. रात्रभर गप्पा मारू या."

"वा! छानच प्रस्ताव आहे."

"मग होऊनच जाऊदे," सुरंजनच्या डोळ्यात पाणी चमकत होते.

"नाही."

"का? नाही का?"

"आधी स्त्रियांचा मान राखायला शीक. मग जितक्या रात्री घालवायच्या

आहेत, तितक्या घालवू.''

"मान तर राखतोच. आईला मान देत नाही?''

"तो का देतोस, किती देतोस, हे तुझे तुलाच माहिती. पण तुला माझ्याबद्दल आदर नाही, जुलेखाबद्दल नाही. आणि इतरही अनेक स्त्रियांबद्दल निश्चितच नाही.''

"तुला मान का द्यायचा? वयाने मोठी म्हणून?''

"वयाचा संबंधच नाही. एक माणूस म्हणून स्त्रीबद्दल जो आदर असायला हवा तो तुझ्याकडे तर नाहीच आहे, पण तुझ्यासारख्या इतर पुरुषांकडेही नाही. हीच तर सर्वांत मोठी समस्या आहे. जुलेखाबद्दल तुला किंचित तरी आदर आहे? नाही.''

"तिच्याबद्दल कशाला आदर पाहिजे? ती तर माझी प्रेयसी आहे. माझे तिच्यावर प्रेम आहे.''

"रिस्पेक्ट नसेल तर सगळे व्यर्थ आहे. आदर नव्हता म्हणून प्रेम टिकले नाही. टिकत नाही. आदर, मान हा पाया असतो, ज्यावर तुम्ही प्रेमाची इमारत उभारता. आदर नसेल तर सगळे तात्पुरते, कृत्रिम.''

घाई करून सुरंजनला उठवले. जाता जाता वाटेत म्हटले, "मायाचे सोबहानशी लग्न होते आहे तर. अविश्वसनीय!''

"काय होणार कोण जाणे! पण लग्न करणे ही मायाची निकडीची गरज आहे. तिचे डोके फिरत चालले आहे. तिला एक भावनिक आधार पाहिजे आहे. तिच्या जीवनात जे काही घडले आहे, त्यामुळे कोणी तिच्याजवळ नसेल तर बहुधा ती पुढे निभावू शकणार नाही. तिला दोन मुलेही आहेत. त्यांच्याकडे बघेल की स्वत:च्या आयुष्याकडे?''

"सोबहान ही चूक करेल? जाणूनबुजून?''

"सोबहान फसला आहे,'' सुरंजन हसून म्हणाला.

"एक मित्र म्हणून तुझे काय मत आहे? तू काय सल्ला देशील त्याला?''

"लग्न करू नको म्हणून सांगेन.''

"काय सांगतोस! पण तुझ्या बहिणीची इच्छा आहे ना? ''

"बहीण आहे म्हणून मी एखाद्या तरुणाचा सर्वनाश होऊ देऊ का?''

"किती पुरुषवादी आहेस तू!''

"सोबहानच्या आयुष्याचे वाटोळे होईल. तो ना त्याच्या घरच्यांबरोबर राहू शकेल, ना मायाबरोबर. माया तिच्या दोन मुलांचा विचार सर्वांत आधी करणार. सोबहान तिला आवडतो कारण तो पैसेवाला आहे. दुसरे काही कारण आहे असे मला वाटत नाही.''

"प्रेम-बीम काही नाही?''

"आहे. ते सोबहानचे आहे. आयुष्यात बहुधा पहिल्यांदाच तो प्रेमात पडला आहे. त्याचे जुलेखावर प्रेम बसावे अशी माझी इच्छा होती.''

"का? दोघेही मुसलमान म्हणून?''

"हो.''

"कधी माणूस होणार रे तू सुरंजन?''

सुरंजन गाडीची खिडकी उघडून दूर नदीकडे पाहू लागला. वाऱ्यामुळे त्याचे केस उडत होते. त्याचा आवाजही त्याच वाऱ्यावर वाहत गेला, "मला वाटते या आयुष्यात तरी मला माणूस होणे शक्य नाही.''

"तू न्यूनगंडाने पछाडला आहेस. हे बघ, एकदम आत्महत्या वगैरे करून बसू नकोस.''

"मी करूही शकतो.''

"माणसाला जेव्हा कुठल्याच नात्याचे मोल नसते, तेव्हा तो कधीही कोणाचाही खून करू शकतो, किंवा स्वत:चा जीव घेऊ शकतो.''

सुरंजन गोड हसून म्हणाला "तुला कधीही मारणार नाही माय डियर. मारले तर स्वत:लाच मारेन.''

"तसले काही करू नकोस.''

"तुला काय प्रॉब्लेम आहे? मला मारू न देणारी तू कोण?''

"मी खूप काही आहे,'' मी जरा जोरातच बोलले, "गंड, निराशा, चिडचिड हे सगळे काढून टाक सुरंजन. नाहीतर पंचाईत होईल.''

सुरंजन म्हणाला, "माझ्याबद्दल जरा कमी विचार कर प्लीज. मी कोण? कोणीही नाही, काहीही नाही. माझ्या आयुष्याला काहीही किंमत नाही. सामान्य माणूसदेखील इतका साला सामान्य नसतो. तू सेलेब्रिटी आहेस. माझा विचार करून तू उगीचच वेळ वाया घालवते आहेस. म्हणून मला तुला भेटायचे नसते.''

समोरची घाण, दारिद्र्य यातून वाट काढत जाताना मी म्हटले, "असा विचार करून तू सारखा गायब होतोस?''

"धत्! मला आत्ता घरी जावेसेच वाटत नाही. ''

"मग कुठे जाणार?''

"सुंदरबनला जाऊ या.''

"रस्ता माहिती नाही.''

"मी सांगतो.''

"मला नाही जावेसे वाटत.''

"आणि तू तर इच्छेची गुलामच.''

सुरंजनच्या या बोलण्याने माझ्या ओठांवर हलके स्मितहास्य पसरले.

"ऐक, दुसऱ्याच्या इच्छेचे गुलाम असण्यापेक्षा स्वत:च्या इच्छेचे असणे कितीतरी चांगले."

"माझी गाडी असती, माझ्या हातात स्टेअरिंग असते तर तुला माझ्या इच्छेचे गुलाम व्हावेच लागले असते."

"काय केले असतेस?"

"सुंदरबनात जाऊन वाघांच्या जंगलात तुझ्याबरोबर पडून राहिलो असतो."

"वाघ आला असता तर?"

"वाघ आला असता तर तू नक्कीच तिथेच पडून राहिली असतीस, मी झाडावर चढलो असतो," सुरंजन हसला नाही.

मी हसत हसत म्हटले, "तुझा हाच बहुधा खरा स्वभाव आहे."

"खरोखरच. माझा हाच, असाच स्वभाव आहे. नाही तर जुलेखाला सोडून दिले असते का? तुला याच स्वभावापासून दूर ठेवायचे आहे मला. तुला सोडून देणे माझ्या जिवाला सहन होणार नाही. त्यापेक्षा वर्षात दोन-चार वेळा भेटणे बरे. दोघेही आपापल्या इच्छांचे गुलाम राहू. बास."

"बास, उद्यापासून सगळा संपर्क बंद."

"राईट?"

"राईट."

जाता जाता पुन्हा मायाचा विषय माझ्या डोक्यात आला. लग्नात सुरंजन विघ्न आणणार. त्याला वाटते आहे की मायाच्या डोक्यात गडबड आहे. तिला मानसोपचारतज्ज्ञाला दाखवणे गरजेचे आहे. वैवाहिक सुखासाठी ती उतावीळ झाली आहे. वाटेल ते झाले तरी तिला चौकटीतले आयुष्य पाहिजेच आहे. किशोरवयात जे स्वप्न पाहिले, ते पूर्ण करण्यासाठी मनात जो क्षोभ होता त्याला तिने त्या स्वप्नाखाली झाकून टाकले आहे, पण तो कधी उसळेल, कोणी सांगावे!

"सुरंजन, सोबहानने तर बांगलादेशात मायावर बलात्कार केला नव्हता. की केला होता?

"नाही."

"मग?"

"सगळ्या मुसलमानांना एका तराजूत तोलण्याची जशी हिंदूंची मानसिकता असते, तशीच सगळ्या हिंदूंना एकाच नजरेने बघण्याची मुसलमानांचीही असते."

"जनरलाइज तेच करतात – जे..."

"वेडे असतात, हो ना?" सुरंजनने वाक्य पूर्ण केले, "आम्ही वेडेच आहोत ना!"

"नाही नाही, तुम्ही वेडे नाही."

"मग निष्कर्ष असा, की हुशार, बुद्धिमान लोक जातीयवादी असतात."

मी गप्प राहिले. सुरंजनचे डोके कधी कुठल्या दिशेला चालेल हे सांगता येत नाही. त्याला मी चांगले ओळखले असे जेव्हा मला वाटते, त्याच क्षणी जाणवते की मुळीच ओळखलेले नाही. माझे विचार, माझे आदर्श, विश्वास, याबाबत त्याला स्पष्ट कल्पना नाही हे मला एव्हाना चांगले कळून चुकले होते. लज्जाव्यतिरिक्त त्याने माझी जी एकदोन पुस्तके वाचली होती ती त्याला आवडली नाहीत, असे त्याने सांगितले होते. मी गुजरात, पॅलेस्टाईन, अफगाणिस्तान, इराक यांतील मुसलमान, बांगलादेशातले हिंदू, पाकिस्तानातले ख्रिश्चन, युरोपमधले ज्यू, यांच्या बाजूने बोलते, जेव्हा जेव्हा माणसावर त्याच्या धर्मश्रद्धेमुळे अत्याचार होतात, तेव्हा मी त्यांच्या बाजूने, त्यांच्या पाठीशी उभी राहते. कोणाची कुठल्या धर्मावर श्रद्धा आहे, यावर त्याची ओळख ठरू शकत नाही असा माझा ठाम विश्वास आहे. तो माणूस आहे हीच त्याची ओळख, हाच त्याचा परिचय!

हे ऐकूनही सुरंजन अलिप्तच राहिला. माझ्या बाबतीतली त्याची धारणा त्याने बदलली नाही. त्याच्या मते हे सगळे फार सोपे, सरळ केले जाते आहे, नीतिचे धडे दिल्याप्रमाणे – इसापच्या गोष्टींसारखे – पीडिताची बाजू घ्या, अत्याचार करणाऱ्याला शिक्षा द्या.

सुरंजनचे वक्तव्य – माणसांमध्ये चांगले-वाईट असतात. तसे कट्टरपंथीयांतही फरक असतो. मुसलमान जितके कट्टर होऊ शकतात, तितके ख्रिश्चन किंवा हिंदू होत नाहीत.

"असे असते?" मी म्हटले.

सुरंजन जोरात म्हणाला, "हो, असेच असते. माझ्या मनातल्या सुप्त हिंदुप्रेमामुळे मी असे बोलतो आहे असे तू समजू नकोस. हे वास्तव आहे. एकेश्वरवादी धर्म हे नेहमी बहुईश्वरवादी धर्मांपेक्षा अधिक हिंस्र असतात. म्हणून सगळ्याच धार्मिक कट्टरपंथीयांना एकाच रांगेत उभे करणे तुझ्या मानवतावादी राजकारणासाठी चांगले असेल, पण इतिहासासाठी नाही. तिथे तुला शून्य मार्क मिळतील."

सुरंजनचे पूर्वीचे वागणे आणि आताचे वागणे यांत खूपच अंतर होते. अत्यंत आत्मविश्वासाने तो हे बोलत होता. आधीपेक्षा त्याच्या बोलण्यात सहजता होती, आमची खूप जुनी ओळख असल्यासारखी.

"डायमंड हार्बरमध्ये माझे दोन स्नेही आहेत. जाऊ या त्यांच्याकडे?" मी विचारले.

"कोण आहेत ते?"

"शकील अहमद."

"मुसलमान?"

"शटअप."

"हिंदू?"

"शटअप."

"हे असे शटअप शटअप करू नकोस. हिंदू मुसलमानांच्या बाबतीत इतकी उत्तेजित होऊ नकोस, मलाही करू नकोस. त्यापेक्षा दुसरे काहीतरी बोलू या. प्रेमाच्या गोष्टी बोलू या."

"रात्रंदिवस प्रेमाच्या गोष्टीच बोलत असते. प्रेम करते म्हणूनच माणसाकडे माणूस म्हणूनच बघते."

"छट्!"

"का? तुला सांगू का सुरंजन, तुला मी इतक्या वेळा माफ करते, तुला डोक्यावर बसवते आणि तू मात्र मनाला येईल तसा वागतोस माझ्याशी! वाट्टेल ते बोलतोस. अन्यायालासुद्धा मोठ्या आवाजात न्याय म्हणून घोषित करू शकतोस!"

"हो. करू शकतो. मग नको ना बसवू मला डोक्यावर. उतरवून टाक. की संपले."

डायमंड हार्बरमधल्या एका घरासमोर मी गाडी थांबवली.

"कोणाचे घर आहे?" सुरंजनने विचारले.

"माणसाचे," मी उत्तरले.

सुरंजन खांदे उडवून म्हणाला, "तू कुठल्या कोल्हया-गिधाडाच्या घरी आली नाहीयेस हे तर माहितीच आहे."

त्याची खांदे उडवण्याची लकब मला चीड आणते. सुरंजन जसा निरागस दिसतो तसा नाही. मी जसे त्याचे अंतरंग पाहिले आहे तसे कदाचित जुलेखानेही पाहिले असावे. माझ्या दृष्टिकोनातून नसेल, तिच्या दृष्टिकोनातून असेल.

फोन केल्याबरोबर घरातून महुआ चौधुरी बाहेर आली. बावीस-तेवीस वर्षांची – उंचीपुरी. समाजात ज्या मुलीचे 'सुंदर' – असे एका शब्दात वर्णन केले जाते तशी ती होती. जीन्स आणि एक आखूड कुडता घातला होता. गाडीजवळ येऊन ती मला ओढू लागली – तुम्हाला घरात आलेच पाहिजे – म्हणून. गाडीबाहेर येऊन काही वेळ फुटपाथवर उभी राहूनच तिच्याशी बोलले. बोलले हेच की आत येत नाही, कशी आहेस, काय चालले आहे?

"आत या ना. आत कोणाला कळले की तुम्ही आला आहात, तर सगळे धावत बाहेर येतील, पाच मिनिटे तरी या, खूप दिवसांत भेट झाली नाही."

"या बाजूला आले होते म्हणून म्हटले जरा डोकवावे. हा सुरंजन, माझा मित्र."

"आवृत्तीचे (काव्यमैफील) काम चांगले चालू आहे. आता एक कार्यक्रम

आहे.''

"ब्रतती तिच्या घरी आवृत्ती शिकवणार आहे. गोल्फ ग्रीनमध्ये तू तिच्या घरी जा.''

अशाच काहीबाही गप्पा चालू असताना रस्त्यावर लोक गोळा व्हायला लागले तेव्हा डायमंड हार्बरच्या 'इलीश आवृत्ती बँड'च्या त्या तरुणीच्या उत्साहाला मी आलिंगन देऊन स्पर्श केला आणि तिचा निरोप घेतला.

सुरंजनचे पहिले वाक्य, "तू हिचे जुगाड कसे काय केलेस?''

"हिचे म्हणजे? ही कोण?''

"ही मुलगी.''

"मग मुलगी म्हण. ही-ती काय!''

"मी 'माल' म्हणू शकलो असतो – या मालाचा जुगाड कसा काय केलास – म्हणू शकलो असतो – हा अगदी खास माल आहे – पण म्हटले नाही.''

"वाचवलेस. तू हे न बोलल्यामुळे ती थोडक्यात वाचली.''

सुरंजन खी-खी करून हसू लागला. त्याच्या गालावर एक जोरदार थप्पड मारावीशी वाटली. गाडीत मोठ्याने गाणे लावून वाऱ्याच्या वेगाने गाडी चालवू लागले. त्याच्याशी बोलायची इच्छा होईना. पाच मिनिटे गेली. मग गाण्याचा आवाज कमी करून म्हणाला, "शांत हो. मी वाईट माणूस नाही. असे तुला चिडवण्यासाठी...''

"मला कशाला चिडवायचे? मला चिडवण्यात तुझा काय फायदा? आणि चिडवण्याचा प्रश्नच कुठे येतो?''

"रागावली नसलीस की प्रेयसीसारखी वागतेस. रागावलीस की तू अत्यंत स्त्रीवादी बनतेस.''

आतून एकदम शब्द आला – फक. मनात आले अंधाऱ्या रस्त्यात त्याला गाडीतून धक्का देऊन खाली पाडावे आणि निघून जावे. 'मेल शोविनिस्ट पिग' म्हटले तर तो मोठ्याने हसेल. म्हटले नाही.

"त्या मुलीचा फोन नंबर दे बघू,'' सुरंजन म्हणाला.

"का? प्रेम करायचे आहे?''

"हो.''

"कसे करशील? ती तर मुसलमान आहे.''

"मुसलमान?''

"हो.''

"पण नाव तर महुआ चौधुरी आहे!''

"हो, मुसलमानांची नावे अशी नसतात की काय! तू तर बांगलादेशात

जन्मलेला आहेस. हल्ली कुठल्या मुलींची नावे तुम्ही खदीजा, रहिमा, आयेशा ठेवता? सुरंजनने मान डोलावली. बरोबर आहे. महुआ चौधुरी हे मुसलमान मुलीचे नाव असू शकते. फक्त चौधुरीच कशाला – बिस्वास, मजूमदार, तरफदार, सरकार, मंडल ही सगळी मुसलमानांची आडनावे त्याने बघितली होती.

''अरबी नावे सोडून मुलामुलींची आता बंगाली नावे ठेवतात. बंगाली नावे ही फक्त हिंदूंच्या बापाची संपत्ती आहे असे जर लोकांना वाटत असेल तर ते चुकीचे आहे.''

''तू कधीकधी अगदी मुसलमानांसारखी वागतेस.'' सुरंजन म्हणाला, ''आपल्या बोलण्यात इतका हिंदू-मुसलमानांचा विषय येतो, की बाकीचे आयुष्य समुद्र सोडून विहिरीत गटांगळ्या खात जाणार की काय अशी मला भीती वाटते.''

''मी निधर्मी व्यक्तीसारखी वागते – शुद्ध नास्तिकासारखी. पण तुला जास्त नास्तिक दिसत नसल्यामुळे एकतर हिंदू किंवा मुसलमानांनाच बघतोस. बाकी इतर बघणारे जे डोळे होते त्यात मोतीबिंदू पडला आहे,'' मी बोलतच होते– ''भारताची फाळणी थांबवता आली असती. पण थांबवण्याचे फारसे प्रयत्न झाले नाहीत. फाळणीची गरजच नव्हती. चहूकडे जातीयवादी दंगे बघून मला वाटले की जर धर्माच्या आधारावरच जर देश विभागायचा होता, तर मग संपूर्णपणे तसा का विभागला नाही? सगळ्या मुसलमानांनी पाकिस्तानात जा, सगळ्या हिंदूंनी चंबूगबाळे आवरून भारतात या. असाच विषय होता. तो जर सक्तीचा केला असता तर आज हे अराजक माजले नसते. इथे जात, वर्ण, प्रथा याबद्दल मारामारी झाली असती. तिथे मुसलमान मुसलमानाला भिडला असता. शिया-सुन्नी, अहमदी-कादियानी मुसलमानांत काय कमी भेद आहेत? एक समूह दुसऱ्या समूहाचा शत्रू. या भांडणांत बरेचसे मेल्यानंतर जे कोणी उरले असते त्यांच्यात बंधुभाव उत्पन्न होण्याची शक्यता होती. सगळे वाटोळे झाले.''

सुरंजन मृदू स्वरात म्हणाला, ''ही तुझ्या मनातली गोष्ट नाही. तुझा तर देशांच्या सीमांवरच विश्वास नाही, धर्मावर नाही. तू देशाच्या फाळणीवरून डोके कशाला फिरवून घेतेस? तू तर, मी कुठेतरी वाचले होते की तू माणसाला पृथ्वीचे अपत्य मानतेस. ज्याला जिथे राहावेसे वाटेल, तिथे त्याने राहावे. ही पृथ्वी सगळ्यांची आहे.'''

सुरंजनला गांजा प्यायचा होता. गांजा कुठे मिळतो ते मला माहिती नव्हते. मी गांजा पिऊ शकणार नाही हेही त्याला सांगितले. पार्क सर्कसमधल्या एका गल्लीचे नाव सांगून म्हणाला – तिथे गांजा मिळेल. कुठल्या तरी गल्लीबोळात जाऊन गांजा विकत घेण्याची माझी इच्छा नव्हती. माझ्या अंगरक्षकांना चकवून मी बाहेर पडले होते. मला पार्क सर्कसमध्ये एकटीने येणेजाणे शक्य नव्हते.

आता सुरंजनला रात्रीचे जेवण माझ्या घरी करायचे होते. पण घरी काही जेवण नव्हते, मिडलटन रोडवरच्या एका रेस्टॉरन्टमधे जेवून सुरंजनला त्याच्या घरी सोडून मी माझ्या घरी परतले तेव्हा रात्रीचे साडेबारा वाजले होते.

जुलेखाशी मायाची अखेर समोरासमोर भेट झालीच. तिची इच्छा होती की जुलेखाने सोबहानला त्रास देऊ नये, त्याला जवळचा मित्रही मानू नये. सोबहानला जर जुलेखाने मुक्त केले तर तिच्या आणि सुरंजनच्या संबंधांना ती हरकत घेणार नाही.

जुलेखा मायाला तिच्या होस्टेलच्या खोलीत घेऊन गेली. तिने खोलीतच चुरमुरे तळले, चहा केला. दोघी चहा प्यायल्या.

मायाचे आरोप, दोषारोप, अनुरोध, उपरोध सगळे ऐकल्यावर जुलेखा म्हणाली, “हे बघ माया, तूही आयुष्य पाहिले आहेस, मीही पाहिले आहे. मला वाटते पुरुषांविषयी झटापट करत बसण्यापेक्षा आपल्याला जास्त महत्त्वाची कामे आहेत. मी सोबहान किंवा सुरंजन कोणाबद्दलच सध्या विचार करत नाही आहे. माझ्या पायाखालची जमीन बळकट करण्यात मी सध्या गुंतले आहे. कुठल्याही पुरुषासाठी मी माझ्या कामात व्यत्यय येऊ देणार नाही. आणि प्रेम-बीम – ज्यावर इतकी नाटके, इतकी गाणी, इतक्या कविता आहेत – ते माझ्या मते क्षणभंगुर आहे. सुरंजनशी माझा संबंध कधी तुटेल असे मला स्वप्नातदेखील वाटले नव्हते. सगळ्यात विचित्र गोष्ट ही – की आमचा संबंध तुटण्यामागे कोणतेही कारण नाही. दोघांचे एकमेकांबद्दलचे प्रेम जेव्हा कळसाला पोचलेले होते, तेव्हाच हे नाते तुटले. तू बघ, चांगले खेळाडू जेव्हा टॉपला असतात तेव्हाच त्यांना निरोप घ्यायचा असतो.”

“सोबहानला मिळवण्यासाठी तू सुरंजनला सोडलेस. तुझ्यासारख्या संधिसाधू मुली मी खूप बघितल्या आहेत. मूर्ख कुठली! दादासारखा प्रामाणिक माणूस तुला आजच्या युगात भेटेल तरी का? पण सीनमध्ये एक सोबहान आला आणि तू त्याच्या दिशेने हात पसरलास. इतकी तू लोभी आहेस.”

“लोभी मी नाही, तू आहेस. तुला तर माझा आणि सुरंजनचा संबंध कधीच सहन झाला नाही. आता अचानक तुझे मन का पालटले, तर तुला सोबहानची गरज आहे. त्यामुळे आता तुझा दादा कुठल्या जातीधर्माच्या कुठल्या व्यक्तीबरोबर काय करतो आहे ही आता तुझी डोकेदुखी नाही.”

“माझ्या दादाबद्दल वाट्टेल ते बोलू नकोस.”

जुलेखा भडकली, "तुझ्या रेपिस्ट दादाला मी धरून ठेवले होते कारण मला वाटले होते मी बरबाद झाले, समाजात मला काहीही किंमत नाही, मी मृतवत झाले आहे, मी गटारातला क्षुद्र किडा आहे, कचऱ्याच्या ढिगासारखी आहे. अन्यथा मी कशाला तुझ्या दादाबरोबर आयुष्य काढायची इच्छा केली असती! तो कोण आहे, काय आहे? बलात्कार झाला म्हणून काय जीवन संपते? मला स्वत:चीच घृणा येत होती म्हणून मी सुरंजनसारख्या तरुणाशी संबंध जोडला. आत्मसन्मान नावाची काही एक गोष्ट माझ्याकडे होती. आता मला स्वत:ची मुळीच घृणा वाटत नाही. तुझा दादा होता बहुरूपी. आज रेपिस्ट, उद्या फेमिनिस्ट. त्याला मानसोपचारतज्ज्ञाकडे जायला सांग."

माया स्तब्ध राहिली. जुलेखा सुरंजनला रेपिस्ट का म्हणत होती हे तिला जाणून घ्यायचे नव्हते. किरणमयीकडून तिने जुलेखा आणि सुरंजनच्या संबंधांबद्दल जे काही ऐकले होते, त्यात जोर-जबरदस्तीची काही बाब होती असे तिला वाटले नव्हते. मायाला वाटले, माणसाचे डोके भडकले की तो खऱ्याखोट्याचे मिश्रण करून अपशब्द बोलतो.

जुलेखाचा राग शांत झाला की ती नक्कीच रेपिस्ट शब्दाचा उच्चार करणार नाही. जुलेखा तिच्या भूतकाळापासून दूर सरू पाहते आहे असा मायाने तर्क केला. जुलेखाने मायाला स्पष्ट सांगून टाकले की सोबहानच्या बाबतीत माया तिला जे पाहिजे ते करू शकते, तिला त्याचे काही देणेघेणे नाही.

जुलेखाशी सुरंजनचा संपर्क जवळजवळ नव्हताच म्हटले तरी चालेल. हल्ली तो मोबाईल फोन वापरत नव्हता. वापरत असता तर अधूनमधून मोबाईलवर बोलणे होऊ शकले असते. वास्तविक आता त्या संबंधात फार काही उरले नव्हते, ज्यातून एखादे नवीन नाते साकारू शकेल. कुठलाही संबंध, सकारण असो किंवा अकारण, तुटला तर मायाला वाईटच वाटायचे. ती स्वत:देखील पतीला सोडून आली होती त्याचाही अधूनमधून तिला त्रास व्हायचा.

जुलेखा तिची नोकरी, शिक्षण यांत व्यग्र होती. एमएची परीक्षा दिल्यानंतर ती चांगली नोकरी शोधणार होती. मयूरशी तर मैत्री होतीच, पण होस्टेलमधल्या इतर स्त्रियांशीदेखील तिची मैत्री घट्ट होत होती. त्या दरम्यानच जुलेखाने होस्टेलच्या आतच 'साहसिनी' नावाचा गट स्थापन केला. रोज रात्री 'साहसिनी'ची बैठक व्हायची. 'साहसिनी'मध्ये सामील करून घेण्यासाठी पत्रके वाटली जात होती. दिवसेंदिवस संख्या वाढत होती. स्त्रियांनी एकमेकींना बळ आधार दिला पाहिजे असा सल्ला 'साहसिनी' देत होती. एक जण संकटात असेल तर दुसरीने मदत करावी. एकीचा अपमान झाला तर दुसरीने पेटून उठावे. फीमेल युनिटी – स्त्रियांची एकजूट – ती नसेल तर काहीच राहणार नाही असे समजा. ती एकजूट

असेल तर मग ज्या स्त्रियांना मान खाली घालून जगणे, परावलंबी असणे, स्वत:ची ओळख विसरून जगणे भाग पडते, त्यांना एकटे, एकाकी वाटणार नाही, ज्याच्या खांद्याचा आधार घेऊन उभे राहता येईल, जमिनीवर पडलेल्या अवस्थेतून ज्याचा हात धरून उठता येईल, असे कोणीतरी सोबत आहे हा दिलासा मिळेल. नोकरीच्या ठिकाणी मालकाने जर भलतीच मागणी केली, तर साहसिनी तर्फे कंपनीला खबरदारी घेण्याविषयीचे पत्र जाईल, आणि गरज पडली तर केससुद्धा दाखल करू शकेल. गटात तीन जणी वकील होत्या. एखादी स्त्री परीक्षेची फी भरू शकत नसेल तर वर्गणी गोळा करून तिच्या फीची व्यवस्था केली पाहिजे. चार जणी डॉक्टर होत्या. एखादीला बरे वाटत नसेल तर त्या मोफत उपचार करतील. जुलेखा, मृत्तिका गुहा आणि अलीपूर कोर्टातली एक वकील यांनी मिळून साहसिनी नावाने गट सुरू केला. त्यानंतर उत्साही महिलांनी नवनवीन प्रस्ताव सुचवले. जुलेखाच्या वयाच्या स्त्रिया होत्या, तशा मयूरच्या वयाच्याही होत्या. रात्री आठ वाजता बैठक सुरू व्हायची. आधी मृत्तिकाच्या किंवा जुलेखाच्या खोलीत बसायची, नंतर गट मोठा झाल्यावर जेवणघरात बसायची.

मायाने जुलेखाच्या साहसिनीबद्दल लक्ष देऊन ऐकले. सुरंजन किंवा सोबहानमध्ये आता जुलेखाला रस नव्हता. त्यांच्याबद्दल ती आता काही बोलायचीही नाही.

"तू तुझ्या आयुष्याबद्दल काय विचार करतेस?" मायाने विचारले.

जुलेखा म्हणाली, "मला साहसिनीचे स्वरूप खूप व्यापक करायचे आहे. होस्टेलच्याही बाहेर त्याचा प्रसार करायचा आहे. मैत्री नावाचा जो एक गट आधीपासून आहे, त्यांच्यापैकी कोणाकोणाशी माझे बोलणे झाले आहे. आमच्या पुढच्या मीटिंगला त्यांच्यातल्या दोघींना बोलावले आहे. शहरात जे गट आहेत, ते फारसे सक्रिय नाहीत. त्यातल्या स्त्रियांचा वेळ संसार, नवरा, मुले यांच्यामागे फार जातो. आमच्या मागे असले काहीही झंझट नाही. त्यामुळे सगळ्यांना सक्रिय करण्याची जबाबदारी आम्हीच उचलली आहे. स्त्रियांचा एखादा प्रश्न घेऊन आम्ही रस्त्यावर उतरणार, मैत्री देखील आमच्याबरोबर असेल. असा विचार आहे."

"काय होईल हे सगळे करून?"

"मी स्त्री आहे ना! स्त्रियांचे जिणे मी बघितले आहे. माझा तर एक 'महान' प्रियकर होता, मित्र होता. मी जेव्हा काही करत नव्हते, नोकरी शोधत होते, कुठेतरी डोके टेकायला जागा हवी होती, तेव्हा प्रियकराने अंग काढून घेतले," जुलेखा मोठ्याने हा हा करून हसली.

"अगदी उत्कट प्रेम असण्याच्या अवस्थेत जबाबदारी उचलावी लागेल या भीतीने जर प्रियकर पळून गेला तर तुम्ही कोणावर विश्वास ठेवणार? मी माझ्या नवऱ्यालादेखील बघितले आहे. हे लोक मला माणसे वाटतच नाहीत. खरे

सांगायचे तर कुठल्याच पुरुषावर माझा विश्वास नाही. एखाद्या पुरुषाला जर माझ्याशी मैत्री करायची असेल तर मी करेन, त्याच्याबरोबर हाहा हुहू करेन, नाचेन, गाईन – बास. त्यापलीकडे काही नाही. नाते कायम करण्याची चूक मी जवळजवळ केलीच होती, आता मात्र नाही.''

"आणि सोबहान?'' उत्तर ऐकण्यासाठी माया उतावीळ होती. चहा संपल्यावर जुलेखा पुन्हा चहा करून घेऊन आली.

"खरे सांगायचे तर सोबहानला मी पुष्कळ दिवसांत भेटले नाही. त्याच्या बाबतीत मी फार काही बोलू शकत नाही. माझा सोबहानशी संबंध जुळावा अशी सुरंजनची इच्छा होती. कमाल आहे, असे कधी होते का? कोणी कोणाला कोणाशी संबंध ठेवण्यासाठी जबरदस्ती करू शकते? एखादा शतमूर्खच असा विचार करू शकतो. आणि स्वत:चा प्रियकरच म्हणू लागला की जा, त्या अमक्यावर प्रेम कर, तर? तो किती पाखंडी असेल सांग ना! म्हणे माझी आणि सोबहानची जोडी शोभते. तो स्वत: देवदास होणार! अरे बाबा, केवळ मुसलमान आहे म्हणून मुसलमानांशी संबंध जुळतो? माझा नवरादेखील मुसलमानच होता. मग त्याचे काय झाले? पुरुष हा पुरुषच असतो माया! मग तो हिंदू, मुसलमान, ख्रिश्चन, बौद्ध कोणीही असो, असतो तो पुरुषच. पुरुष हे पुरुषप्रधान समाजात राहतात, समाजातल्या सगळ्या सोयीसुविधांचा उपभोग घेतात. स्त्रियांना ह्या समाजात काही स्थान आहे? मी आज जिथे आहे तिथे पोचण्यासाठी मला काय कमी कष्ट पडले?''

माया खूप घाबरत घाबरतच जुलेखाकडे आली होती. तिला वाटले होते की तिला पाहिल्याबरोबर जुलेखा अर्वाच्य भाषेत शिवीगाळी करून तिला हाकलून देईल, पण तिने तर अगदी प्रेमाने बसवून चहाबिहा पाजला. जुलेखा ज्या गप्पा मारत होती, त्यांत पुरुषांचा विषयच नाही यावर मायाचा विश्वास बसत नव्हता. सगळ्या स्त्रीविषयक गोष्टी. होस्टेलमधली कुठली मुलगी कशी आहे, 'साहसिनी'च्या कितीजणी सदस्य आहेत, त्या कोण कोण काय काय करतात, वगैरे.

"बरं, सोबहानशी मी लग्न करणार आहे, त्याविषयी तुला काही बोलायचे आहे का? तुझी काही हरकत असेल...?''

जुलेखा हसून म्हणाली, "माझी कशाला हरकत असेल? मी कोण सोबहानची? तू सोबहानच्या पत्नीला विचार तिची काही हरकत आहे का. पण हरकत असली तरी काय! तुम्हाला लग्न करायला काही अडचण येणार नाही. मुसलमानांच्या चार बायका असू शकतात.'' असे म्हणून जुलेखा जोरात हसली. हसत हसतच म्हणाली, "डिस्गस्टिंग! चौदाशे वर्षांपूर्वीचा कायदा आजच्या काळातही लागू आहे. आणि माणसे जोरजोरात बिगुल वाजवत 'इस्लाम किती छान, इस्लाम

किती छान' म्हणत नाचतात. मुसलमान तर नाचतातच, पण हिंदूही नाचतात, कारण हिंदू नाचले नाहीत तर त्यांना उगीच कोणी म्हणायला नको की ते निधर्मी नाहीत म्हणून! हे सगळे बघून मला चीड येते.''

''तू अगदी तसलिमा नासरिनसारखे बोलतेस.''

''म्हणजे कसे?''

''हेच – पुरुषप्रधान समाज – निधर्मी.''

जुलेखा म्हणाली, ''हो. मी त्यांची अगदी भक्त आहे. त्यांच्याबरोबर माझे नियमितपणे बोलणे होत असते.''

''त्या हल्ली दादाला घेऊन बरेच वेळा बाहेर फिरायला जातात.''

''जात असतील. मला वाटते एखादी कादंबरी लिहीत असाव्यात. तू त्यांना भेटली नाहीस?''

''नाही, पण लग्नाला बोलावेन म्हणते.''

''मीही त्यांना साहसिनीच्या पहिल्या सभेच्या उद्घाटनाला बोलवायचा विचार करते आहे.''

''वा!''

''पण ते इतके सोपे नाही. होस्टेलमधल्या काही मुसलमान मुली त्यांना मुळीच सहन करू शकत नाहीत.''

''का? मुसलमानच मुसलमानांना सहन करू शकत नाहीत?''

जुलेखा अवाक् होऊन मायाकडे पाहतच राहिली.

''तू कुठल्या जगात राहतेस माया?''

मायाला अवघडल्यासारखे झाले.

''मुसलमानांनी फतवा काढला आहे. लेखक तसलिमा स्वतःच्या देशात राहू शकल्या नाहीत. भारतीय मुसलमानांनीही त्यांच्या मस्तकाची किंमत पाच लाख रुपये घोषित केली आहे.''

माया ओठ बाहेर काढून म्हणाली, ''मुसलमानांच्या ह्या गोष्टी मला समजतच नाहीत.''

''समजत नाही असे नाही, तुला समजून घ्यायचे नाही. किंवा समजूनही न समजल्यासारखे दाखवायचे आहे.''

मायाचा चेहरा झाकोळला. जुलेखा म्हणाली, ''हिंदू आणि मुसलमानांसाठी कायदे वेगवेगळे. मुसलमान अजूनही धर्माचे कायदेच मानतात, ज्यात स्त्रियांना समान अधिकार नाहीत. असे एखाद्या सभ्य, सुसंस्कृत देशात घडू शकते? सर्वांना एकच कायदा नको का?''

माया म्हणाली, ''मुस्लीम कायद्यांच्या विरोधात का बोलतेस? तू तर मुसलमान

आहेस.''

"म्हणून काय झाले? अन्यायाला विरोध करण्यासाठी हिंदू किंवा मुसलमान असण्याची गरज नाही. बुद्धिमान असणे गरजेचे आहे.''

"मी तर ऐकले आहे की मुसलमानांनाच कायदे बदलायला नको आहेत!''

"कट्टरपंथीयांना नको आहे असे म्हण. इथल्या हिंदूंना सामान्य मुसलमान आणि कट्टरपंथीय मुसलमान यांच्यातला फरक कळत नाही. ते सगळ्यांना मुसलमानच म्हणतात. हिंदू कट्टरपंथीयांना जातीयवादी म्हणतात, आणि मुसलमान कट्टरपंथीयांना अल्पसंख्याक. असे म्हणून मुसलमानांना आणखीनच अंधारात ढकलतात, आणखीनच कट्टर बनवतात.''

माया अवाक होऊन जुलेखाचा त्वेष बघत होती. डोळ्यात काजळ होते, भिवया कोरलेल्या, सुंदर चेहरा, मायाळू. जुलेखा साडीचा पदर खोचून उठली. एकदम म्हणाली, "तू शांखा, सिंदूर का घालतेस? तुझा घटस्फोट झाला ना?''

"नाही. अद्याप झाला नाही. कागदपत्रे हातात यायला जरा वेळ लागेल.''

जुलेखा थक्क झाली. म्हणाली, "तू लग्न करण्याचा निर्णय घेतला आहेस, आणि तरी पहिल्या नवऱ्याची निशाणी बाळगते आहेस?''

"शोभनशी लग्न झाल्यावरही शांखा, सिंदूर न काढण्याचा माझा विचार आहे.''

जुलेखा धपकन समोरच्या खुर्चीवर बसली.

"का?''

"हे सगळे घालायची सवय झाली आहे.''

जुलेखा एक दीर्घ नि:श्वास सोडून म्हणाली, "सुरंजनकडून तुझ्याबद्दल ऐकले तेव्हा वाटले की तू एक धाडसी, तेज मुलगी आहेस, अगदी तर्कशुद्ध विचार करणारी. पण तुझ्यासारखी भित्री, दुर्बल स्त्री मी कदाचित कधी पाहिलीच नाही.''

मायाचे डोळे भरून आले.

"एकाला धरल्याशिवाय दुसऱ्याला सोडू शकत नाहीस, हो ना? तुझे पुरुषाशिवाय चालणार नाही. दुर्बल स्त्रियांना पुरुषाची गरज भासतेच. दुर्बल माणसाला जशी धर्माची गरज असते ना, तसाच हा प्रकार.''

डोळ्यातले अश्रू पुसत पुसत माया म्हणाली, "शांखा, सिंदूर काढायला भीती वाटते. शोभन म्हणाला त्याची काही हरकत नाही.''

विषय बदलत जुलेखा म्हणाली, "माया, मला तुझ्यापेक्षा कमी पगार मिळतो. तुला किती मिळतात मला माहिती आहे. सुरंजनने सांगितले. तुझ्यापेक्षा मला बरेच कमी मिळतात.''

तोंड आवळून माया म्हणाली, "तुला मुले-बाळे नाहीत."

जुलेखाही दातावर दात रोवून म्हणाली, "आहे. एक वंशाचा दिवा जन्माला घातलाय मी. मूल का असणार नाही मला? आहे."

"वा, मग मुलाला सोडून तुझे इथे मजेत चालले आहे की! इथे 'साहसिनी' करून फिरते आहेस. तू कसली आई? मुलाला सोडून कशी राहू शकतेस?"

"मुलाला वाढवण्यापेक्षा हे काम खूप मोठे आहे."

"काय असे मोठे काम आहे ते तरी कळू दे! हे साहसिनीचे काम?"

"ते तर आहेच. कोणत्याही पुरुषाच्या गळ्यात न पडता, त्याच्यावर अवलंबून न राहता जगणे ही माझ्यासाठी खूप मोठी गोष्ट आहे."

"मी तर मुलांना सोडून येऊच शकले नसते."

"म्हणूनच तर तुला सरोगेट फादरची गरज आहे. सोबहान पिता म्हणून चांगलाच आहे. म्हणूनच तर त्याला धरायचा प्रयत्न करते आहेस. काय काय केलेस त्याच्याबरोबर? झोपलीस?"

"शी शी!"

"शी शी का?" मायाकडे थेट नजर रोखत जुलेखाने विचारले, "न झोपता तुला कसे कळेल तो नीट झोपू शकतो की नाही ते? त्याचे इरेक्टाइल डिसफंक्शन आहे की नाही? नाहीतर नंतर पस्तावशील. मग त्यालाही सोडावे लागेल आणि दुसरा असा शोधावा लागेल की ज्याचे हे सगळे ठीक आहे. एकटी तर राहू शकणार नाहीस. कोणी ना कोणीतरी पाहिजेच."

"तू कशी काय एकटी राहतेस? नक्कीच तुझा कोणीतरी असला पाहिजे. तूही निश्चितच लग्न-बिग्न करणार असशील."

"लग्न?" जुलेखा स्वत:चे दोन्ही कान धरून म्हणाली, "ह्या जन्मात तरी नाही. पुनर्जन्मावर विश्वास नाही. असता तर म्हटले असते की पुढच्या जन्मात देखील नाही."

माया म्हणाली तिला निघायला पाहिजे. तिची मुले वाट बघत असतील. जुलेखा तिला गेटपर्यंत सोडायला गेली. जाता जाता मायाने काकुळतीने विचारले,

"सोबहान माणूस म्हणून चांगला आहे ना?"

"हो. चांगला आहे. मित्र म्हणून तर चांगलाच आहे."

"पती म्हणून कसा असेल?"

जुलेखा हसत हसत म्हणाली, "पती म्हणून कसा असेल ते तर मी सांगू शकणार नाही. तो कधीच माझा पती नव्हता. पण तू त्याच्या पत्नीला विचारू शकतेस की सोबहान पती म्हणून कसा आहे?"

माया मान खाली घालून गंभीरपणे चालत राहिली.

घरी येऊन बघितले तर सुरंजन विद्यार्थ्यांना शिकवत होता. त्यातच मध्ये ती म्हणाली, ''जुलेखाची भेट झाली.''

''हो का?'' सुरंजन उत्साहाने शेजारच्या खोलीत आला.

''सांग, सांग. मग काय झाले? माझ्याबद्दल काही बोलली का?''

माया ओठ बाहेर काढून म्हणाली, ''काहीही नाही.''

''कशी आहे ती?''

'' बिच. शी इज अ बिच. ''

''असे वाटले तुला?'' सुरंजनच्या उत्साहावर एकदम पाणी पडले. माया राग आवरत म्हणाली, ''तिला मी सोबहानशी लग्न करायला नको आहे. तिला स्वत:लाच त्याच्याशी लग्न करायचे आहे.''

''असे म्हणाली ती?''

''तिची माझ्या लग्नाला हरकत आहे,'' अचानक माया स्फुंदून रडायला लागली. तिचे डोके आपल्या छातीशी धरून सुरंजन म्हणाला, ''अशी रडू नकोस. ती अशी कोण लागून गेली आहे, जिची हरकत आहे म्हणून तू रडतेस? तुला लग्न करायचे आहे – तू कर. कोण काय म्हणते त्याने कोणाला काय फरक पडणार आहे?''

''त्या बिचबरोबर तू कसा काय हिंडत फिरत होतास दादा? तिने तुला नक्कीच खूप त्रास दिला असेल,'' माया रडत रडतच म्हणाली.

''मी तुला तिच्याकडे जायला मनाई केली होती ना? हट्ट करून गेलीस. सोडून दे ते सगळे. सोबहान आठ वाजता येणार आहे. तुला घेऊन सिनेमाला जाणार आहे. जा.''

माया डोळे पुसून बाथरूममध्ये गेली. किरणमयी मायाच्या मुलांना मैदानावर घेऊन गेली होती. खेळून झाल्यावर ती त्यांना घेऊन येणार होती. इच्छा असो वा नसो – किरणमयीचे आयुष्य मायाच्या मुलांभोवती फिरत होते.

आणि माया बाहेरच्या जगात एक एक पाऊल पुढे जात होती. ऑफिस आणि घर सोडून तिच्या आयुष्यात दुसरे काही नव्हते. आता त्या जगात किती काय काय आहे! माया जुलेखाचा – त्या स्मार्ट बिचचा – विचार करत होती. उरात अपमानाचा दाह होता. शॉवरचे पाणी मायाचे जळणारे शरीर धूत होते, मायाचे अश्रू धुऊन टाकत होते. इतके पाणी डोळ्यात असते तरी का? असो, माया विचार करत होती – आयुष्यात तिने घेतलेल्या अनेक चुकीच्या निर्णयांप्रमाणे कोण्या एका जुलेखाला भेटायचा निर्णयदेखील चुकीचा होता. इतके कठोर, तीव्र, तिखट शब्द ऐकवायची जुलेखाला काय गरज होती? तिने आयुष्यात आतापर्यंत सहन केलेला अपमान पुरेसा नव्हता का? आणखी किती बाकी आहे?

सोबहान, सोबहान, सोबहान! माया त्या माणसाला डोक्यातून काढूच शकत नव्हती. या सोबहानने तिच्या आयुष्याला किती घट्ट जखडून ठेवले आहे! जेव्हा तो त्याच्या उष्ण हाताने मायाच्या हाताला स्पर्श करतो, तेव्हा त्याच्या स्पर्शात किती प्रेम असते, किती उत्कटता असते! माया – एक बलात्कारिता, जवळजवळ मेलेली माया, केवळ स्वतःच्या आत्मविश्वासामुळे आज ताठ मानेने जगू शकते आहे, तिच्या पायाखाली भक्कम जमीन आहे ती केवळ तिच्या एकटीच्या प्रयत्नांमुळे. कोणीही मदत केली नव्हती. आणि आज तिला ऐकावे लागले की माया दुर्बल, माया भित्री, माया पुरुषावर अवलंबून. जगात आणखी काहीही खरे असेल, पण जुलेखाचा हा निष्कर्ष बरोबर नाही, हे माया तिला कसे समजावणार? जुलेखाला मायाबद्दल काहीही माहिती नाही, तिच्या काळ्याकुट्ट भूतकाळाबद्दल माहिती नाही. तिच्या भंगलेल्या, गाडल्या गेलेल्या, मातीला मिळालेल्या आयुष्याबद्दल तिला काहीही माहिती नाही. इतके मोडून पडल्यावर एखादी नोकरी शोधणे, मुलाबाळांना सांभाळून ती नोकरी टिकवणे, मुलांना चांगल्या शाळेत घालून चांगले संस्कार करणे, नवऱ्याला सोडून एक निष्क्रिय भाऊ आणि आई यांच्याकडे एक नाही तीन तीन लोकांसाठी जागा मिळवणे – हे जुलेखाला शक्य झाले असते? नसते शक्य झाले असे मायाला वाटले.

जुलेखाचे काय, नवऱ्याच्या नकळत एका तरुणावर चोरून प्रेम केले, नवऱ्याला कळल्यावर त्याने हाकलून दिले, एका नातलगाकडे राहिली, आणि मग आता मजेत नोकरी करते आहे. होस्टेलमध्ये सुरक्षितपणे राहते आहे. मैत्रिणींबरोबर मौजमजा. मायापेक्षा तिचे शतपटीने सहज-सोपे आयुष्य.

एकदा मायाच्या आयुष्यात जुलेखाने येऊन बघावे. किती प्रचंड तांडवामध्ये उभी आहे माया, हे पाहावे. मायाचे सोबहानवर प्रेम होते. ही गोष्ट ती जुलेखाला समजावून देऊ शकली नाही. प्रेम हा शब्दच जुलेखाला अनोळखी आहे. माणूस माणसावर प्रेम करू शकतो हे ती विसरूनच गेली आहे. प्रेम करून एकत्र राहण्याचे स्वप्न बघू शकतो, हे ती विसरली आहे. पुरुष अत्याचारी आणि स्त्री अत्याचारित एवढेच आता ती शिकली आहे.

माया ते नाकबूल करत नाही, पण सगळेच पुरुष काही अत्याचारी नसतात. काही पुरुष अजूनही प्रियकर असू शकतात, काही पुरुष तर स्त्रीवर प्रेम करून आत्महत्याही करतात. पुरुष आणि स्त्री ह्या दोन वेगळ्या प्रजाती नाहीत. त्यांची जात माणूसच. माणसांच्या जातीत काही चांगले असतात, काही वाईट. चांगल्यांत पुरुष-स्त्रिया दोन्ही असतात, तशा वाईटातही.

सोबहान चांगल्या प्रकारातला आहे. सोबहान जेव्हा तिचे चुंबन घेतो, तिच्या संपूर्ण शरीराचे चुंबन घेतो, तसे चुंबन मायाने आयुष्यात अनुभवले नाही. असे प्रेम

केले जाऊ शकते हे तिला माहितीच नव्हते. सोबहान म्हणतो की मायाशिवाय कोणत्याही स्त्रीशी त्याचा मानसिक अथवा शारीरिक संबंध नाही. तो म्हणतो की मायावर त्याचे प्रेम आहे. ज्या स्त्रीवर पहिल्यांदा त्याने प्रेम केले ती माया आहे. तो म्हणतो की तो धर्म, जात वगैरे काही मानत नाही. मानतो तो फक्त माणूस म्हणून. मायासारखी प्रेमळ, माणुसकी असलेली स्त्री त्याने दुसरी पाहिली नाही. जगात कोणाला काय वाटेल, कोण त्याला वाळीत टाकेल, कुठला समाज त्याला दूर करेल या कशाचीच त्याला मुळीच पर्वा नाही. त्याला आयुष्यभरासाठी माया हवी आहे – मैत्रीण म्हणून, जन्मभराची सोबतीण म्हणून त्याच्या मुलांची आई म्हणून, प्रेमिका म्हणून, पत्नी म्हणून.

मायावर आजपर्यंत इतके प्रेम कोणीही केले नव्हते. आयुष्यभर प्रेमासाठी ती जी तहानलेली होती, ती तहान सोबहानने शमवली होती. सोबहानची पत्नी आहे. पती तर मायाचादेखील होता, किंवा आहे. ते नाते आता अर्थहीन आहे. चुकीच्या माणसाशी लग्न करणे तिला भाग पडले होते. चूक लक्षात आल्यावर योग्य माणूस भेटला, तर जितक्या लवकर त्या चुकलेल्या नात्यातून बाहेर पडता येईल तितके बरे. सोबहानशिवाय तिला जगणे असह्य होईल हे मायाला ठाऊक होते. तिचे निराशाग्रस्त जीवन सोबहाननेच स्वप्न, सुख, समाधानाने भरून टाकले होते. सोबहान जर तिला सोडून गेला तर ती कदाचित जिवंत राहील, पण त्या जगण्यात तिळमात्र आनंद नसेल. केवळ जगायचे म्हणून जगेल -केवळ शून्य नजरेने शून्यात बघत राहणे. फक्त सूर्यास्त बघत मृत्यूची वाट बघणे. ह्या वयात दोन मुलांच्या आईला असे नि:स्वार्थ, निखळ प्रेम आणखी कोणाकडून मिळू शकणार होते? सोबहान तिच्यासाठी देवीचा आशीर्वाद होता. नाही, ती सोबहानकडे एक मुसलमान म्हणून नाही, तर एक माणूस म्हणून बघते. प्रियकर म्हणून जसा पुरुष मिळावा अशी तिने प्रार्थना केली होती, सोबहान हुबेहूब तसाच होता.

अंघोळीला बराच वेळ घेऊन माया जेव्हा बाहेर आली, तेव्हा सुरंजनच्या खोलीत सोबहान बसलेला दिसला. सुरंजन कपडे करून बाहेर निघाला होता. कुठे? त्याला काहीतरी काम होते म्हणे.

हल्ली जेव्हा सोबहान घरी येतो, तेव्हा सुरंजन बाहेर जातो हे मायाच्या लक्षात आले होते. मायाला खोली मिळावी, जेणेकरून दार बंद करून ती निश्चिंतपणे प्रेम करू शकेल, म्हणून जातो हे मायाला कळले होते. सोबहानबरोबर ती खोलीत तासंतास घालवायची – कधी दार बंद असायचे – कधी उघडे. फक्त चार दिवस तिने दरवाजा आतून लावून घेतला होता.

ते बंद दार उघडल्यावर त्या चार दिवसांपैकी दोन दिवस किरणमयी म्हणाली, "मुलगा तर चांगला आहे, लग्न करायचे असेल तर करून टाक. आजूबाजूच्या

लोकांना कळले तर पंचाईत होईल. त्यातून तो मुसलमान. लोकांना ते कळले तर काही खैर नाही. बाकीचे दोन दिवस ती काही बोलली नाही. मुलांना तिने इतर कशात तरी गुंतवून ठेवले होते, जेणेकरून आईला शोधायला मुले बंद दरवाजा वाजवणार नाहीत.

मायाने केस टॉवेलमध्ये गुंडाळले होते. तिने अंगात नाईटी घातली होती. हनुवटीजवळ काळ्याभोर केसांमधून पाणी ठिबकत होते. ओल्या भिवया चमकत होत्या. सोबहान मुग्ध होऊन तिच्याकडे पाहत राहिला. तिचा हात धरून त्याने तिला जवळ ओढले आणि तिच्या ओठांची, पापण्यांची, भिवयांची, हनुवटीची चुंबने घेऊ लागला. मायाने मागच्या मागे किरणमयीच्या खोलीत जायचा दरवाजा आतून बंद केला. सोबहान चमकून मागे सरला.

"हे काय केलेस?"

"का? याआधीदेखील आपण दरवाजा बंद केलेला आहे."

"मावशींना काय वाटेल?"

"आपले आज ना उद्या लग्न होणार आहे हे तिला माहिती आहे."

"तरी–"

"तरी काय रे? तुला इच्छा नाही का?"

"आहे ना!"

"तर मग ही लपाछपी कशाला रे?"

मग मायाने स्वतःच त्याचा हात धरून पलंगाकडे नेऊन झोपवले. सोबहानने पांढरा टीशर्ट आणि निळ्या जीन्स घातल्या होत्या. शाम्पू केलेले केस पंख्याच्या वाऱ्याने उडत होते. इतक्या देखण्या पुरुषाशी संग करण्याचा आनंद काही वेगळाच. माया सोबहानच्या अंगावर झोपून त्याला चुंबू लागली. सोबहानने उत्तेजित होऊन डोळे मिटून घेतले. मायाला त्याने छातीशी घट्ट धरून ठेवले. म्हणत होता, "तुझ्याशिवाय मी जगू शकणार नाही गं माया!"

माया त्याच्या नाकाचा शेंडा दाबत म्हणाली, "जगशील तर काय झाले!"

सोबहानदेखील तिचे नाक चिमटीत धरून म्हणाला, "जगवलेस तर तूच जगवशील, आणि मारलेस तरी तूच मारशील. सगळे काही तुझ्या हातात."

मायाला इतके छान वाटत होते! तिची खात्री होती की हे दृश्य बघून जुलेखाला मत्सर वाटला असता. नक्कीच वाटला असता. प्रेम कुणाला नको असते? मला प्रेम नको आहे – असे जुलेखा छातीठोकपणे सांगू शकेल? मायाचा विश्वास बसणार नाही. ईर्षेची आग आजही मायाला तिच्या डोळ्यात दिसली होती. कोणीही सुखासुखी संन्यस्त आयुष्य स्वीकारत नाही. काही उपाय राहिला नाही तरच स्वीकारतात. सोबहानसारखा कोणी भेटला असता तर सगळे

सोडून त्याच्यासाठी दिवाणी झाली असती.

सोबहानच्या छातीवर डोके ठेवून ती पांढऱ्या भिंतीकडे बघत होती. डोळे पुन्हा भरून आले. जुलेखाचे सगळे बोलणे पुन्हा आठवले.

''काय गं, काय झाले? एकदम गप्प झालीस!'' सोबहान तिच्या दंडावरून प्रेमाने हात फिरवत म्हणाला.

''आज तुझ्या जुलेखाला भेटले.''

''कुठे?''

''तिच्या होस्टेलवर गेले होते.''

''मग?''

''आपले लग्न व्हावे अशी तिची इच्छा नाही.''

''का बरे?''

''मला वाटते मत्सरामुळे असेल.''

''मत्सर कशाला?''

''तिचा संबंध तर तुटला. तुला सांगू का, जो स्वत: सुखी नाही, त्याला इतरांचे सुख सहन होत नाही.''

''मी पाहिले की ती तर नोकरी-बिकरी, शिक्षण यांत अगदी व्यग्र आहे. खूप आत्मविश्वासी स्त्री आहे.''

''स्त्रियांसाठी एक संघटना निर्माण करते आहे. खूप स्त्रीवादी झाली आहे. तसलिमाचा प्रभाव.''

''हं.''

''अच्छा, मला एक गोष्ट अगदी प्रामाणिकपणे सांग. तुम्हा दोघांमध्ये कधी प्रेम होते?''

''छट! साध्या मैत्रीशिवाय इतर काहीही नाही. आणि आपण तर दोन चार भेटीतच एकमेकांना मित्र म्हणू लागतो. खरी मैत्री इतकी सहज थोडीच जुळते?''

''तुझा आहे कोणी असा खरा मित्र?''

''आहे की. सुरंजन.''

''तो कसा काय कोणाचा मित्र होऊ शकतो हे मला कळतच नाही. त्याच्यात मुळीच इंटिग्रिटी नाही.''

''केअरलेस, कॅलस आहे, पण इंटिग्रिटी आहे.''

सिनेमाची वेळ, रात्रीच्या जेवणाची वेळ निघून गेली याचे दोघांपैकी कुणालाच भान नव्हते. सुरंजनने बाहेरच्या दाराची बेल वाजवली तेव्हा दोघे गडबडीने उठून बसले.

कोलकात्याचा स्वत:चा असा एक गंध आहे. युरोपहून मी जेव्हा कोलकात्यात उतरते तेव्हा तो गंध मला येतो. शरीराला दमटपणा वेढून राहतो. बंगाली भाषा आणि संस्कृतीच्या प्रेमामुळे मी युरोप सोडून कोलकात्यात राहते. कोलकात्यातील मित्रांमध्ये सुरुवातीला जो उत्साह होता तो, मी तिथे राहायला लागल्यावर बराच कमी झाला. कोलकात्यात आता हॉटेलमध्ये राहायचे नाही अशी प्रतिज्ञा करून मी पूर्णदास रोडवर एक फर्निश्ड अपार्टमेंट भाड्याने घेतले. तो एक भयंकरच प्रकार झाला. माझे पैसे चोरीला गेले, आईने दिलेला सोन्याचा हार हरवला, घरमालकाने जास्त पैसे वसूल केले. एका महिन्यातच लाखभर रुपये गेले. ह्या सगळ्या दुर्घटनांच्या दरम्यान मनाला आनंद देणारी गोष्ट म्हणजे मित्रांचे सान्निध्य. रोज घर दोस्तांनी भरून जायचे. त्यानंतर मी पुन्हा जेव्हा युरोपहून आले, तेव्हा फर्निश्ड नाही, रिकामे अपार्टमेंट भाड्याने घेतले. एक-दोन महिन्यांसाठी नाही, तर अनिश्चित काळासाठी.

विमानतळावर उतरले. अजूनही मला माहिती नव्हते की मी कुठे राहणार आहे. सुटकेस गाडीच्या डिक्कीत होती. कुठे कुठे भाड्याने घरे मिळू शकतात याचा शोध घेतल्यावर ज्या घरमालकाशी माझे प्रथम फोनवर बोलणे झाले होते, त्याचे अपार्टमेंट न बघता, त्याने सांगितलेले भाडे मान्य करून तिथे पोचले. तिथेच अजूनही आहे.

ज्या दिवशी घरात शिरले तेव्हा धुळीचे ढीग होते. मला सर्वांत आवडले होते ते म्हणजे प्रशस्त खोल्या, खिडकीला ग्रिल नव्हते, व्हरांड्याच्या दरवाजालासुद्धा लोखंडाचे काही चिन्ह नव्हते. चारी बाजूंनी मोकळे. इतके मोकळे की जणू आकाश व्हरांड्यात येऊन आरामखुर्चीत बसले आहे असे वाटावे. जी खोली लिहायची खोली करेन असे क्षणार्धात ठरवले, त्या खोलीच्या खिडकीकडे नजर गेली की समोर आकाश, आणि नारळी-पोफळीच्या रांगा. जुने घर होते, माझ्या लहानपणीचे घर जसे शटरच्या दारे-खिडक्या असलेले होते, तसे. जुन्या प्रकारच्या स्थापत्याचे मला खूप आकर्षण आहे. लहानपणाच्या स्मृतींनी मी वेडीच झाले. म्हणूनच या घराचे कितीही भाडे असले तरी मी ते घर घेतले. विचार केला होता की एवढे भाडे देणे शक्य होणार नाही, दोन एक महिन्यांत कमी भाड्याच्या घरात जाईन. पण बघता बघता वर्ष लोटले, दोन वर्षे लोटली. लोटेनात का, पण मी बंगालमध्ये आहे, बंगाली बोलू-ऐकू शकते. सकाळी बंगाली वर्तमानपत्रांचा गठ्ठा आणि चहा घेऊन खिडकीपाशी बसते. वाऱ्याची झुळूक स्पर्शून जाते, पक्षी गाणी ऐकवतात, मनाला अत्यंत आल्हाद वाटतो. हा बंगाल सोडून कुठे परदेशात जाऊन राहू? का राहू?

बंगालवर, बंगाली माणसांवर प्रेम आहे म्हणून मी इथे येते – पण जे मित्र

इतके धावत यायचे ते आता कुठे आहेत? सहा महिन्यात एकदाही कोणाचे तोंड बघितले नाही. मला भयंकर एकटी-एकाकी करून हळूहळू सगळे गायब झाले. हल्ली मला खूप रिकामे रिकामे वाटते. मनात येते किती जणांची मित्र म्हणून दिवसभर आठवण काढते, जे खरे म्हणजे मित्र नाहीतच. चहूकडे माझे खूप मित्र आहेत असे म्हणत राहते. म्हणते – मी एकटी नाही, कधीच नव्हते. एकाकीपणापासून मनातल्या मनात दोन हजार मैल दूर पळते, भीतीने – की शरमेने – कुणास ठाऊक! मित्र नाहीत हा माझाच, माझ्या स्वभावाचा दोष आहे असे कोणाला वाटले तर? जगातल्या ज्या देशात, भागात राहिले तिथे मित्रांच्या झुंडी येऊन माझ्या जीवनाला जिवंतपणा देतात असे सांगून माझ्याच मनाची समजूत घालते.

आज ओळख झाली, उद्या किंवा पुन्हा कधीही त्याची पुन्हा भेट होईल की नाही हे ठाऊक नसले तरी मित्रांच्या यादीत त्याचे नाव सामील करून यादी वाढवत राहते. कित्येक शत्रूंनाही मित्र मानते, त्यात समाधान मानते, मृत जलाशयात अंधारात तरंग उठवत बसते. याशिवाय ह्या निर्वासित अवस्थेत जगू तरी कशी? नातलग म्हणजेही मित्रच असतात, देश हाही मित्रच असतो. सुखात, दु:खात मित्रच जवळ असतात, प्रेम, स्नेह देतात. ताप आला तर किमान एकदा तरी अस्वस्थ होऊन कपाळावर हात ठेवतात. मित्रच आई-वडील, बहिणी, भाऊ, सर्वांत जवळचे नातलग. मित्र नसलेल्या कितीतरी जणांना दिवसभर हाक मारत राहते. दुसरा उपाय काय? बोलावले नाही तर जगू तरी कशी? मी एकटी, भयंकर एकटी, मित्र म्हणून खरेतर माझे कोणी नाही, हे कटू सत्य प्राणपणाने नाकबूल करत राहते. खोटे बोलते, सांगते की माझे अगणित मित्र आहेत, मी अगदी मजेत आहे. आयुष्यात हेच असत्य मला वारंवार बोलावे लागते. स्वत:ला फसवायला शरम वाटते, पण तसे करावे लागते.

ज्यांच्याशी माझी मते जुळत नाहीत अशा कितीतरी लोकांना भेटणे मला भाग पडते. त्याशिवाय इलाज काय? माणसांशिवाय कोणी जगू शकेल का?

घरात एकटीला बंदी बनून राहावे लागते मला. जर बाहेर पडले तर पोलीस बरोबर येतात. पोलिसांना चकवून मी अनेक ठिकाणी जाते. विशेषत: दोन वेळा सुरंजनबरोबर दोन ठिकाणी गेले. नंतर विचार केला, का गेले? तर त्याचे उत्तर आले ते असे की सुरंजनबद्दल मी पुस्तक लिहिले म्हणून, सुरंजन लज्जाचा नायक म्हणून, त्याच्याबाबत मला एक जबाबदारी वाटते, अधिकार वाटतो, म्हणून, असे माझे मन सांगते, नेहमी सांगते. नंतर जेव्हा आवेग बाजूला ठेवून विचार करते, तेव्हा दिसते की सुरंजन इतर दहा जणांसारखाच एक तरुण – थोडी आधुनिकता, थोडा पुराणमतवाद, काहीशी उदासीनता, उदारता, थोडा स्वार्थ, थोडा कोतेपणा या सगळ्यांचे मिश्रण. त्याला लांब कुठेतरी घेऊन गेले ते त्याच्या

इच्छेने नव्हे, माझ्या इच्छेने. अखेर एवढा तरी दिलासा आहे की चांगले असो की वाईट, माझ्या इच्छेने करते, स्वतःच्या निर्णयाने करते.

सुरंजन कोलकात्यात कसा आहे, त्याचे आई, वडील, बहीण, आपली जन्मभूमी सोडून आले आहेत, ते कसे आहेत, हे सगळे, सुरंजनची भेट झाली नसती तर मला कळलेच नसते. काही पात्रांच्या भोवतालचे धुके दूर होत नाही तोपर्यंत मी त्यांचा पिच्छा पुरवते. मायाबद्दल मी जितके ऐकले, किंवा किरणमयीला जितके बघितले, त्यात मला काही संदिग्धता वाटली नाही. ते लोक आपुलकीने वागले नाहीत तरीही ते मला जवळचे वाटण्याचे आणखी एक कारण म्हणजे ती माझ्या देशातली माणसे होती. आणि माझ्या देशात असताना तिथली माझ्या ओळखीची इतर कोणी नाही, तर हीच माणसे होती जी आता या शहरात राहतात. माझ्या मनात काहीही योजना न करता उत्स्फूर्तपणे मला ती माणसे आपली वाटतात.

इथे पूर्व बंगालमधले खूप लोक आहेत, शहरभर बंगाली लोक आहेत, पण ते आणि सुरंजनचे कुटुंब एकसारखे नाहीत. सुरंजनने आधीच्या वर्षी देश सोडला, मी पुढच्या वर्षी सोडला. मी देश सोडला म्हणण्यापेक्षा मला देश सोडणे भाग पडले असे म्हणणे जास्त योग्य ठरेल. पण अति किचकट स्वभावाच्या माणसांबरोबर फार काळ चालणे मला शक्य होत नाही. त्यांच्यासमोर मला अगदी वेड्यासारखे वाटते. खरे सांगायचे तर मला अनेक वेळा वाटते की मी आता सुरंजनला चांगले ओळखले आहे, पण नंतर जाणवते की मुळीच ओळखलेले नाही.

माया घरात आल्यानंतर किरणमयीची माझ्याबद्दलची ओढही जणू एकदम कमी झाली. घरात ती जास्त गुंतली, आणि शिवाय माया तर मला सहन करू शकतच नव्हती. माझ्याशी संपर्क ठेवणे किरणमयीला शक्यच नव्हते. माझा अहंकार माझ्या मनातच राहिला. त्यांच्या जागी स्वतःला उभी करून मी त्यांच्याकडे बघण्याचा प्रयत्न केला. असे करताना माझा अहंकार, नाराजी कुठल्याकुठे पळून जाते. प्रत्येकाच्या वागण्यामागे त्याचा त्याचा एक तर्क असतो. एवढेच काय, मी तर कट्टरपंथीयांच्या जागी स्वतःला कल्पून त्यांची मानसिकता जाणून घेण्याचा प्रयत्न करते की त्यांना का माझ्यावर हल्ला करावासा वाटला. त्यांचाही त्यामागे काहीतरी तर्क असेलच.

किरणमयी आता स्वयंपाक करून डबा भरून मला पाठवत नव्हती, आता मला फोनही करत नव्हती. घरी ये म्हणत नव्हती किंवा एकदम माझ्या घरी येऊन – किती दिवसांत भेट झाली नाही, भेटायची इच्छा झाली – म्हणत नव्हती. बहुधा किरणमयीच्या अंतरात माझ्यासाठी जी जागा होती, ती मायाने येऊन भरून टाकली असावी. पण मायाबद्दल मी राग बाळगणे योग्य नाही.

मायाच्या जागी स्वत:ला कल्पून बघितले तर माझा मलाही राग येतो. मी माया असते तर मला क्षमा करू शकले नसते. आणि मी माझ्या बाजूने तर्क लढवला तर दिसते की मी जे केले ते यत्किंचितही चुकीचे नव्हते. मायाने जर माझ्या जागी उभे राहून विचार केला तर ती मला दोष देईल असे वाटत नाही. हे जे परस्परांचा विचार करणे आहे, ते आमच्याच्याने होत नाही. आम्ही कोणाच्याच भूमिकेत शिरून त्याला समजून घेत नाही. फक्त स्वत:च्या चश्म्यातून जगाकडे बघतो – स्वत:च्या – केवळ स्वत:च्याच.

अधूनमधून मी जेव्हा एखाद्या समुद्राकडे किंवा गहन अरण्याकडे बघते, तेव्हा मी माझ्या आईच्या दृष्टीतून त्याकडे पाहते. आईला फार हौस होती कधीतरी समुद्र बघावा, डोंगरावर, किंवा अरण्यात जावे, पण ते तिच्या नशिबात नव्हते. त्यामुळे जेव्हा तिच्या स्वप्नातल्या एखाद्या ठिकाणी जाऊन उभी राहते, तेव्हा एकदा माझ्या डोळ्यांनी पाहते, एकदा आईच्या. माझ्या डोळ्यांनी बघताना त्यात मुग्धता असते, आणि अलिप्ततादेखील, पण आईच्या डोळयांनी बघताना डोळे भरून येतात.

कोलकाता दिवसेंदिवस माझ्यासाठी वाळवंटाप्रमाणे होत चालले आहे. ज्या काही कवी, साहित्यिक कलाकारांना ओळखते, ज्यांच्याशी मैत्री होईल असे वाटले होते, त्यांच्याशी भेट होण्याची संधीच येत नाही. त्यांच्यापैकी कोणीही माझ्याशी संपर्क साधत नाही. माझ्या 'द्विखंडित' ह्या पुस्तकावर बंदी येण्यासाठी अनेकांनी प्रयत्न केला, त्या वेळच्या वर्तमानपत्रांत, मासिकांत मोठमोठ्या लेखकांनी, बुद्धिजीवींनी माझ्यावर आगपाखड, शिवीगाळी करून पुस्तकावर बंदी घालण्याचे जे प्रस्ताव लिहिले होते ते मी वाचले होते. जसजशी वाचत गेले तसतसा माझा माझ्या डोळ्यांवर विश्वासच बसेना. 'लज्जा' लिहिल्यानंतर पश्चिम बंगालमधले अर्धे बुद्धिजीवी माझ्या विरोधात गेले होते, 'द्विखंडित' लिहिल्यावर उरलेले अर्धेही गेले. सगळे लेखक एकत्र येऊन सरकारकडे एखाद्या लेखकाच्या पुस्तकावर बंदी घालण्याची मागणी करत आहेत, अशी घटना याआधी जगात कुठेही घडलेली नाही.

कित्येक दिवसांपासून एकटेपणा मला खायला उठतो आहे. एकाकीपणाने जणू माझी साथ न सोडण्याची प्रतिज्ञा केली आहे. शहरात मी इथेतिथे फिरत राहते, सिनेमा, नाटक, नाच, गाणे या सगळ्या ठिकाणी धावते. रेस्टॉरंटमध्ये भरपूर पैसे उडवून येते. मला नक्की काय पाहिजे, कोण पाहिजे हे कळत नाही. सारखे वाटत राहते – इथे नाही, तिथे नाही, आणखी कुठेतरी – पण हे कोलकाता शहर सोडून दुसरे कुठले शहर आहे, जिथे जाऊन माझे मन शांत होऊ शकेल? नाही, कुठलेच नाही. कुठल्याही देशाचा, किंवा कुठल्याही शहराचा

स्वतःचा असा वेगळा चेहरा, स्वभाव नसतो, त्यात राहणाऱ्या माणसांचा स्वभाव तो त्याचा स्वभाव. जर या शहरात माझा एकही मित्र नसेल, तर या शहरात किती दिवस माझे मन रमेल? एक ना एक दिवस माझा जीव घुसमटेलच.

सुरंजन पूर्णपणे गर्तेत गेला आहे. त्यातून त्याला बाहेर काढताना मला थकायला होते. तो त्याच्या मनाप्रमाणे गर्तेतच राहू दे, तळ्याच्या काठी जाऊन बसून राहू दे, तळ्याच्या पाण्यात उडी मारण्याची इच्छा उराशी बाळगू दे, तो स्वतःच्या आयुष्याचे काय पाहिजे ते करू दे. मी माझ्या वाचन-लिखाणात व्यग्र होण्यासाठी उतावीळ झाले आहे. परदेशातूनही आता खूप आमंत्रणे येत नाहीत. सांस्कृतिक किंवा मानवतावादी/स्त्रीवादी कार्यक्रमांत सहभागी होण्यासाठी आमंत्रणे येतात, पण दिवसभर विमानात बसण्याच्या विचारानेच मला ताप चढतो. विमानात बसणे हल्ली मला असह्य होते. आयुष्यातला बराच काळ मी विमानातच घालवला आहे, कमी दाबाच्या हवेमध्ये राहता राहता पाय सुजण्याचा आजारही ओढवून घेतला आहे. कधीकधी आमंत्रण नाकारते. पैसे बिसे काही मिळत नाहीत, नुसता वेळ जातो, श्रम होतात. आयुष्यभर घरच्या सोडून लष्करच्या भाकरी भाजल्या, आता बहुधा स्वतःकडे बघायची वेळ आली आहे. या देशात राहून उरलेले आयुष्य लिहिण्या-वाचण्यात घालवेन, स्वतःला गुंतवून घेईन. कशात तरी गुंतलेले असले की एकटेपणाचा डंख तितकासा जाणवत नाही. मला वाचवेल ती माझी व्यग्रताच. माणूस माणूस म्हणून वेड्यासारखी शोधत राहिले तर माणूस आता मिळणार नाहीच. माणसांची भेट होणे माझ्या नशिबात नसेल तर होणारच नाही. माणसांच्या इतक्या गर्दीत खरा माणूस जर हरवला असेल, तर त्याला शोधणे मला शक्य आहे का?

सुरंजनची भेट होऊन सहा महिने उलटले, पण माझ्याशी संपर्क करण्याचा त्याने काहीही प्रयत्न केला नाही. त्याच्याकडे मोबाईल नाही. जो होता तो, मला कळले की त्याने तळ्यात फेकून दिला. त्या कुटुंबातले सगळे कसे आहेत, जिवंत आहेत की मेलेत, कुणास ठाऊक. ते जाणून घेण्याची इच्छा मी सध्या प्रयत्नपूर्वक दाबून ठेवली आहे. पण एक दिवस एका व्यक्तीशी भेट झाली, जी त्यांच्या परिवारातली नव्हती पण कदाचित त्या परिवारात सामील होण्याची शक्यता होती.

एल्गिन रोडवरच्या फोरममध्ये एक दिवस सिनेमा बघून उतरत होते, तेव्हा जुलेखालाही उतरताना पाहिले. ड्युटी संपवून ती घरी निघाली होती. मला बघून जुलेखा उल्हसित झाली. काहीही झाले तरी मला तिच्या होस्टेलवर घेऊन जाणारच म्हणाली. तिचा आग्रह मनापासून होता आणि असे असले की मला नाही म्हणता येत नाही. जिथे प्रेम, आपुलकी असते, तिथे मी अगदी जरुरीचे काम सोडून

देखील धावत जाते. जगात मला आपुलकीपेक्षा जास्त कशाचीही आवश्यकता नाही. जुलेखा मला कधीच फारशी आवडली नव्हती. एखादी व्यक्ती जर मला आवडत नसेल तर तिच्याशी मिळून मिसळून वागणे मला कठीण जाते. मी स्वतःला हलकेच दूर करते. जुलेखा कधीकधी फोन करायची, सुरंजनच्या घराची बातमी द्यायची. बरेच दिवसांत तिनेही संपर्क साधला नव्हता. तिला गाडीत बसवून होस्टेलकडे निघाले. म्हटले, "बरेच दिवसांत फोन-बिन केला नाहीस!"

जुलेखा म्हणाली, "संपर्क करण्याची जबाबदारी माझी एकटीचीच होती, म्हणून एक दिवस सोडून दिली. मी तुम्हाला किती वेळा फोन केले आणि तुम्ही मला किती वेळा केले, सांगा. मी जवळजवळ रोजच फोन करत होते. एकही दिवस, एकदाही – तुम्ही केला नाही. कुठलाही संबंध एकतर्फी टिकून राहू शकत नाही. मला तुम्ही खूप आवडता. मधल्या काळात मी तुमची सगळी पुस्तके वाचून काढली, आणि तुमच्याबद्दलचे प्रेम आणखीनच वाढले."

मी संकोचले. म्हटले, "वास्तविक तेव्हा कोणालाच फोन करणे झाले नाही."

"हे बरोबर नाही. कोणाला ना कोणाला तरी केलाच असेल. ज्याला मित्र मानता त्याला करतच असाल. सुरंजनकडे जर फोन असता, तर त्याच्या फोनची तुम्ही वाट बघितली असती असे मला वाटत नाही. तुम्ही आपणहून त्याला फोन केलाच असता." मी गप्प राहिले. जुलेखाचे बोलणे मला पटत होते आणि नव्हतेही.

"मग त्यांची काय खबरबात?"

"मग त्याची काय खबरबात? कसा आहे? माया काय करते? हेच ना? दीदी, तुम्हाला कधीही जाणून घ्यावेसे वाटले नाही की मी कशी आहे? मी आयुष्यात जो संघर्ष केला आहे, त्याचे तुम्ही एकदा तरी कौतुक केलेत? कधी मला प्रोत्साहन द्यावेसे वाटले? पण तुम्ही जरी दिले नाहीत, तरी तुमच्या लिखाणाने मला जे पाहिजे होते ते नक्कीच दिले."

जुलेखा बोलत होती आणि मी शून्य नजरेने खिडकीकडे बघत होते. बाहेर झगमगती शॉपिंग सेंटर्स उभी राहत होती आणि त्यांच्याजवळ मळकट, कळकट दुकानेही होती. गरिबी आणि श्रीमंती अशी लगटून राहिलेली मी इतर कुठल्याही देशात पाहिली नाही. झोपडपट्टीला खेटून टोलेजंग इमारती. सर्वांत आश्चर्याची गोष्ट म्हणजे झोपडपट्टीत राहणारा माणूसदेखील म्हणतो की मी मजेत आहे, मला इथून हलवू नका. गगनचुंबी इमारतीत राहणारा माणूसही म्हणतो की मी मजेत आहे आणि माझ्या सुरक्षाव्यवस्थेमध्ये काही उणीव राहू नये.

जुलेखा जवळजवळ माझ्या कानाजवळच तोंड आणून फुसफुसली, "तुम्ही

इस्लामबद्दल जे बोलता ते अगदी योग्य बोलता.''

मी जरा चमकलेच. इस्लामबद्दल मी बोलते ते योग्य आहे हे अचानक माझ्या कानाला लागून सांगण्याची काय आवश्यकता होती? ती बाकी सगळे ज्या पद्धतीने बोलत होती तसेच हेही बोलता आले असते. जुलेखा निश्चितच सावधगिरी बाळगत होती. नक्कीच तिला भीती वाटत असली पाहिजे की काहीतरी घडू शकते, काहीतरी वाईट.

''इस्लाम हा माझ्या लिखाणाचा विषय नाही,'' मी जुलेखाला म्हटले, ''स्त्रियांच्या अधिकारांबद्दल किंवा मानवाधिकारांबद्दल लिहिताना त्या अनुषंगाने इस्लामचा विषय येतो. त्याच प्रकारे इतर धर्म आणि अंधश्रद्धाही येते. धर्मांधता, धर्मविश्वास या सगळ्यांपासून मी जन्मापासूनच दूर आहे. मला कधीच या गोष्टींनी आकर्षित केले नाही. कळायला लागल्यापासून मला एकाच गोष्टीने हॉण्ट केले – ते म्हणजे समाजात स्त्रियांना स्वातंत्र्य का नाही? स्त्रियांना एक ह्यूमन बिईंग म्हणून का ट्रीट केले जात नाही?''

बोलताना मध्ये मध्ये मी जेव्हा इंग्रजी शब्द वापरते, तेव्हा मला स्वतःचाच खूप राग येतो. मी अगदी अशिक्षित आहे असे मला वाटते. हा कोलकात्याचा प्रभाव की काय? इथला शिकलेला माणूस इंग्रजी बंगालीची भेसळ केल्याशिवाय बोलूच शकत नाही. ते ऐकून ऐकून मलाही तशीच सवय जडली. माझी खूप इच्छा आहे की मी जेव्हा इंग्रजी बोलते तेव्हा फक्त इंग्रजीच बोलावे आणि बंगाली बोलते तेव्हा बंगालीच बोलावे.

जवळजवळ बारा वर्षे युरोपमधल्या अशा देशांत काढली, जिथली भाषा इंग्रजी नव्हती. सध्या इंग्रजी आणि फ्रेंच ह्या आंतरराष्ट्रीय भाषा आहेत हे नाकबूल करून चालणार नाही. दोन मोठ्या वसाहतवादी राष्ट्रांच्या भाषा सध्या जगभर संपर्काच्या भाषा बनल्या आहेत. मी पाहिले आहे की जेव्हा लोक स्वतःच्या म्हणजे इटालियन, स्पॅनिश, जर्मन, किंवा डॅनिश भाषेत बोलतात तेव्हा चुकूनही इंग्रजीचा एकही शब्द वापरत नाहीत. ते ज्या भाषेत बोलतात त्या एकाच भाषेत बोलतात, भाषांची खिचडी करून बोलत नाहीत. बंगाली लोक खिचडी खाणारे म्हणून कदाचित त्यांना भाषांची खिचडीपण आवडते. वास्तविक ही खिचडी भाषाच बहुधा बंगाली भाषेच्या उत्क्रांतीचे फळ आहे.

माझ्या भाषा चिंतनातली मग्नता जुलेखाच्या बोलण्याने भंगली. ती म्हणत होती, ''सुरंजन छान आहे, मजेत आहे. एका एन. जी. ओ.त तो माहितीपट बनवण्याचे काम करतो आहे.''

''त्याने कधी फिल्म बनवली आहे?''

''एक लहान फिल्म बनवली आहे. पण कोणत्या का कारणाने होईना,

त्याला काम मिळाले आहे. त्याचा एक मित्रही त्याच्या बरोबर आहे. एक महिना झाला, तो अंदमानमध्ये आहे. तिथल्या आदिवासींचे चित्रीकरण करतो आहे.''

सुरंजन घराच्या बाहेर पडून काहीतरी एक्सायटिंग काम करतो आहे हे ऐकून मला खूप बरे वाटले. विद्यार्थ्यांना शिकवण्यासारखे बोअरिंग काम आता नाही. घोर निराशेतून तो अंग झाडून उठून उभा राहिला आणि प्रगती करतो आहे यापेक्षा चांगली बातमी ती कोणती! हे सुरंजनला सांगितले तर तो नक्कीच म्हणेल की कोण म्हणते विद्यार्थ्यांना शिकवणे बोअरिंग असते म्हणून? उलट फिल्म बनवणेच बोअरिंग असते.

जुलेखा सुरंजनबद्दल भरभरून बोलत राहिली. मला माहिती देण्याच्या उद्देशाने ती बोलत होती. का कोणास ठाऊक, पण सुरंजनची कुंडली जाणून घेण्याचा मला अधिकार आहे अशी जुलेखाची धारणा होती. या माझ्या अधिकाराचे उल्लंघन कोणीही करता कामा नये, अगदी सुरंजननेदेखील.

जुलेखा आकाशी रंगाची साधी जॉर्जेटची साडी नेसली होती. चेहऱ्यावर काहीही मेकअप नव्हता. गळ्यात, नाकात, कानात एकही दागिना नव्हता. आधी जुलेखा किती नटायची ते मला आठवले. मुली प्रेमात पडल्या की स्वत:ला बाहुलीप्रमाणे नटवायला सजवायला त्या कशा सज्ज होतात ते बघून मला नेहमी त्यांची कीव येते. त्या नटण्या-सजण्यामध्येच त्या अडकून पडतात. किती असाहाय्य असतात त्या तेव्हा!

मीही माझ्या आयुष्यात हेच पाहिले नाही का? प्रेमात पडण्याचा अवकाश, की माझे आरशासमोर उभे राहणे, चारी अंगांनी स्वत:ला पाहणे सुरू. तेव्हा मी मला स्वत:च्या नजरेतून नव्हे तर प्रियकराच्या नजरेतून बघायची. तेव्हा मी 'मी' नव्हे, तर माझा प्रियकर असायची. मी तेव्हा माझीच निंदक, तीव्र टीकाकार असायची. मी तेव्हा माझी मलाच आवडेनाशी व्हायची. स्वत:चा तिरस्कार वाटायचा – प्रत्येक अवयवाचा, हावभावांचा. त्यामुळे सतत स्वत:ला सुधारायचा, सुंदर होण्याचा, प्रियकराच्या दृष्टीने आकर्षक होण्याचा प्रयत्न करण्यात किती वेळ घालवला! नाही? प्रियकराने प्रेम करत राहावे, सोडून जाऊ नये, म्हणून मुली आपल्या शरीरात कमी का गुंतलेल्या असतात! मुलींच्या ह्याच दुर्बलतेचा पुरुष अगदी चवीचवीने उपभोग घेतात.

''सुरंजन आता शिकवण्या घेत नाही का?''

''आता तर त्याला वेळच नसतो. तो खूपच व्यग्र आहे. कुठल्यातरी सरकारी ऑफिससाठीपण त्याला माहितीपट बनवायचा आहे म्हणे. चांगला पैसा मिळवतो आहे.''

''एवढ्यातच?''

"हो, संथाळांवर बनवलेल्या माहितीपटाला म्हणे खूप प्रसिद्धी मिळाली. मीही तो बघितला. शांतिनिकेतनातदेखील संथाळ पाडा आहे, तिथे शूटिंग केले. पौर्णिमेच्या रात्री सोनाझुरी वनात संथालांचे जे नृत्य घेतले आहे ते तर अप्रतिम!"

"खरे?" मी चमकले आणि आपादमस्तक विस्मयचकित झाले.

"हो."

"सोनाझुरी वन? पौर्णिमा?"

"हो."

माझ्या डोळ्यांसमोर ती रात्र आली. वाटले आत्ताच घडलेली गोष्ट आहे. हिशोब केला तर कळेल की वर्ष उलटून गेले. पण हिशोब करण्याची माझी इच्छा नव्हती, विशेषत: दिवसांचा हिशोब.

"तू कशी काय बघितलीस ती फिल्म? कुठे चालू आहे? नंदन किंवा इतर कुठे?"

"नाही बहुतेक. मला मायाने दाखवली."

"माया? कोण माया?"

"म्हणजे काय? सुरंजनची बहीण माया."

हे ऐकून मी इतकी चकित झाले की जवळजवळ गाडी थांबवावी असेच मला वाटले.

"मायाशी तुझे..."

जुलेखा हसून म्हणाली, "हो दीदी, मायाशी माझे बरेच काही..."

"कसे काय? ती तर मुसलमानांकडे ढुंकून पाहू शकत नव्हती ना! अर्थात एका मुसलमानाशी-सोबहानशी तिचे लग्न झालेच असेल म्हणा! मला तेव्हा खूपच आश्चर्य वाटले होते. ती खूपच बदलली आहे, हो ना?"

जुलेखाची नजर समोर होती. ती ड्रायव्हरला तिच्या होस्टेलचा रस्ता दाखवत होती. माझ्याकडे नजर वळवून ती म्हणाली, "तुम्हाला काहीच माहिती नाही का? मला वाटले तुम्हाला बातमी कळली असेल."

"कसे कळेल? कोणती बातमी?"

"मायाचे सोबहानशी लग्न झाले नाही."

"म्हणजे?"

"म्हणजे दुसरे काय! मायाने लग्न न करण्याचा निर्णय घेतला. ती आता माझ्या होस्टेलमध्ये राहते."

"काय सांगते आहेस तू!"

जुलेखा मोठ्याने हसली.

"खरे सांगते आहेस?"

"हो, अगदी खरे."

"माया तुझ्या होस्टेलमध्ये राहते?"

"माझ्या होस्टेलमध्ये राहते इतकेच नाही तर माझ्या संस्थेत सहभागीपण झाली आहे."

"तुझी संस्था?"

"हो. 'साहसिनी.' फक्त स्त्रियांची संघटना. मूलत: – स्त्रियांसाठी स्त्रिया ह्याच संकल्पनेवर निर्माण केलेली. तुम्हाला आवडेल हे मला माहिती आहे. होस्टेलवर जाऊन तुम्हाला सरप्राईज देण्याचा विचार होता. पण त्याआधीच सांगून टाकले."

"पण मायाने लग्न का केले नाही? मी तर ऐकले होते की ती लग्नासाठी अगदी उतावीळ झाली होती."

"हो, झाली होती."

"मग सुरंजनने आडकाठी घातली का? हे लग्न त्याला व्हायला नको होते."

"नाही, नाही. नंतर सुरंजनलाही ते हवे होते. पण मायानेच केले नाही. ती कोणाशीच लग्न करणार नाही. माझ्याकडे येऊन म्हणाली, 'सोबहान चांगला आहे, पण लग्नानंतर तोदेखील नवराच होईल. नवरा झाल्यावर पुरुष जे करतात, ते तोही करेल.' म्हणाली, 'सोबहानच्या पत्नीला जो त्रास सहन करावा लागतो, तोच त्रास मी त्याची पत्नी झाल्यावर मलाही भोगावा लागेल."

"पण ती तर त्याच्यावर प्रेम..."

"ते प्रेम तिला अखेर प्रेम वाटले नाही."

"मग काय वाटले?"

"देवाण-घेवाण वाटली. तू मला ह्या ह्या गोष्टी द्यायच्या – त्याच्या बदल्यात मी तुला हे-हे देणार."

"अपेक्षा तर असतातच, पण त्या काही अटी नसतात."

"कदाचित आणखीही काही कारण असू शकेल."

"कोणते कारण? सोबहान मुसलमान हे?"

जुलेखा जोरजोरात मान हलवत म्हणाली, "छे, ते मुळीच कारण नाही. ती मुस्लीमद्वेष्टी असल्याचे दाखवत होती, पण वास्तविक ती सर्वांकडे सारख्याच दृष्टीने बघते."

"आश्चर्यच आहे!"

"का?"

मी त्याचे उत्तर दिले नाही. जुलेखा मला तिच्या होस्टेलच्या खोलीत घेऊन

गेली. छोटीशी खोली तिने आपल्या मनाप्रमाणे सजवली होती. खिडकीत दोन फुलझाडे, भिंतीवर काही पोस्टर्स, पलंगावर शान्तिनिकेतनी चादर.

"वा! हे तर मला स्त्रियांचे जग दिसते आहे.''

"हो. बरेचसे तसेच.''

साहसिनीच्या सदस्यांचे लहान-मोठे फोटो भिंतीवर शेजारीशेजारी लावले होते. जुलेखाने मयूर नावाच्या तिच्या रूममेट चा फोटो दाखवला, मायाचा फोटो दाखवला. मोठ्या मोठ्या डोळ्यांची माया, चेहऱ्यावर गोड हसू बघून मनात ममता दाटून आली.

"बरं, माया होस्टेलमध्ये का राहते?'' मी कुतूहलाने विचारले, "तिचे तर घर आहे – आईच्या घरी होती. आणि मुले? ती कुठे आहेत?''

जुलेखा म्हणाली, "माया आठवड्यातून एकदा आईला भेटायला जाते. मुलांना बोर्डिंग स्कूलमध्ये ठेवले आहे, तिथेही अधूनमधून जाते. मुलांच्या वडिलांकडे तिला मुलांना ठेवायचे होते, पण त्यांनी नेले नाही. तिचे आईशी आणि भावाशी उत्तम संबंध आहेत, पण होस्टेलच्या आयुष्यात तिला जास्त स्वातंत्र्य जाणवते.''

"पण हे आयुष्य आणखी किती दिवस?''

"जास्त पैसे मिळाले की ती फ्लॅट घेऊ शकेल. तिच्या ऑफिसमध्ये जरा प्रॉब्लेम झाला. मुलांना बोर्डिंग स्कूलमध्ये ठेवण्यासाठी धावपळ करावी लागणार होती त्यामुळे तिने पगारी रजा घेतली होती, पण ऑफिसने त्यासाठी तिचा पगार कापला. मग साहसिनीतर्फे ऑफिसमध्ये पत्र गेले. आम्ही मिडियाला कळवले. आता सगळे थंड आहे.''

जुलेखा हातपाय हलवत बोलत होती. तिच्या चेहऱ्यावर काहीही मेकअप नव्हता, म्हणूनच खूप सुंदर दिसत होती. एक काळ असा होता की मी अजिबात मेकअप करत नव्हते. सगळे वर्ज्य केले होते. वास्तविक जेव्हा प्रेमात पडले तेव्हा मेकअप करायला लागले. नंतर मेकअप करणे असे काही सोडले की मला मेकअपचे अस्तित्वच सहन व्हायचे नाही. तेव्हा माझा असा युक्तिवाद होता की स्त्रियांना सजवून वस्तू बनवले जाते. ते तर खरे आहेच, पण एक कठोर तर्कवादी असूनसुद्धा मी कधीकधी तर्कहीन गोष्टी करत असते. ओठावर हलकीशी लिपस्टिक लावणे मला आवडते. हे आवडणे कोणत्या पुरुषासाठी नव्हे, स्वत:साठी. गळ्यात माळ घालते. तीही मला स्वत:ला आवडते म्हणूनच. घालण्यासारख्या इतक्या गोष्टी आहेत, जगात निसर्गातल्या कितीतरी गोष्टींनी स्त्रिया स्वत:ला सजवत असतात, पण त्या सजण्या-धजण्याचा उपयोग पुरुषप्रधान समाज जर स्त्रियांवर सत्ता गाजवण्यासाठी करत असेल, तर ते मी का मान्य करावे?

जुलेखा बोलत होती. बरेच लोक अखंड बोलत राहतात. तोही एक गुणच

आहे. मला तर एकदोन वाक्ये बोलल्यावर नंतर काही बोलायला सुचतच नाही. साहसिनीच्या इतर यशस्वी प्रकल्पांबद्दल जुलेखा सांगत होती.

"साहसिनी का नाव दिले? साहसी का नाही?" मी उगीचच मध्ये प्रश्न केला.

जुलेखा जरा गोंधळली. म्हणाली, "असेच. का? 'साहसिनी' नाव चांगले नाही का? 'साहसी' नाव देऊ का?"

"नाही नाही, ठीक आहे. तुम्ही याच नावाने बरेच काही केले आहे. नावाने काय फरक पडतो? काम महत्त्वाचे. तुम्ही सगळ्या खूप छान काम करता आहात."

जुलेखाने आता एक प्रस्ताव मांडला, "दीदी, आमच्या संस्थेच्या तुम्ही सल्लागार असाव्यात असे आम्हांला वाटते."

"का? मी तुम्हाला काय सल्ला देणार? तुम्ही आपणहून जे काही करता आहात ते खूप छान आहे. उलट तुमच्याकडून मलाच खूप शिकण्यासारखे आहे. तुमच्या सभांना अधूनमधून हजेरी लावत जाईन, तुमच्या कामाबद्दल जाणून घेण्यासाठी. आपल्या अनुभवांची देवाण-घेवाण करू. कृपा करून इथे हुद्दे, श्रेणीची भानगड ठेवू नका. कोणी वरिष्ठ, कोणी कनिष्ठ असे नको. सगळ्यांना समान संधी, सारखे महत्व द्या."

जुलेखा उल्हसित झाली.

मी ज्या जुलेखाला ओळखत होते, ती ही जुलेखा नव्हती. ही जुलेखा पूर्वीपेक्षा अधिक उत्स्फूर्त, मोकळी, सुंदर होती. तिच्या उभे राहण्यात, चालण्यात, बोलण्यात सगळ्यातच दृढता होती. ह्या छोट्या शहरात ही एकटी मुलगी कुठून, कसे बळ मिळवते आहे! जुलेखा माझ्यासाठी एक आश्चर्याची बाब होती. अचानक मला जाणून घ्यायची इच्छा झाली की जुलेखावर कोणीतरी किंवा अनेकांनी बलात्कार केला ही गोष्ट किती खरी आहे. जुलेखा हसून म्हणाली,

"तुम्ही तर मला धक्काच दिलात. मेलेला माणूस थडग्यातून उठून पुन्हा जिवंत व्हावा तसा हा रेपचा विषय निघाला. रेपचा मी विचारच करत नाही दीदी. लग्न झाल्यापासून माझ्यावर रोजच बलात्कार होत आला आहे. रोज एक माणूस बलात्कार करायचा, एके दिवशी जास्त लोकांनी केला, काय फरक आहे सांगा."

"केस का केली नाहीस?"

"कोणाविरुद्ध? नवऱ्याविरुद्ध?" जुलेखा मोठमोठ्याने हसत म्हणाली, "काही उपयोग नाही केस करून. त्या रेप करणाऱ्यांविरुद्ध केस करूनही काही फायदा नव्हता. ते सुटले असते. त्या निमित्ताने वकिलांनी माझे शरीर, पैसा लुटला असता. असेच होते ना! एका बलात्कारित तरुण स्त्रीशी घसट करावी असे

कुठल्या वकिलाला वाटणार नाही?''

मी मुक्यासारखी बसून राहिले. काय बोलावे सुचत नव्हते. जुलेखा त्याच आवेशात बोलत राहिली –

''तुम्ही उच्चभ्रू जगात वावरता. आम्ही खालचे लोक कसे जगतो ते तुम्हाला माहिती नाही. तुमचे वास्तव आणि आमचे वास्तव खूप वेगळे आहे.''

''तुला ते इतके वेगळे वाटते?''

''हो.''

''कोण होते ते? कोणी तुझ्यावर बलात्कार केला?'' हे ऐकून जुलेखा पहिल्यापेक्षाही मोठ्याने हसत म्हणाली, ''ते जाणण्याची तुम्हाला काय गरज आहे? काय आवश्यकता आहे? कशासाठी जाणून घ्यायचे आहे तुम्हाला?''

''जाणून घ्यायचे आहे.''

''होते कोणीतरी.'

''त्यांच्याशी सुरंजनचा कोणत्याही प्रकारे संबंध होता?''

''सुरंजनचा संबंध? तो म्हणाला होता म्हणून. पण मला जितके माहिती आहे त्याप्रमाणे तो त्यात सामील नव्हता.''

''मग ते कोण होते?''

''अमजद नावाचा एक जण होता. त्याच्याकडून घेतलेले दोन लाख रुपये मोहब्बतने परत केले नाहीत. म्हणून बहुधा त्यानेच सूड घेतला.''

''कोड्यात बोलू नकोस.''

''होता बहुतेक.'

''स्पष्ट का सांगत नाहीस?''

''अस्पष्टही काही बोलत नाहीये. कोण होते, कोण नाही हे माझ्या लेखी महत्वाचे नाहीच आहे. ज्यांना संधी मिळाली ते होते, ज्यांना नव्हती, ते नव्हते. संधी मिळाली असती तर सगळ्यांनीच बलात्कार केला असता.''

''हिंदूंनी बलात्कार केला? तू मुसलमान म्हणून?''

''मी स्त्री म्हणून केला. मोहब्बतच्या दुष्कृत्यांचा सूड म्हणून जर हिंदूंनी केला असेल तर मोहब्बतच्या दुष्कृत्यांचा सूड म्हणून मुसलमानांनीही तेच कृत्य केले असते – मोहब्बतच्या बायकोवर बलात्कार करून सूड उगवला असता. जगात सगळीकडे स्त्रियांना असेच वागवले, वापरले जाते. त्यात नवीन काही नाही.''

''गप्प का बसून राहिलीस?''

''मी गप्प कशाला बसेन? एका रेपिस्टवर मस्तपैकी प्रेम केले.''

''सुरंजनला रेपिस्ट म्हणते आहेस. एकदा म्हणतेस तो त्यांत नव्हताच. ते अमजदने केले.''

"रेपिस्ट म्हणते कारण सुरंजन म्हणाला की तो त्या मुलांच्यात होता."

"त्याला तुरुंगात न धाडता उलट त्याला प्रोत्साहनच दिलेस."

"हो, दिले. कारण रेपिस्टच्या त्या गटात तो जरा बरा होता. तो तर सांगतो की त्याने माझ्यावर आणखी बलात्कार होण्यापासून मला वाचवले. सुरंजनला पश्चात्ताप झाला होता. त्याने मला सहानुभूती दाखवली. मुलांना तर मुलींबद्दल सहानुभूती नसतेच."

"त्या सहानुभूतीला काही किंमत आहे?"

"काही किंमत नाही. आता संबंध राहिला नाही तेव्हा ते कळले. तेव्हा सुरंजनबद्दल मला कृतज्ञता वाटत होती. बलात्काराची घटना घडली म्हणूनच मी आज पूर्वीच्या भयंकर जिण्यातून मुक्त झाले आहे."

"सुरंजन असले कृत्य करू शकतो यावर का कोण जाणे, विश्वास बसत नाही."

"माझाही नाही. माझे डोळे बांधलेले होते. सुरंजनच नव्हे, तर इतरही कोण कोण होते मी पाहिलेच नव्हते. सुरंजन म्हणतो की तो होता. का म्हणतो कोण जाणे. कोणाला वाचवण्यासाठी म्हणतो माहिती नाही. कोणाचा दोष स्वत:च्या डोक्यावर घेतो आहे तेही कळत नाही. मला फक्त अमजदबद्दल माहिती आहे. पण अमजद आणि त्याचे मित्र, किंवा सुरंजन आणि त्याचे मित्र ज्यांनी कोणी ते केले, ते केले. तो आता भूतकाळ झाला. मला आता त्याची पर्वा नाही. ते कोण होते हे जाणून घ्यायची मला मुळीच इच्छा नाही. त्यांच्याविरुद्ध मी कधीही कोर्टात जाणार नाही. मोहब्बत तर पैसेवाला होता, त्यानेही कधी फिकीर केली नाही. तिच्यावर बलात्कार झाला तर झाला. बास. आणखी दहा वेळा करा."

"तुम्ही शिकलेल्या मुलींनीच जर याला विरोध केला नाहीत तर बाकीच्यांनी काय करायचे?"

"ह्या सगळ्या फालतू गोष्टी सोडून द्या. ती बलात्काराची घटना माझ्यासाठी इष्टापत्ती ठरली. ती घडली नसती तर माझ्या आयुष्यात अशी उलथापालथ झाली नसती. 'वाया गेलेली' म्हणून समाजाचा शिक्का बसल्याशिवाय आपल्या मर्जीप्रमाणे वागता येत नाही, पाहिजे तसे कोणी वागू देत नाही. सुरंजनच्या घरी उघडपणे जाऊन झोपू शकत होते त्यामागे जर सामूहिक बलात्काराची घटना नसती तर सुरंजनही ती गोष्ट इतक्या सहजपणे घेऊ शकला नसता. त्यालाही संकोच वाटला असता. पण एक मात्र नक्की – बलात्कार झाल्यामुळे प्रणय कसा असतो ते सुरंजनमुळे मला कळले. नाहीतर आयुष्यात ते कधी कळलेच नसते."

कोलकात्यात इतक्या स्त्रियांबरोबर बोलले, पण इतकी भयंकर गोष्ट इतक्या नि:संकोचपणे सांगणारी जुलेखासारखी दुसरी कोणी भेटली नव्हती.

"सुरंजनला मी नीट ओळखूच शकत नाही. कधीतरी ऐकले की तो म्हणे तळ्याच्या काठी बरेचदा जातो. आत्महत्या करून बसेल की काय अशी मला भीती वाटते."

जुलेखा म्हणाली, "कुठल्या दु:खामुळे आत्महत्या करेल? सुरंजन जीवनावर खूप प्रेम करतो. असे स्वच्छंद, उच्छृंखल आयुष्यच त्याला आवडते. मला डम्प करण्यासाठी त्याने काय कमालीचा तर्क लढवला होता – की म्हणे तो माझ्यायोग्य नाही."

"त्याचा अर्थ तो तुला खूप मान देतो."

"तो फक्त स्वत:ला मान देतो. जणू स्वत: कोणी महान व्यक्ती आहे, महात्मा असावा तसा, जणू दुसऱ्यासाठी त्याग करतो आहे. सगळा नुसता अभिनय, देखावा."

शहरात अशा प्रकारची सामूहिक बलात्काराची घटना घडते आणि त्याची कोणाला कानोकान खबर नाही, कोणीही त्याच्याबद्दल काही बोलत नाही, लिहीत नाही, कोणी कोर्टात जात नाही आणि कोण दोषी आहे हे कोणाला कळत नाही ह्या गोष्टींचे मला आकलनच होत नव्हते. ज्यांना माहिती होते तेही तोंड मिटूनच बसले होते. हे सगळे किती अविश्वसनीय होते! जुलेखाचे बोलणे, बोलण्याचा ढंग यांनी मला चकित केले, मोहित केले. तिचे मनोबल आता इतके दृढ आहे, चढत चढत कळसाला पोचले आहे, लहानशा हवेच्या झुळकीने ते मोडून तर पडणार नाही अशी मला भीती वाटते. एखाद्या व्यक्तीवर रागावून जर जुलेखा आज आहे तिथे येऊन पोचली आहे, तर तिथे ती किती काळ राहू शकेल? जर तो राग काही कारणाने उतरला तर जुलेखादेखील पाघळून नदीसारखी वाहायला लागेल. ती पोलादासारखी मजबूत राहू शकणार नाही. विस्तवातून तावूनसुलाखूनच तर पोलाद बनते. पण सुरंजनबद्दल जुलेखाची जी धारणा आहे, ती मी मान्य करू शकत नव्हते. जर कोणाला तरी वाचवण्याची जबाबदारी सुरंजनने आपल्या खांद्यावर घेतली असेल तर ती अमजद सारख्यांना वाचवण्यासाठीच असेल. सुरंजनचे पात्र निर्माण करण्याचे मला कुठल्याही प्रकारचे स्वातंत्र्य नाही. सुरंजन स्वत:च त्याच्या व्यक्तिमत्त्वाचा निर्माता आहे. का कोण जाणे पण मला तो बलात्काराचा सगळा प्रकारच बनावटी वाटत होता. मुळात अशी काही घटना घडलीच नसावी. सुरंजन आणि जुलेखा दोघे एकमेकांनाच सांगत असावेत की ती घडली. मग त्यावर विचार करता करता, ती घटना रचता रचता, त्याबद्दल बोलता बोलता बहुधा ती खरेच घडली असे वाटायला लागले असावे. मग वाटते की ज्यांच्या मेंदूत काहीतरी गडबड आहे अशाच लोकांच्या बाबतीत असे घडू शकते. सुरंजन आणि जुलेखा दोघांचीही गणती मी डोके फिरलेल्यांच्या गटात कधीच करणार नाही.

मग मेख कुठे आहे? चूक कोणी केली? मी धुक्यात चाचपडत राहिले.

जुलेखा म्हणाली, "मी ज्या मायाला ओळखत होते, ती माया आता पूर्णपणे बदलून गेली आहे. पण तरीही मायाने ढाक्यात तिच्यावर बलात्कार केलेल्या मुस्लीम कट्टरपंथीयांना माफ केले असे म्हणणे मात्र चुकीचे ठरेल. बलात्कारी, स्त्रीद्वेष्टे कुठल्याही धर्माचे असले तरी ती त्यांच्या विरोधातच आहे," जुलेखा हसत म्हणाली, "किंबहुना माया आवर्जून म्हणते की सगळे पुरुष – मग ते कोणत्याही धर्माचे असोत – ते सारखेच."

"तिला इतक्या थोड्या अवधीत वास्तवाचे भान कसे काय आले? लग्न करण्यासाठी ती त्या दिवशीही वेडी होती."

"जे लोक जास्त वेडे असतात तेच सर्वांत आधी भानावरही येतात."

"हो का?"

"हो."

"मला तसे वाटत नाही. धर्मांध सहजपणे भानावर येत नाहीत. कुठल्याही प्रकारे अंध असणे याचाच अर्थ त्यांना सगळे नीट दिसू शकत नाही. जिला लग्न संसार यांचे तीव्र आकर्षण होते, तिला मोठा धक्का बसल्याशिवाय तिचा मोह दूर होणार नाही."

"मायाने कमी धक्के खाल्लेले नाहीत दीदी. ती रात्रीच्यारात्री माझ्याशी तिच्या आयुष्यातल्या घटनांबद्दल बोलत असते. त्याबद्दल तुम्हाला काही माहिती नाही. मयूर गेल्यावर मायालाच माझी रूममेट म्हणून घेण्याचा माझा विचार आहे."

"तुम्हाला लग्न-बिग्न काही करायचे नाही का?"

जुलेखा म्हणाली, "तुम्हीदेखील एकट्याच राहता. इतरांना लग्न करण्याचा सल्ला का देता? आम्हाला एकटे राहण्याचा सल्ला का देत नाही?"

"होस्टेलमध्ये राहता. जो काही पगार मिळतो, त्यात भागते. पण एखादा फ्लॅट घेऊन राहायचे म्हटले तर कशी गुजराण होईल?"

जुलेखा दोघींसाठी चहा करून घेऊन आली. तिच्या खोलीतच चहा करण्याची व्यवस्था होती. माझ्या हातात एक कप देऊन म्हणाली, "त्या परिस्थितीत आम्ही काही मुली मिळून एकत्र राहू."

"म्हणजे?"

"म्हणजे काहीजणी मिळून एकत्र राहू. लिव्ह टुगेदर."

"साठच्या दशकातल्या कम्यूनसारखे?"

"काय म्हणालात?"

"हिप्पींच्या जमान्यात युरोप अमेरिकेत असे कम्यून होते. एक घर किंवा अपार्टमेंट भाड्याने घेऊन एकत्र राहायचे. तसे?"

“नाही, नाही, तसे नाही,” जुलेखा तिच्या चहातली साखर ढवळत ढवळत एका बरणीतून चार बिस्किटे काढून माझ्या हातात देत म्हणाली, “तसे नाही.”

“मला नको बिस्कीट.

बिस्किट खात जुलेखा म्हणाली, “आमच्या कम्यूनमध्ये मुले-पुरुष मुळीच नसतील.”

मला हसू आले. हसता हसता माझा चहा सांडला. मी म्हटले, “तू पुरुषद्वेष्टी आहेस की काय?”

“काय बोलता आहात तुम्ही? इफ वुई अलाउ अ मॅन टू लिव्ह विथ अस, ही विल फक ऑल ऑफ अस.”

“याच्या उलटदेखील घडू शकते.”

“कसे काय?”

“यू ऑल कॅन फक हिम.”

जुलेखा पोट धरधरून हसत म्हणाली, “वुई ऑल कॅन फक हिम टू डेथ.”

“पण तुम्हाला सगळे जण बेशरम म्हणतील. म्हणतील तुम्हाला लाज-लज्जा काहीही नाही.”

“म्हणू देत.”

जुलेखाकडे मी फक्त एक कप चहा प्यायच्या वेळेच्या हिशोबाने गेले होते, ती चार कप चहा झाला तरी तिथेच होते. मायाचीही भेट झाली. तिला मी छातीशी घट्ट धरले. सुरंजन आणि किरणमयीकडून मला जी ऊब अपेक्षित होती ती मला मायाकडून मिळाली. त्या दिवशी आठ वाजताच्या सभेला मी थांबू शकणार नव्हते. पुढच्या आठवड्यात येईन असे मी वचन दिले. माया आणि जुलेखा पुढच्या रविवारी माझ्या घरी येणार आहेत. त्यांना घेऊन दीघाला जाईन म्हणते. बरेच दिवसांत कुठे लांब गेले नाही. शरीर-मनावर शेवाळे साठले आहे...

❖

www.ingramcontent.com/pod-product-compliance
Lightning Source LLC
LaVergne TN
LVHW032333220825
819400LV00041B/1351